# இந்த ஸ்டேஷனில் எந்த ரயில் நிற்கும்

## ஒரு இன்ஜினியரின் 1980 காலக் கதைகள்...

தா. ஜெயசீலன்

Copyright © T. Jeyaseelan 2024
All Rights Reserved.

ISBN 979-8-89363-886-8

This book has been published with all efforts taken to make the material error-free after the consent of the author. However, the author and the publisher do not assume and hereby disclaim any liability to any party for any loss, damage, or disruption caused by errors or omissions, whether such errors or omissions result from negligence, accident, or any other cause.

While every effort has been made to avoid any mistake or omission, this publication is being sold on the condition and understanding that neither the author nor the publishers or printers would be liable in any manner to any person by reason of any mistake or omission in this publication or for any action taken or omitted to be taken or advice rendered or accepted on the basis of this work. For any defect in printing or binding the publishers will be liable only to replace the defective copy by another copy of this work then available.

சமர்ப்பணம்:

மறைந்த என் பெற்றோர்

தங்கபாண்டியன் - புஷ்பலீலாவதி

அவர்களுக்கு...

# உள்ளடக்கம்

# 1

# நல்லதொரு குடும்பம்

நாடகம்

பாத்திரங்கள் அறிமுகம்:

- குடும்பம் என்று இருந்து விட்டால், அவசியமாய் இருக்க வேண்டிய அம்மா - அப்பா.
- இவர்களின் மூத்த மகன் சுந்தரேசன். தர்மபத்தினி பத்மா.
- அடுத்த மகன் நடராஜ். இவனது தர்மபத்தினி மைதிலி.
- நடிப்பில் ரஜினி. படிப்பில் கஜினி. இவன்தான் தீபக். ஒட்டுக் கேட்பது இவன் ஸ்பெஷாலிட்டி.
- கல்யாண வயதுத் தங்கை கமலா.

மற்றப் பாத்திரங்கள், பின்வரும் பகுதிகளில்...

# நல்லதொரு குடும்பம்
## முதல் பகுதி



பத்மா: என்ன இன்னைக்கு லேட்?

சுந்தர்: வந்ததும் விசாரணைக் கமிஷன் தானா...? முதல்ல காபி போடு.

பத்மா: வந்ததும் வராததுமா ஏன் காப்பின்னு பறக்குறீங்க.... இப்பதான் பால் காச்சப் போறேன்.

சுந்தர்: கர்மம் கர்மம்.... எல்லாம் நான் வந்ததும் தான் செய்யணுமா? அடடா, மனிதன் களைச்சிப் போய் வருவானேன்னு ஒரு அனுதாபம் கிடையாது.

பத்மா: ஆ ஊன்னா காரியம் நடக்குமா? இங்க நாங்க மட்டும் வீட்ல ஜாலியா சும்மாவா உட்கார்ந்திருக்கோம்? இந்த மண்ணெண்ணெய் அடுப்போட கிடந்து எவ மாரடிக்கிறது?

சுந்தர்: ஆரம்பிச்சிட்டியா, உன் கேஸ் அடுப்புப் புராணத்தை.... வரும்போது ஹோட்டலில் ஏதாவது நல்ல காப்பியாவது சாப்பிட்டு வந்திருக்கலாம்.

(நடராஜ் ஆபீஸ் விட்டு வருகிறான்)

நடராஜ்: அம்மா... அம்மா... மைதிலி எங்கேம்மா...?

அம்மா: (இவன் ஒருத்தன். ஆபீஸ் விட்டு வந்தா மைதிலிதானா? அவள என்ன நாங்க சமைச்சா சாப்பிட்டிருவோம்?) தெரியலையடா, தலைவலிக்குதுன்னு சொல்லிட்டு இருந்தா... (கழுதை, வேலை செய்யாமல் இருக்க ஒரு சாக்கு)

நடராஜ்: தலைவலியா... உடனே டாக்டர்கிட்ட கூட்டிட்டுப் போக வேண்டியதுதானே. சே! நீங்கள்லாம் ரொம்ப மோசம். மைதிலி... மைது...

**(மாடிப்படியில் தாவி ஓடுகிறான்)**

அம்மா: போன வாரம் எனக்கு உடம்பு சரியில்லைன்னேன். அதுக்கு இவன், கஷாயம் போட்டு சாப்பிடும்மா, சரியாயிடும்னான்!

நடராஜ்: மைது கண்ணா... தலைவலிக்குதாம்மா... தேச்சு விடட்டுமா?

மைதிலி: கையை எடுங்க... கொஞ்சறது இருக்கட்டும்... சனிக்கிழமையும் அதுவுமா வீட்டுக்கு சீக்கிரமா வர வேண்டியதுதானே... நாளைக்கு லீவாச்சே, இன்னைக்கு சாயந்தரம் சினிமாவுக்கு போகலாம்னு எவ்வளவு ஆசையா இருந்தேன் தெரியுமா?

நடராஜ்: என்ன மைது, உனக்கு தலைவலின்னு எல்லார்கிட்டயும் சொல்லிட்டு, இப்ப சினிமாவுக்கு போறோம்னா... அம்மா என்ன நினைப்பாங்க?

மைதிலி: உங்களுக்குக் கொஞ்சமாவது மூளை இருக்கா?

நடராஜ்: நம்ம முகூர்த்தத்துக்கு முந்தின நிமிஷம் வரை இருந்துச்சு... ஹி ஹி...!!

மைதிலி: உங்க ஜோக்கை குப்பையிலே போடுங்க... நான் முன்னாடியே, சினிமாவுக்கு போகணும்னு பிளான் பண்ணி தான் அப்படி பொய் சொன்னேன். சினிமான்னா, எல்லாம் நான் வரேன்னு பறக்கும். குறிப்பா உங்க

அருமை தங்கச்சி கமலாவும் உங்க தம்பி தீபக்கும்... அதனாலே உடம்பு சரியில்லைன்னு சொல்லி வைச்சேன். இப்போ ஆஸ்பத்திரிக்கு போகணும்ணு சொல்லிட்டுக் கிளம்புங்கன்னா... மசமசன்னு நின்னுகிட்டு...

நடராஜ்: (வியந்து) உன் மூளையே மூளை... இந்திரா காந்தி மூளை (கடைசித் தம்பி தீபக் டிரான்சிஸ்டருடன் திடிரென உள்ளே வந்து...)

தீபக்: அண்ணா, கவாஸ்கர் சிக்ஸர் அடிச்சிட்டார்! அதுவும் லில்லியை!

நடராஜ்: சும்மா இருடா... நீயும் உன் கிரிக்கெட்டும்... இப்ப அவர் சிக்ஸர் அடிக்கலைன்னா குடியா முழுகிப் போயிரும்?

தீபக்: உன் நிலைமை எனக்கு புரியுதண்ணா... அண்ணிக்கு உடம்பு சரியில்லை. டாக்டர்கிட்ட கூட்டிட்டு போகணும். அதானே?

நடராஜ்: ஆமாண்டா... தலைவலியாம்... தவிக்கிறா...

தீபக்: அடப்பாவமே, நல்ல டாக்டரா கூட்டிட்டு போ... நல்லா பெரிய டாக்டர்... பாலச்சந்தர் டாக்டர்... பாரதிராஜா டாக்டர் கிட்ட போ. நல்லாயிருக்கும். மத்த டாக்டர் எல்லாம் போரடிக்கும். இந்த டாக்டர்களோட திறமைகள் ஓய்வதில்லை. நெற்றிக்கண்ணைத் திறந்து பார்த்தாங்கன்னா 47 நாள்ல குணமாகுற வியாதி கூட நாலு நாள்ல குணமாயிடும். சீக்கிரமா போ... ஆஸ்பத்திரி ஹவுஸ் ஃபுல் ஆயிடும்!

மைதிலி: (வேகத்துடன் வந்து) எல்லாத்தையும் ஒட்டுக் கேட்டுட்டு, இப்ப திறமையா பேசுறதா நினைப்பு... ஆமா, நாங்க ஆஸ்பத்திரின்னு சொல்லிட்டு சினிமாவுக்குப் போறோம்... என்ன பண்ணுவே? தடுத்து நிறுத்திடுவியா? ஒட்டுக் கேட்பது அநாகரீகம்.

தீபக்: பொய் சொல்றத விட அது அவ்வளவு மோசம் இல்லை!

மைதிலி: (அழுத்தமாக) என்னத்தான், உங்க தம்பி பெரிய அரிச்சந்திரனோ? போனவாரம் ஞாயிற்றுக்கிழமை காலேஜ் ஸ்பெஷல் கிளாஸ்னு சொன்னானே, எங்கேயாம்? ச∴பையர் தியேட்டர்லேயோ?

தீபக்: (மெதுவாக வெளியேறுகிறான்) ச∴பையர் இல்லே... சாந்தி... சாந்தி... சாந்தி... வாவ்! கவாஸ்கர் அவுட்... கிளீன் போல்ட் பை லில்லி!

**(கீழே வருகிறான். தங்கை கமலா, அவனை அலட்சியமாகப் பார்த்துவிட்டுக் குமுதத்தைத் தொடர்கிறாள்)**

தீபக்: என்னது... குமுதமா? படி... படி... நாளைக்கு அதுலதான் பரீட்சை வைக்கப் போறான்.

கமலா: போடா உன் வேலையைப் பார்த்துட்டு!

தீபக்: இந்தா பாரு... டா போட்டு பேசாதே. அப்புறம் நான் 'டீ' போட்டுப் பேசுவேன். நான் உனக்கு அண்ணன்... தெரியுதா?

கமலா: அப்புறம் ஏன்டா என் வழிக்கு வர்றே?

தீபக்: இந்தா பாரு கமலா, என்கிட்ட முறைச்சுக்காதே... ஏதாவது சினிமான்னா, உன்னை நான்தான் அழைச்சிக்கிட்டுப் போகணும். ஞாபகம் வச்சுக்கோ. மத்த அண்ணன்கள், மதினிகளைத்தான் சினிமாவுக்கும், ஆஸ்பத்திரிக்கும் கூட்டிட்டுப் போவாங்க. அம்மா கூட நீ கபாலீஸ்வரர் கோயிலுக்குத்தான் போகலாம். கபாலி தியேட்டருக்கில்லை. ஓகே? இப்ப புதுப்படம் ரிலீஸாகலேங்கற திமிர்ல முறைக்கறே... தீபாவளிக்கு பாரதிராஜா படம் 'டிக் டிக் டிக்' வருது தெரியும்ல?

கமலா: இந்தாங்க அண்ணா.. குமுதம்.. நீங்க படிங்க.. நான் ஹோம்வொர்க் செய்யணும் (போகிறாள்)

தீபக்: (அதிர்ந்து போய்) டிக்... டிக்... டிக்...

அம்மா: (வருகிறாள்) என்னடா, கடிகாரத்தை முழுங்கிட்டியா?

தீபக்: நிச்சயமா அது நம்ம வீட்டுக் கடிகாரமா இருக்க முடியாது. அதான் ஓடாதே! அம்மா, உங்ககிட்ட ஒரு சந்தேகம்...

அம்மா: என்னடா?

தீபக்: அது எப்படிம்மா, நீங்க தீபக்னு ஒரே ஒரு புத்திசாலியை மட்டும் பெத்துட்டு, மத்தெல்லாம் அசடாவே பெத்து இருக்கீங்க?

அம்மா: போடா கோமாளி...

பத்மா: (ஏளனமாக) ஹா ஹா ஹா!!

தீபக்: இப்ப எதுக்கு மதினி சிரிச்சீங்க?

பத்மா: இந்த வாரக் குமுதத்திலே, ஜோக் எல்லாம் பிரமாதம்... அதை நினைச்சு சிரிச்சேன்!

**(சுந்தரேசன் வருகிறான்)**

சுந்தர்: என்ன கூத்து நடக்கிறது இங்கே? ஒ... தீபக் இருக்கானா... அதான பார்த்தேன்! ஏண்டா, இதென்ன இழவுடா? எப்பப் பார்த்தாலும் கிரிக்கெட், கமெண்டரின்னு ட்ரான்சிஸ்டரோட அலையுற?

தீபக்: நம்ம சிஸ்டர் கமலாவை விட, இந்த ட்ரான்சிஸ்டர் எவ்வளவோ மேல்... சும்மா இருண்ணா... கவாஸ்கர் அவுட்... இப்ப விஸ்வநாத் வந்திருக்கார்.

பத்மா: விஸ்வநாத் மட்டும் என்ன... ரொம்பப் போனா, ரெண்டு கோல் போடுவாரு. (தீபக் கையை எடுத்துக் கும்பிட்டுக் கண்ணில் நீர் வரும் வரை சிரிக்கிறான்)

பத்மா: (கோபத்துடன்) இப்போ உங்க தம்பி ஏன் இப்படி சிரிக்கிறான்? நான் என்ன தப்பா சொல்லிட்டேன்?

தீபக்: மதினி, இந்த வாரம் ஆனந்த விகடன் ஜோக்கை நெனச்சு சிரிச்சேன்!

சுந்தர்: (மனைவி ஏளனம் செய்யப்படுவது பொறுக்காமல்) என்னடா சிரிப்பு... அவளுக்குக் கிரிக்கெட் தெரியாது... உனக்குத் தெரியும். அதானே? அவளுக்குத் தெரிஞ்சதெல்லாம் உனக்குத் தெரியுமாடா? அவளுக்கு நல்லா மசாலாவைப் போட்டு பட்டை சோம்பெல்லாம் சேர்த்து எண்ணெய் விட்டு வதக்கி சேப்பங்கிழங்கு வறுவல் வைக்க தெரியும்... உனக்கு தெரியுமாடா அது?

தீபக்: உனக்குத் தெரிந்திருக்கே... அது போதுமண்ணே...!

**(மைதிலி கோபத்துடன் வருகிறாள்)**

மைதிலி: அத்தே, வரவர தீபக் ரொம்பத் துடுக்கா பேசுறான்... பெரியவர்களைக் கேலி பண்றான்... யாரும் கண்டிக்கிறதில்லை.

தீபக்: இன்னொரு குற்றச்சாட்டை விட்டுட்டிங்களே... ஒட்டுக் கேட்கிறான்... அதையும் சொல்லிடுங்க... அப்ப நீங்க கிளம்புறீங்களா? மணி ஆறரையாகப் போவுது... ஆஸ்பத்திரி ·புல் ஆயிடும்.

மைதிலி: என்னங்க... சீக்கிரம் வாங்க... நேரமாக ஆக, தலைவலி அதிகமாகுது.

நடராஜ்: என்ன மைதிலி, நேத்தே சொன்னேனே... இந்த சட்டைக்குப் பொத்தான் தைச்சு வைன்னு... இப்ப இதைத்தான் போட்டுட்டுப் போகணும்..

மைதிலி: கர்மம்... பொத்தான் தைக்கக் கூட தெரியாதாக்கும்... அத்தே, என்ன பிள்ளை வளர்த்து இருக்கீங்க...! ஏங்க, இந்த சட்டையைத்தான் போட்டுட்டுப் போகணுமா? (உரக்க) எங்க அப்பா எடுத்துக் குடுத்தாரே டெரிகோட்டன் சட்டை, அதப் போட்டுக்கோங்க.

தீபக்: (குறுக்கிட்டு) அண்ணா, மதினி எந்த சட்டைய சொல்றாங்க? நீ ரெண்டே நாள் போட்டதுக்கப்புறம், சாயம் போய் சுருங்கி 'ஈ'ன்னு இளிச்சுதே, அதையா?!

நடராஜ்: இவன் ஒருத்தன்... நேரம் காலம் தெரியாம... வா மைதிலி போகலாம். (போகிறார்கள்)

சுந்தர்: அம்மா, ஆனாலும் வரவர நம்ம நடராஜ் ரொம்ப மோசம்மா... பொண்டாட்டின்னா, அப்படியா முந்தானையப் புடிச்சுண்டு அலைறது?

பத்மா: (உள்ளிருந்து) என்னங்க...

சுந்தர்: (ஓடுகிறான்) தோ வந்துட்டேன் பது!!

**(வாசலில் அப்பா ஈஸிச்சேரில் அமைதியாக உட்கார்ந்து இருக்கிறார்)**

சுந்தர்: என்னப்பா, இந்த பனி நேரத்திலே... வாசல்ல வந்து உட்கார்ந்துட்டிங்க?

அப்பா: சும்மாதாண்டா...

சுந்தர்: அதில்லேப்பா... நீங்க இங்க, உட்கார்ந்தா, பார்க்கிறவங்க எல்லாம், ஏதோ நாங்க தான் உங்களை வெளியே உட்கார வைத்துவிட்டதா தப்பா நினைப்பாங்க... அதான் மொட்டை மாடியில் காத்தாட உட்காருங்களேன்... இங்க ஒரே பனி... ஹி ஹி...!

அப்பா: அது கிடக்கட்டும்... இன்னைக்கு ராத்திரி என்ன, தேங்காய் துவையலா?

சுந்தர்: எப்படிப்பா கரெக்டா கண்டுபிடிச்சீங்க?! சமையலறையிலே இருந்து ஜோரா வாசனை வருதில்ல?!

அப்பா: உன் கையில இருந்துதான் வர்றது....!

சுந்தர்: அட, இதென்னப்பா? இந்த வயசுல '30 நாட்களில் தமிழ் மூலம் ஹிந்தி' புத்தகம் படிச்சிக்கிட்டிருக்கீங்க?

அப்பா: அந்தக் கூத்த ஏன் கேக்குற... நம்ம மருமக பத்மாவும், மைதிலியும், ஒரு நாள் எங்கிட்ட, ஏன் மாமா சும்மா இருக்கறப்போ ஹிந்தி படியுங்கோ... அத்தையை கூட்டிட்டு நீங்க காசி, ரிஷிகேஷ்னு லாங் டூர் போக உதவியா இருக்கும்னு ஜாடையா சொன்னாங்க... எனக்குப் புரியுதுடா... என்னையும் உங்க அம்மாவையும் அனுப்பப் பார்க்கிறா... இருக்கட்டுமே... அதான் 40 நாளா இந்த புத்தகத்தைப் படிக்கிறேன்.

சுந்தர்: இதென்னப்பா அக்கிரமம்!

அப்பா: எது...? 30 நாள் படிச்சு முடிக்க வேண்டியதை, 40 நாள்லயும் படிக்காம இருக்கிறதா?!

சுந்தர்: அதில்லப்பா... அவங்க ஏதோ சொன்னாங்கன்னா... அதுக்காக, நீங்க அவசியம் அதுப்படி செய்தே ஆகணுமா? நாங்க எதுக்கு இருக்கோம்... அப்படி நடக்க விட்டுடுவோமா?

அப்பா: (நெகிழ்ந்து போய்) சுந்தரேசா...

சுந்தர்: ஆமாப்பா... நல்லா, ஹிந்தியும், தமிழும் தெரிஞ்ச கோஷ்டியோட உங்களை அனுப்பி வைக்கிறோம்.

(போகிறான்)

அப்பா:ஹே பகவான்... யே க்யா ஹை...!

(அடுத்து ஹிந்தியில் என்ன சொல்வது என்று பார்க்க, புத்தகத்தைப் புரட்டுகிறார்)

திரை

# இரண்டாம் பகுதி

இதைத் தொடரும் முன், நல்லதொரு குடும்பத்தினரின் ஒரு முக்கியமான குணாதிசயத்தைக் குறிப்பிட்டாக வேண்டும். யாராவது ஒருவர் ஏதாவது செய்தால், அதற்குப் போட்டியாக மற்றவர்கள் செய்யாவிடில், அவர்களுக்குத் தூக்கம் வருவதில்லை. தெரியாமல், அப்பா தனது வயதான அம்மாவை, அதாவது தீபக்கின் பாட்டியை வரவழைத்து விடுகிறார். ஆனால் சும்மா விடுவார்களா மற்றவர்கள்? அம்மா தனது தம்பியை வரவழைக்கிறாள். மருமகள்களைப் பற்றிக் கேட்கவே வேண்டாம். மூத்த மருமகள் பத்மா தனது தங்கை பாஞ்சாலியையும், இரண்டாவது மருமகள் மைதிலி தனது தங்கை விசாலியையும் வரவழைக்கிறார்கள். சும்மாவா வரவழைத்தார்கள்? அதற்குப்பின் ஒரு 'பயங்கர நோக்கமே' இருந்தது! இதன் விளைவுகளை இந்த இரண்டாம் பகுதியில் சந்திக்கலாம்.

ஆஸ்திரேலியாவில் நடைபெறும் கிரிக்கெட் கமென்ட்டரியின் நேர்முக வர்ணனையை, விடியற்காலை ஐந்து மணிக்கு எழுந்து கேட்டுக் கொண்டிருந்த தீபக், சும்மா ஒரு காப்பி சாப்பிடலாமே என்று சமையலறைப் பக்கம் வர, அவனுக்கு சனி திசை ஆரம்பம் ஆகிறது. முந்தினநாள் இரவு வந்த பாட்டி சமையலறையில் கொட்டுக்கொட்டென முழித்துக் கொண்டு உட்கார்ந்திருக்கிறாள்.

தீபக்:     அடடே! பாட்டியா... வணக்கம் பாட்டி! எப்ப வந்தீங்க?

பாட்டி:    ராத்திரி வந்தேண்டாப்பா... கண் ஆபரேஷனுக்குப் பிறகு நல்லா கண் தெரியுதுடா நடராஜ்.

தீபக்:     நல்லது பாட்டி... ஆனா நான் நடராஜ் இல்லை... தீபக்!

பாட்டி: பேரை மாத்திண்டுட்டியா என்ன? அதுசரி, இதென்னடா காத்தால எழுந்து சுப்ரபாதம் கேப்பா… நீ என்னடான்னா காச்சுமூச்சுனு ஏதோ ரேடியோல கத்துறதக் கேட்டுண்டிருக்கியே?

தீபக்: இதுவும் சுப்ரபாதம் தான் பாட்டி… இங்கிலீஷ்ல சொல்றான்!

['பாட்டி அறுத்துத் தள்ளிடும். கமெண்டரி கேட்க விடாது. கமலாவை எழுப்பி மாட்டி விட்டுற வேண்டியதுதான்' என்று நினைத்துக், கமலாவை எழுப்புகிறான்]

தீபக்: கமலா, யார் வந்திருக்கா பாரு… நம்ம பாட்டி! பாட்டி, நம்ம கமலாவுக்கு உங்ககிட்ட கதை கேட்கணும்னு ரொம்ப ஆசை. நல்லா ராமாயணக் கதையெல்லாம் சொல்வீங்களேன்னு அடிக்கடி நினைச்சுப்பா… இல்ல கமலா…?!

கமலா: எருமைக்கடா… எழுப்பி விட்டா மாட்டி விடற… நீ உருப்பட மாட்டே…

(இந்தக் களேபரத்தில் நடராஜனும் அம்மாவும் எழுந்து வருகிறார்கள்)

நடராஜ்: பாத்தீங்களாம்மா… துரை காலையிலேயே 5 மணிக்கு அக்கறையா எழுந்து, கமெண்டரி கேட்கறார். இதே மாதிரி அக்கறை, படிப்பிலேயும் இருந்தா…

தீபக்: நீ M.Com-லே கோட் அடிக்காம, முதல் அட்டெம்டிலேயே பாஸ் பண்ணிருப்பேன்னு சொல்ல வர்றே இல்லே…?!

நடராஜ்: இந்தக் கிண்டல் பண்றதுலே ஒண்ணும் குறைச்சலில்லே…

பாட்டி: காது இயரிங் மிஷின் போட்டப்புறம் நல்லாவே கேக்குதுடா… இது நம்ம சுந்தரேசன் சத்தம் தானே..?

நடராஜ்: ஹியரிங் எய்டை சர்வீஸுக்குக் கொடுங்க பாட்டி. நான் நடராஜ்!

பாட்டி: நடராஜா... பார்த்து நாளாச்சுடாப்பா! எங்க உன் சம்சாரம் மைதிலி?

நடராஜ்: தூங்கிண்டிருக்கா...

பாட்டி: என்னது?! புருஷன் எழுந்திரிச்சப்புறமும், பொண்டாட்டி தூங்குறாளா?

நடராஜ்: (சமாளித்து) அவளுக்குத் தலைவலியாம் பாட்டி...

தீபக்: எப்பவும் சனிக்கிழமை சாயந்திரம் வரும்... இன்னைக்கு செகண்ட் சாட்டர்டே... அதான் காலையிலேயே வந்துடுச்சி!

பாட்டி: தலைவலின்னா... சனிக்கிழமை, சனிக்கிழமை சனிபகவானுக்கு அர்ச்சனை பண்ணு.

நடராஜ்: சரி பாட்டி... காலைல ரெண்டு பேரும் கிளம்புறோம்.

தீபக்: காலை ஆட்டமா? ஆஸ்பத்திரின்னா என்ன, கோயில்னா என்ன... ஏதோ ஒரு புனைப்பெயர். ஜமாய்டா கண்ணா!

பாட்டி: கோயிலுக்குப் போகும்போது சொல்லுடாப்பா... நானும் வரேன்.

நடராஜ்: அய்யய்யோ.... அங்கெல்லாம் நீங்க வரக்கூடாது... அசிங்கமாயிடும்... அடல்ட்ஸ் ஒன்லி வேற...

பாட்டி: என்னடாப்பா சொல்ற?

தீபக்: அதாவது பாட்டி, இந்த சனி ஞாயிறு கிழமைகள்ல, கோயில்ல பயங்கரக் கூட்டம்... அதனால முன்கூட்டியே நுழைவுச்சீட்டு ரிசர்வ் செய்தவங்க தான் போக முடியும்.

பாட்டி: பட்டணத்திலே சினிமாக்குதான் கூட்டம்னா, கோயிலுக்குமா கூட்டம்?

தீபக்: ஆமா பாட்டி... குறிப்பா கணேசன், ராமச்சந்திரன் கோயில்னா கூட்டம் ஜாஸ்தி! அப்ப நீங்க ராமாயணத்தை ஆரம்பிங்க பாட்டி... நான் கழண்டுக்கிறேன்...

**(வீட்டின் இன்னொரு புறத்தில் அம்மாவின் தம்பி, பெட்டி படுக்கையுடன் இறங்குகிறான்)**

தம்பி: அக்கா...

அம்மா: வாடா தம்பி! ஊர்ல அம்மா, அப்பா செளக்கியமா?

தம்பி: அதிருக்கட்டும், எதுக்குக்கா என்னைய லெட்டர் போட்டு வரச் சொன்னே?

அம்மா: உனக்கும் வயசாகிக்கொண்டே போறதோல்லியோ?

தம்பி: இதைச் சொல்லவா வரச்சொன்னே?

அம்மா: உனக்கு என் மகள் கமலாவைக் கட்டிக்கணும்னு ஆசை இருக்கா?

தம்பி: இருக்கு... ஆனா போன தடவை லேசா அவ மேல என் விரல் தெரியாம பட்டதுக்கே தீயா முறைச்சா... இப்ப கட்டிப் புடிச்சா என்ன செய்வாளோ...

அம்மா: நீ இப்படி அசடா இருக்கிறதுதான் அவளுக்குப் பிடிக்கறதில்லை. கட்டிக்கன்னா கட்டிப்புடிச்சுக்க இல்லடா... கல்யாணம் பண்ணிக்க. சமத்தா நடந்துக்கோடா... வயசைப் பாரு 32 ஆறது.

தம்பி: போக்கா... 21 தானே ஆறது...

அம்மா: அட எருமை... நீயும் என்னடா, சினிமா நடிகையாட்டம் வயசைக் குறைக்கற?

தம்பி: நான் கமலாவோட வயசைச் சொன்னேன்...

**(வழக்கம்போல் ஒட்டுக் கேட்டுக் கொண்டிருந்த தீபக் வருகிறான்)**

தீபக்: அடடே... யாரும்மா இது?

அம்மா: என்னடா, தெரியாதது மாதிரிக் கேட்கற! என் தம்பிடா!

தீபக்: ஓ... அப்பா அடிக்கடி சொல்வாரே, ஊர்ல இருக்கிற உன் மக்குத் தம்பின்னு... அவரா?

அம்மா: போடா... மரியாதையில்லாம... அவர் உனக்கு மாமாடா!

தீபக்: ஓ... அப்ப மக்கு மாமாங்கிறீர்களா?!

அம்மா: மாமா கூட பேசிட்டிரு... நான் போய் காப்பி போட்டுட்டு வரேன்.

தீபக்: அதைச் செய்யுங்க... மாமாவை விரட்ட அதான் நல்ல வழி... அப்படியே அம்மா, நம்ம பாட்டிக்கும் காப்பி கொடுத்துட்டு வந்துருங்க. என்ன இது... திடீர்னு புறப்பட்டு வந்திருக்கீங்க?

தம்பி: அது வந்து மாப்ள... உங்க தங்கச்சியை நான் கட்டிக்கலாமுன்னு... கட்டிக்கலாம்னா, கட்டிப்பிடிச்சுக்க இல்லே... கல்யாணம் பண்ணிக்க...

தீபக்: இப்படியெல்லாம் ரொம்ப இன்டெலிஜெண்டா பேசி என்னை புல்லரிக்க வைக்காதீங்க மாமா...

தம்பி: அது சரி மாப்ள... கமலா எங்கே? நான் பாக்கணும்... ஹி ஹி!

தீபக்: இன்னொரு தடவை என் தங்கச்சியைக் கல்யாணம் பண்ணிக்கிறேன்னு சொல்லி இந்த வீட்டுப்படி மேலே அடியெடுத்து வச்சீங்கன்னா, நான் பொல்லாதவனா மாறிடுவேன்.

தம்பி: நீ பொல்லாதவனா மாறினா, நான் ஜானியா மாறிடுவேன். என்னை அவமானப் படுத்திட்டே... நீ இந்த பாவத்துக்குப் பைத்தியமா அலையப்போற டோய்... நான் வரேன். (போதல்)

**(அம்மா காப்பியுடன் வருகிறாள்)**

அம்மா: எங்கேடா மாமா?

தீபக்: நான் எவ்வளவு தடவை சொல்றது? விருந்தாளிங்க வந்ததும் காப்பி போடுறேன்னு பயமுறுத்தாதீங்கன்னு... அதான் மாமா போயிட்டார்.

அம்மா: அப்ப நீ இந்தக் காப்பியைக் குடி.

தீபக்: (விரக்தியுடன்) ஓ... என் அதிர்ஷ்டக்கார மாமா...

**(டைனிங் ஹாலுக்கு வருகிறான் தீபக். விதி விரட்டுகிறது அவனை. அங்கே மதினிமார்கள் தங்கள் தங்கைகளுடன் காத்துக் கொண்டிருக்கிறார்கள். இருவரும் தங்கள் தங்கைகளை, தீபக்கிற்குத் திருமணம் செய்து கொடுக்க வேண்டும் என்ற திட்டத்துடன் வரவழைத்து இருக்கிறார்கள்)**

தீபக்: (வேண்டும் என்றே பேப்பர் வாசித்தபடி) பங்களாதேஷ், இலங்கை அகதிகளைத் திருப்பி அனுப்ப பிரதமர் முயற்சி...

பத்மா: தீபக்! யாரு வந்திருக்கா பாரு... என் தங்கச்சி பாஞ்சாலி!

பாஞ்சாலி: வணக்கம் அத்தான்!

தீபக்: ஐய்யய்யோ! அத்தானா... வணக்கம்.

பாஞ்சாலி: அத்தான் பாக்குறதுக்கு கமலஹாசன் மாதிரி இருக்கார்!

மைதிலி: தீபக், என் தங்கச்சி விஷாலி வந்திருக்கா!

விஷாலி: கிபி 1921-ல் சுதந்திரப் போராட்டத்திலே குதிக்கப் போகும் முன்நேரு, இப்போ அத்தான் போட்டிருக்காரே, அதே மாதிரி தான் பைஜாமா போட்டிருந்தார்!

தீபக்: சரிதான்... ஒன்னு சினிமா பைத்தியம்... இன்னொன்னு அரசியல் பைத்தியம். கொஞ்சம் இருங்க... ஒரு குல்லா போட்டுட்டு வந்துடறேன்.

பாஞ்சாலி: எதுக்கு அத்தான்?

தீபக்: அசலா நேரு மாதிரி இருக்கனுமேன்னுதான்...

பாஞ்சாலி: ஆனாலும் நீங்க ரொம்பக் குறும்பு! தேங்காய் சீனிவாசன் மாதிரி!

விஷாலி: நெப்போலியனுக்குக் கூட இதே மாதிரிக் குறும்பு நிறைய உண்டு!

தீபக்: (எரிச்சலுடன்) ஏன், முதலாம் குலோத்துங்க சோழனுக்குக் கிடையாதா?! ஆளை விடுங்கப்பா! நான் கொஞ்சம் நிம்மதியா வெளியே போறேன். அந்தப் பக்கம் பாட்டி... அப்புறம் மாமா... இங்கே அதைவிட பயங்கரம். நான் வரேன்.

பத்மா: தீபக், போறதுக்குள்ளே ஒரு முடிவு சொல்லிட்டு போ!

தீபக்: என்ன முடிவு? எந்தப் பைத்தியக்கார ஆஸ்பத்திரியில் என்னை சேக்கிறதுன்னா?! கீழ்ப்பாக்கமே பெட்டர்... கிட்டவும் இருக்கு.

மைதிலி: தீபக், நீ என் தங்கச்சி விஷாலியைக் கல்யாணம் பண்ணிக்கப் போறியா.. இல்லே, பத்மாக்கா தங்கச்சி பாஞ்சாலியைக் கல்யாணம் பண்ணிக்கப் போறியா?

தீபக்: ரெண்டு பேரையுமே...

பத்மா: என்னது ரெண்டு பேரையுமா?!

தீபக்: அடச்சீ! கருமம்... ரெண்டு பேரையுமே கல்யாணம் பண்ணிக்கப் போறதில்லைன்னு சொல்ல வந்தேன்.

பத்மா: அது நடக்காது... உனக்குப் பாஞ்சாலியைப் புடிக்குமா? விஷாலியை புடிக்குமா?

தீபக்: ஐய்யோ, எனக்குப் பைத்தியமே பிடிக்கும் போலிருக்கே!

மைதிலி: (கொழுப்புடன்) உங்க தங்கச்சியைப் பிடிக்குதுன்னு ஜாடையா சொல்றானோ?!

பத்மா: என் தங்கச்சி ஒன்னும் பைத்தியமில்லை... எதுக்கு சண்டை? பேசாம பூவா தலையா போட்டு பாத்திரலாம். பூன்னா பாஞ்சாலி, தலைனா விஷாலி.

தீபக்: ஐயகோ... மூணு பக்கம் உள்ள காசு கிடையாதா?!

பத்மா: சொல்லு தீபக், உனக்கு பூ வேணுமா தல வேணுமா?

தீபக்: (விரத்தியுடன்) எதுனா, என்ன மதினி... கரண்டிலே சாகுறவன் ஏசி கரண்டிலே செத்தா என்ன, டிசி கரண்டிலே செத்தா என்ன?!

விஷாலி: இதைத்தான் கலைஞர் அன்றே சொன்னார் - காங்கிரஸ், அதிமுக - யாருக்கு ஓட்டுப் போடுவதாலும் விளைவு ஒன்று என்று.

பாஞ்சாலி: உளறாதே... அத்தான் சொன்னது பாலச்சந்தர் பட வசனம்... இல்லேத்தான்?

தீபக்: செருப்பு... இரண்டு பேரும் கொஞ்சம் வாயை மூடுங்க. மதினிகளே, என்னை தயவுசெய்து விட்டுடுங்கோ!

மைதிலி: ஏண்டாப்பா, என் தங்கச்சிக்கு என்ன குறைச்சல்?

தீபக்: ஐயோ, குறைச்சல்னு யார் சொன்னது? உங்க தங்கச்சிகளின் அழகுகளுக்கும், ஜெனரல் நாலேஜ் களுக்கும் நல்ல மாப்பிள்ளை கிடைப்பாங்களே... போயும் போயும், பியூசி தாண்டாத என்னைக் கட்டி வைத்து ஏன் அவங்க வாழ்க்கையைப் பாழாக்குறிங்கன்னுதான்...

பாஞ்சாலி: அத்தான், அதுக்காக ஏன் வருத்தப்படுறீங்க? சிவாஜி கணேசன் படிச்சாரா, இல்லே ரஜினிகாந்த் படிச்சாரா? அவங்க எல்லாம் புகழோடு இல்லையா?

விஷாலி: இவ்வளவு ஏன்? காந்தி படிச்சாரா என்ன? பேரு வாங்கலையா?

தீபக்: உளறாதே... காந்தி ஃபாரின் போய் வக்கீலுக்குப் படிச்சுட்டு வந்தவர்.

விஷாலி: நான் மோகன்தாஸ் கரம்சந்த் காந்தியைச் சொல்லல அத்தான். கான் அப்துல் கபார் கானை, அதாவது எல்லை காந்தியைச் சொன்னேன்.

தீபக்: கர்மம்... இவ்வளவு ஆழமாப் போய் உதாரணம் சொல்லணுமா?

விஷாலி: சொல்லப்போனா எல்லை காந்திக்கு, ஆனா ஆவன்னா கூடத் தெரியாது.

தீபக்: விளக்குமாறு... அந்த ஆள்தான் தமிழரே கிடையாதே, அப்புறம் எப்படி ஆனா ஆவன்னா தெரியும்? இது ஒரு பெரிய விஷயமா?

விஷாலி: இன்னும் கேளுங்கத்தான்... ஆடு மேய்த்துக் கொண்டிருந்த ஆபிரகாம் லிங்கன், அமெரிக்காவின் ஜனாதிபதி ஆகவில்லையா?

தீபக்: ரொம்ப தெரிஞ்ச மாதிரி உளறாதே... ஆபிரகாம் லிங்கன் கார்பென்டரின் மகன்.

மைதிலி: (குறுக்கிட்டு) என் தங்கச்சி கரெக்டாதான் சொல்வா... நீ ரொம்பப் படித்தது மாதிரி பேசாதே. ஏன் அமெரிக்காவில் ஆடு கிடையாதா? இல்லே அதை மேய்க்கிறதுதான் கிடையாதா?

(நடராஜ் வருகிறான்)

தீபக்: வா அண்ணா வா! இவங்க உளர்றதை கேட்டியா, எனக்குப் பைத்தியமே புடிச்சிடும் போலிருக்கு.

நடராஜ்: தீபக், நான் எல்லாத்தையும் கேட்டுட்டுதான் இருந்தேன். ஆனா தீபக், அவங்க சொல்றதும் உண்மையா இருக்கலாம். நீ சொல்றாப்ல லிங்கன் கார்பென்டரா இருக்கலாம். அந்த சமயம் ஏதாவது ஆடு குறுக்கே

போயிருக்கலாம். ஆபிரகாம் லிங்கன், எங்கே தனது கோடாரி அது மேல பட்டுடப்போகுதோன்னு அந்த ஆட்டை விரட்டிருக்கலாம். இதை சில பேர் பார்த்துட்டு ஆடு விரட்டிக்கிட்டிருந்தை தப்பா புரிஞ்சுகிட்டு, ஆடு மேய்க்கிறவன்னு நினைச்சிருக்கலாம்.. இதெல்லாம் அரசியல்லே சகஜம்தானடா தீபக்.

**(தீபக் சட்டையைக் கிழித்துக்கொண்டு நிற்கிறான்)**

பாஞ்சாலி: அத்தானை இப்போ பாக்குறப்போ, மன்மத லீலை படத்துல, கடைசில ஒய்.ஜி.மகேந்திரன் பண்ற மாதிரி இருக்கு!

தீபக்: (விரக்தியுடன்) நீ ஏம்மா விஷாலிக்கண்ணு சும்மா இருக்க? நீயும் ஒரு உதாரணம் சொல்லேன்... சரித்திரத்திலே எவனும் சட்டையைக் கிழிச்சதேயில்லையா?!

**(விஷாலி வாயைத் திறக்கவே, தீபக் வாசலுக்கு ஓடுகிறான்.**

**அப்பா வழக்கம்போல் ஹிந்தி படித்து கொண்டிருக்கிறார்)**

அப்பா: க்யா பேட்டா... துமாரா கப்படா க்யோன் கிழிஞ்சிருக்கு?

தீபக்: ஐயோ அப்பா... ஏற்கனவே அரைகுறையாகப் பைத்தியம் புடிச்சு வந்திருக்கேன். நீங்க முழுக் கிறுக்கனாக்கிடாதீங்க!

அப்பா: ஆராம்ஸே... ஆராம்ஸே... பைட் ஜாவ்... ஆஹிஸ்தே போலோ பேட்டா...

தீபக்: (தெருவில் ஓடுகிறான்) ஆபிரகாம் லிங்கன் ஐந்தாபாத்!

**திரை**

# மூன்றாம் பகுதி

(நடராஜ் பேப்பர் பார்த்துக் கொண்டிருக்கிறான்)

மைதிலி: உடனே தந்தி கொடுங்க.

**(நடராஜ் படித்துக் கொண்டிருந்த தினத்தந்தியை, அவளிடம் நீட்டுகிறான்)**

மைதிலி: மண்ணாங்கட்டி... நான் சொன்னது, எங்க ஊரிலே இருக்கிற எங்கப்பாவுக்குத் தந்தி குடுக்கணும்னு.

நடராஜ்: ஏன் உங்க ஊருக்குத் தந்திப் பேப்பர் வராதா... ஹி ஹி..!!

மைதிலி: காலங்காத்தால அசடுவழியாதீங்க... உடனே எங்கப்பாவை வரவழைங்க.

நடராஜ்: ஐய்யய்யோ... ஏன்?

மைதிலி: உங்களுக்கு எல்லாம் பச்சையா சொல்லணும்... உங்க அண்ணி பத்மாவோட அப்பா வரப்போறாராம். அதனால எங்க அப்பாவும் உடனே இங்கே வரணும். அதுக்குத்தான் தந்தி கொடுங்க. நான் ரொம்ப காய்ச்சலா, அதாவது இங்கிலீஷ்ல சொல்லணும்னா வெரி ∴பீவரா இருக்கேன்னு...

நடராஜ்: வெரி ∴பீவர்னு குடுத்தா, உங்கப்பாவுக்கு வெறி புடிச்ச காய்ச்சல்னு எவனாவது அரைகுறையா ட்ரான்ஸ்லேட் பண்ணித் தொலைப்பான். அவங்கப்பா வந்தா உங்க அப்பா எதுக்கு வரணும்? இதுக்கெல்லாம் போட்டியா மைதிலி கண்ணு...

மைதிலி: ஆமா, மத்ததிலே போட்டி வச்சா கிழிப்பீங்களாக்கும்? போன மாசம் உங்க அண்ணிக்கு பட்டுப்புடவை எடுத்து குடுத்தாங்களே உங்க அண்ணா, நீங்களும் எடுத்துக் குடுக்கிறதுதானே?

நடராஜ்: ச்சீ! நான் எப்படி அண்ணிக்கு, புடவை எடுத்துக் கொடுக்க முடியும்... ஹி ஹி...!!

(வழக்கம்போல், ஒட்டுக்கேட்டுக் கொண்டிருந்த தீபக், உள்ளே

வருகிறான்)

தீபக்: அண்ணா, நான் உள்ளே வரலாமா...?

மைதிலி: எல்லாம் ஒட்டுக் கேட்டுட்டு அப்புறமா என்ன ரொம்ப நாகரிகமா உள்ளே வரலாம்ன்னு கேள்வி?

தீபக்: அண்ணா, என்ன பண்ணிக்கிட்டு இருக்கே...?

நடராஜ்: பூஜை பண்ணிக்கிட்டு இருந்தேன்டா...

தீபக்: அதான் சுப்ரபாதம் கீழே வரை கேட்டுது... அப்போ என்னை பூஜை வேலையில கரடிங்கிற?

நடராஜ்: டேய் தீபக், உடனே அர்ஜெண்டா ஒரு வேலை பண்ணனும்டா.

தீபக்: என்னது, ஊருக்குத் தந்தி குடுக்கணுமா?

நடராஜ்: (ஆச்சரியத்துடன்) எப்படிடா கரெக்டா கண்டுபிடிச்சே?!

தீபக்: அதுக்கெல்லாம் கொஞ்சம் புத்திசாலித்தனம் வேணும்... சரி வா தந்தி கொடுக்கலாம்.

(தீபக், சுந்தரேசன் அறைக்கு போதல். சுந்தரேசன் சேலைக்கு சோப்புப் போட்டுக் கொண்டிருக்கிறான்)

தீபக்: (இவன் அண்ணனா, வண்ணானா) அண்ணா என்ன பண்ற?

சுந்தர்: ஹி ஹி...! ஆபீஸ் வேலையா இருக்கேன்டா...

தீபக்: போண்ணா... உனக்கு எப்பவும் ஆபீஸ் வேலைதான்! அதுசரி, என்ன சோப்புப் போட்றே? சேலையிலே, நல்லா அழுக்கு போவுதா?!

சுந்தர்: இப்ப கிண்டல் பண்ணுடா... கல்யாணத்துக்கப்புறம் நீயும் சோப்புப் போடத்தாண்டா போட போறே...!

**(பத்மா உள்ளேயிருந்து "என்னங்க" என்று கூப்பிட)**

தீபக்: அண்ணா, மேனேஜர் கூப்பிடுகிறார்.

சுந்தர்: தோ வந்துட்டேன் பது!!

**(சோப்பு கையுடன் ஓடுகிறான்)**

தீபக்: சின்ன அண்ணன் 'மைது'ங்கறான்... இவன் 'பது'ங்கறான்... ம்ஹூம்... இது சரிப்படாது...

**(அம்மா வருகிறாள் - கையில் காப்பியுடன்)**

அம்மா: தீபக், நீ இங்கேயா இருக்கே... உன்னை எங்கெல்லாம் தேடறது? இந்தா...

தீபக்: இப்படி விரட்டிட்டு வந்து காப்பி குடுக்கணுமா?

அம்மா: உனக்கு ஒரு விஷயம் தெரியுமோ? நாளைக்கு மூத்த சம்பந்தி... அதான் பத்மாவோட அப்பா வர்றாராம்.

தீபக்: உங்களுக்கு அது மட்டும் தான் தெரியும்... நாளைக்கழிச்சு, அடுத்த சம்பந்தியும் வர்றார்.

அம்மா: அடப்பாவமே... இவர் எதுக்கு வர்றார்?

தீபக்: இதென்ன புதுசா? அந்த அண்ணி என்ன பண்றாங்களோ, அதுக்குப் போட்டியா இந்த அண்ணி பண்ண வேணாமா? இப்படித்தான் போனவாரம் பத்மா அண்ணி சுந்தரேசண்ணாவைப் பளார்னு அடிச்சிட்டாங்க. இதைப் பார்த்த மைது அண்ணி, சீ மைதிலி அண்ணி நடராஜண்ணாவைப் பளார்னு அடிச்சிட்டாங்க!

அம்மா: இருந்தாலும் பொம்பளைகளுக்குள்ளே இவ்வளவு போட்டி கூடாதுடா.

தீபக்: இதுமட்டுமா? உள்ளே போய்ப் பாருங்க... உங்க மூத்த மகன் சேலைக்கு சோப்புப் போட்டுட்டுருக்கான்.

அம்மா: நானும் அந்தக் கண்றாவியைப் பார்த்தேன்டா... கர்மம் சோப்புப் போடுறான்? வெறுமனே ஸர்ப்பிலே ஊறவைச்சா போறாதோ? பளிச்சுனு அழுக்கு போயிடுமே... வேணும்னா உங்கப்பாவைக் கேட்டுப்பார்!

தீபக்: ம்ஹூம்... இந்தக் குடும்பத்தோட தலையெழுத்தை மாத்தவே முடியாது. அங்க பாருங்க... என் அருமை தங்கச்சி கமலா... என்னமா படிக்கிறா! ராணி, பொம்மை, பேசும் படம்... எல்லாம் படிச்சி பொது அறிவை வளர்த்துக்கிறா.

கமலா: தடியா... என் வழிக்கு வரலைன்னா உனக்குத் தூக்கம் வராதே?

தீபக்: அதென்னது... இந்த வார ராணியா? இப்படிக் கொண்டா...

**(சுந்தரேசனின் மறதிக்குப் பெயர் போன மாமனார் வருகிறார். அவர் மறந்து விட்டிருப்பார் என்பதால் மீண்டும் தன் குடும்பத்தில் உள்ளவர்களை அறிமுகப்படுத்துகிறான் சுந்தரேசன்)**

சுந்தர்: வாங்க மாமா வாங்க! இவன் என் கடைசி தம்பி தீபக்.... வேலையில்லாம சும்மா இருக்கான்.

மாமா: நல்லதாப் போச்சு!

தீபக்: (எரிச்சலுடன்) வேலை இல்லாம இருக்கிறது, நல்லதா?

மாமா: எனக்குப் பேச்சுத்துணைக்குப் பொழுது போகுமில்லே!

தீபக்: அதுக்கு எங்கப்பா இருக்கார்.

மாமா: அவரண்டை நான் என்ன பண்றது?

தீபக்: ஹிந்தி கத்துக்கிறது!

சுந்தர்: `இது என் தங்கச்சி கமலா.

மாமா: மறந்தே போச்சு... கல்யாணத்தப்ப பார்த்தது.

தீபக்: (குறுக்கிட்டு) அவளுக்கு இன்னும் கல்யாணமே ஆகல.

மாமா: என் பொண்ணு கல்யாணத்தப்ப பார்த்ததுன்னு சொன்னேன். அது சரி மாப்ள... அதுயாரு மாடியில... புதுசா குடி வந்திருக்காங்களா?

சுந்தர்: என்ன மாமா மறந்துட்டீங்களா... அவன் என் மூத்த தம்பி நடராஜ்!

மாமா: ஆமா மறந்துட்டேன்... இப்பதானே சொன்னீங்க, வேலையில்லாமல் சும்மாயிருக்கான்னு?

சுந்தர்: அது அவன் இல்லை... தீபக். அதுசரி மாமா, ஊர்ல அத்தை செளக்கியமா?

மாமா: ஊர்லையா? அப்ப இங்க அவ வரலையா?

சுந்தர்: என்ன மாமா இது? நீங்க மட்டும் தான் தனியா வந்தீங்க!

மாமா: ஆமா... மறந்துட்டேன்... அவ வரல. நான் தனியாதான் வந்தேன்.

தீபக்: நல்லா யோசிச்சு சொல்லுங்க... பாவம், ரயில்லையே விட்டுட்டு வந்திருக்கப் போறீங்க.

மாமா: அப்படி நான் செய்திடுவேன்னு பயந்துதான் பஸ்ஸிலே வந்துட்டேன். இப்போ அவளை நான் ரயில்ல விட்டுட்டு வந்திருக்கச் சான்ஸே இல்லையே. மாப்ள, ஒரு வேடிக்கை பார்த்தீர்களா?

தீபக்: அதான் உங்களைப் பாத்துக்கிட்டே இருக்கோமே...

சுந்தர்: டேய் சும்மா இருடா... நீங்க சொல்லுங்க மாமா...

மாமா: போன வாரமே இங்கே வரணும்னு டிக்கெட்டெல்லாம் ரிசர்வ் பண்ணி சம்சாரத்துக்கிட்டே குடுத்திருந்தேன்... மறந்தே போயிட்டது... நேத்துதான் ஞாபகம் வந்தது. புறப்பட்டு வந்தேன்.

சுந்தர்: அத்தையாவது ஞாபகப்படுத்தி இருக்கக் கூடாதா?

மாமா: அவளும் மறந்துட்டாளாம்...

தீபக்: அதானே...! கல்யாணமாகி இத்தனை வருடம் ஆச்சு... உங்க வியாதி அவங்களுக்கு வந்திருக்காதா?

மாமா: கல்யாணமாகியா? என்ன மாப்ள இது... என்ன சொல்றான்? இவனுக்கு இன்னும் கல்யாணம் ஆகலையே?

தீபக்: இதற்கு மேலே இங்கே இருந்தா என் மூளையே சிதறிடும்...

சுந்தர்: ஏன் மாமா, மறதிக்கு ஏதாவது மருந்து சாப்பிட்டு பார்க்கிறதுதானே?

மாமா: அதையும் ட்ரை பண்ணினேன். டாக்டர் முப்பது நாளைக்கு மருந்து எழுதி கொடுத்தார். ஆனால் பாருங்க...

சுந்தர்: மருந்து சாப்பிட மறந்துட்டீங்களாக்கும்?

மாமா: இல்லே... மருந்தை டாக்டர் கிட்ட இருந்து எடுத்துட்டு வரவே மறந்துட்டேன். டாக்டரும் என்னைக் கூப்பிட்டு கொடுக்க மறந்துட்டார். இதென்ன பிரமாதம்.... என்னைய எங்க அம்மா 12-வது மாதம் தானே பெத்தாங்க!

சுந்தர்: ஏன்?

மாமா: எங்கம்மாவுக்கு பத்தாவது மாதம் டெலிவரிங்கிறதே மறந்து போச்சாம்!

தீபக்: சுந்தரேசண்ணா, இப்படிப்பட்ட குடும்பத்திலே, சம்பந்தம் பண்ணக் கொடுத்து வச்சிருக்கணும்.

மாமா: யாரு மாப்ள இது... நம்ம குடும்பத்தைப் பத்தி இவ்வளவு தைரியமா, நம்ம வீட்டுக்குள்ளேயே வந்து கமெண்ட் அடிக்கிறானே?

**(தீபக் முடியைப் பிடித்துக் கொண்டு வாசலுக்கு ஓட, அப்பா வழக்கம் போல் அமைதியாக ஹிந்தி படித்துக் கொண்டிருக்கிறார்)**

தீபக்: அப்பா... அப்பா... அர்ஜெண்டா எனக்கு ஹிந்தி சொல்லிக்குடுங்க...

அப்பா: ஹிந்தி படிக்கிறது என்ன லாண்டரி வியாபாரம்னு நினைச்சியா... அர்ஜெண்ட், ஆர்டினரிங்கறதுக்கு? இப்ப அதோட அவசியம் புரியுதா? முன்ன கேலி பண்ணுவியே? டிக் ஹை, இப்ப சொல்லு, இப்ப உனக்கு ஹிந்தி கத்துக்க என்ன அவசியம் வந்தது? சொல் பேட்டா...

தீபக்: உள்ளே உங்க மூத்த சம்மந்தி... அரை நிமிசத்திலே அரைக் கிறுக்கனாக்கிடுவார். இது போறாதுன்னு, நாளைக்கு உங்க ரெண்டாவது சம்பந்தியும் வருகிறாராம்... நம்மாலே தாங்காது... அதான் கொஞ்ச நாள் காசி, ஹரித்துவார்னு போகலாம்னிருக்கேன்.

அப்பா: கமால் ஹை! தும் ஹம்கோ கம்பெனி கொடுக்கிறான் ஹை!

தீபக்: (தெருவில் ஓடுகிறான்) துரதிர்ஷ்டங்கள் துரத்துகின்றன...

**திரை**

# நான்காம் பகுதி

கமலா: அண்ணா...

தீபக்: (திரும்பிப் பார்த்து) யாரைக் கூப்பிடுறே?

கமலா: உங்களைத்தான் அண்ணா...

தீபக்: என்ன நீ... மரியாதையில்லாம கூப்பிடுறே? முன்னெயெல்லாம் அடா புடான்னு கூப்பிடுவே... இப்ப என்ன?

கமலா: ஏன் அண்ணா, நான் அப்படிக் கூப்பிடக்கூடாதா?

தீபக்: கூப்பிடாதே... புதுசா கூப்பிடறதாலே ஏதோ கெட்ட வார்த்தை சொல்லி கூப்பிடற மாதிரி இருக்கு. அதுசரி என்ன வேணும்? சகலகலா வல்லவன் டிக்கெட்டா? ம்ஹும்... நோ சான்ஸ்... ஹவுஸ் ஃபுல்.

கமலா: அதெல்லாம் ஒன்னுமில்லைண்ணா... வந்து... வந்து... நான் ஒருத்தரைக் காதலிக்கிறேன்... நீங்கதான் எல்லார்கிட்டயும் சொல்லி நடத்தி வைக்கணும்.

தீபக்: காதலா... கன்றாவி... அதுவும் நீ? தடி ஆம்பளை, நானே காதலிக்கத் தைரியமில்லாம இருக்கேன்... உங்களுக்கெல்லாம் என்னடி காதல்?

கமலா: அண்ணா, நீயே இப்படி சொல்லிட்டா அப்புறம் யாரண்ணா எனக்கு இருக்கா?

தீபக்: பலே, பலே! டயலாக் பிரமாதம்... ராணிமுத்து நல்லாவே படிச்சிருக்க.

கமலா: தெரியாம காதலிச்சிட்டேண்ணா... இனி இப்படி பண்ண மாட்டேன். (அழுகிறாள்)

தீபக்: சரி சரி... அழாதே... அழுதா உன் மூஞ்சி இன்னும் அசிங்கமாய்ட்டறது. அதுசரி, நீ அவனைக் காதலிக்கிறேன்கிறியே, அவன் உன்னைக் காதலிக்கிறானா?

கமலா: ஆமாண்ணா...

தீபக்: பாவம், அவனுக்கு வேற பொண்ணுங்களே கிடைக்கலையா... ஆமா, பையனோட அம்மா அப்பா எங்கே இருக்காங்க?

கமலா: அவருக்கு அம்மா அப்பா கிடையாதண்ணா.

தீபக்: அட... அப்புறம் இவன் எப்படி பொறந்தான்? டெஸ்ட் ட்யூப்போ?

கமலா: அதில்லைண்ணா... அவங்க சின்ன வயசிலேயே இறந்துட்டாங்களாம்.

தீபக்: பையன் என்ன பண்றான்?

கமலா: நம்ம பக்கத்துத் தெரு பெருமாள் கோவில் இருக்கில்ல...?

தீபக்: அங்கே பூசாரியா இருக்கானா?

கமலா: இல்லே, அதுக்கு பக்கத்தில் இருக்கிற ஜெய் & கம்பெனியில ஆபீஸரா இருக்கார்.

தீபக்: ஆபீஸராக இருந்தும், அவன் தலைவிதியைப் பாரேன்...! சரி, அவன் அட்ரஸைக் குடு. பாத்துட்டு வரேன்.

(எல்லாக்கதைகளிலும், சினிமாக்களிலும் காதல் என்றவுடன் கொதித்து எழுந்து அதற்கு முட்டுக்கட்டை போடுகிறார்கள். நமது நாடகம் புதுமை நாடகம் என்பதால் அனைவரும் மகிழ்ச்சியுடன் வரவேற்கின்றனர். எல்லோரும் ஹாலில் அமர்ந்து கமலா கல்யாணத்தைப் பற்றி திட்டமிடுகின்றனர்)

சுந்தர்: அப்பாடா... கமலா கல்யாணத்தைப் பற்றிய பெரிய கவலை விட்டது! அவளாவே ஒருத்தனைப் பார்த்துகிட்டா... இல்லேன்னா நம்ம பாடு கஷ்டமாயிருந்திருக்கும்!

அப்பா: கமலா கெட்டிக்காரி! எப்படிக் கச்சிதமாக காரியத்தை முடிச்சுட்டா... கமால் ஹைற!

மைதிலி: யோகம்னா கமலாவுக்குத்தான்! நல்ல மாப்பிள்ளை... ஆபீஸரா இருக்கான்... கண்ணுக்கு லட்சணமாகவும் இருக்கான்.

நடராஜ்: (அதிர்ந்து போய்) மைது, ரொம்ப வர்ணிக்காதே. எனக்கு அலர்ஜியாய் இருக்கு.

பத்மா: கல்யாணத்தை சட்டுபுட்டுன்னு முடிச்சிடணும்.

தீபக்: இல்லன்னா, மாப்பிள்ளையோட மனசு மாறினாலும் மாறிடும்!

சுந்தர்: மாப்பிள்ளைக்கு சமைக்கத் தெரியுமா கமலா?

தீபக்: உன் புத்தி உன்னை விட்டு போகாதே...

அப்பா: கமலா, மாப்பிள்ளைக்கு ஹிந்தி மாலும் ஹைற?

தீபக்: அப்பா... உங்க ஹிந்தித் திறமையை மாப்பிள்ளைகிட்ட காட்டிடாதீங்க...

நடராஜ்: அதுசரி கமலா... ஊமையாட்டம் இருந்துகிட்டே எப்படி நீ காதலிச்சே? கொஞ்சம் சொல்லேன்...

கமலா: போங்கண்ணா! (வெட்கப்படுதல்)

சுந்தர்: ஐய்... காதல்னு சொன்னதும் வெட்கத்தைப் பாரு!

அப்பா: முண்டம்... எனக்கே வெட்கமா இருக்கு. முதல்ல மூஞ்சில இருக்கிற மசால் கறையைத் துடச்சிட்டு வா!

தீபக்: அதென்ன சுந்தரேசண்ணா, மசால் அரைச்சிட்டு வந்தா மூஞ்சி, சட்டை, வேட்டியெல்லாம் அப்பிட்டு வரான்? அம்மி மேலேயே உக்காந்து அரைக்கிறானா?!

சுந்தர்: டேய், முன்னமே சொல்லியிருக்கேன்… ரொம்ப கேலி பண்ணாதே. நீயும் ஒரு காலத்தில் அப்படித்தான் ஆக வேண்டியிருக்கும்.

அம்மா: கமலா கல்யாணம் முடிச்சுட்டா அடுத்து தீபக் கல்யாணம்தான்!

தீபக்: (வெட்கத்துடன்) போம்மா, எனக்கொண்ணும் இப்ப கல்யாணம் வேணாம்.

நடராஜ்: அப்படியெல்லாம் விரக்தியா பேசக்கூடாது. உனக்கும் ஒருத்தி கிடைப்பா.

மைதிலி: ஆமா, இவன் சரின்னாலும் பொண்ணுங்க கியூவிலே நிக்கிறாங்களாக்கும்…. இப்ப வேலை பார்க்கிற மாப்பிள்ளைக்கே அவனவன் யோசித்து பொண்ணு தரான்… வேலை வெட்டி இல்லாதவனுக்கு க்யூவில நின்னு போட்டி போட்டுக்கிட்டு பொண்ணு வருமாக்கும்.

தீபக்: ஆமா… கியூதான் நிக்குது. ஆனா, அந்தக் கியூவில் கடைசில நிக்கறது உங்க தங்கச்சி விஷாலி.

சுந்தர்: சரி சரி… இப்ப பேச்சு, கமலா கல்யாணத்தைப் பத்தித்தான். தீபக்கோட வேலையில்லாத் திண்டாட்டத்தைப் பத்தியில்ல. சீர்வரிசை என்ன போடணும்?

நடராஜ்: அதான் மாப்பிள்ளை ஒண்ணும் வேண்டாம்னுட்டானே?

சுந்தர்: சரியான பைத்தியக்காரனா இருப்பான் போலிருக்கு…

தீபக்: இல்லன்னா நம்ம கமலாவை காதலிச்சிருப்பானா?!

நடராஜ்: அவன் வேண்டாம்னாலும் நாம செய்யறதுதான் முறை. கல்யாணச் செலவை நான் ஏத்துக்கிறேன்.

சுந்தர்: நான் கட்டில், பீரோ, பாத்திரங்கள் செலவை ஏத்துக்கிறேன்.

**(இரவு மணி ஒன்று. தீபக் மட்டும் தன் அறையில் விழித்திருக்கிறான். தற்செயலாக எழுந்த கமலா, தீபக்கின் அறைக்கு வருகிறாள்)**

கமலா: என்ன அண்ணா பண்றே? மணி ஒன்னாறது... தூங்கலை நீ?

தீபக்: தூக்கம் வரலை கண்ணம்மா... சும்மா எழுதிக்கிட்டிருக்கேன்...

கமலா: அப்படி முக்கியமா முழுச்சிருந்து என்ன எழுதறே?

தீபக்: (தழுதழுத்த குரலில்) கமலா, பெரியண்ணா சீர்வரிசை எல்லாம் பண்றார். சின்னண்ணா கல்யாண செலவு பண்றான்... வேலை வெட்டியில்லாத இந்த தீபக் அண்ணாவால என்ன பண்ண முடியும்? அதான் கண்ணம்மா, உன் கல்யாணத்துக்கான வாழ்த்து மடல் எழுதிக்கிட்டு இருக்கேன். எப்படி கல்யாண அழைப்பிதழ் போடலாம்னு டிசைன் பண்றேன். வேற எதுவும் என்னால பண்ண முடியாதும்மா...

கமலா: நீ எனக்கு எதுவும் பண்ணலைன்னா உனக்கு என் மேலே பாசம் இல்லைன்னு ஆகிடுமா? பணத்திலே இல்லேண்ணா பாசம்... மனத்திலே இருக்கு...

தீபக்: ஆனா துரதிஷ்டவசமா அந்த மனசை மத்தவங்களாலே, பார்க்க முடியாதே... மனசிலே இருக்கிற பாசம் கூட பணம் இருந்தாத்தாம்மா வெளிப்படுத்த முடியும்...

கமலா: சும்மா கண்டதை நினைச்சு உளராம தூங்கு அண்ணா... நீ தூங்கலைன்னா நானும் தூங்க மாட்டேன்...

தீபக்: சரி... நான் தூங்குறேன்... ஆனா ஒரு கண்டிஷன்... நீ என்னை முன்னே மாதிரி 'டா' போட்டு 'போய் தூங்குடா' ன்னு சொல்லணும்... சரியா?

கமலா:    போய் தூங்குடா அண்ணா...

**(தீபக் விளக்கை அணைக்கிறான்)**

**திரை**

நாளெல்லாம் சண்டைதான்... ஆனாலும் - நல்லதொரு குடும்பம்தான்... ஆம். சண்டையில்லாமல் போனால் சாப்பாடு இறங்காது அவர்களுக்கு. இந்த இனிய குடும்பத்தின் மெல்லிய சச்சரவுகளுக்குப் பின் ஒரு உறுதியான அன்புச் சங்கிலி இருக்கத்தான் செய்கிறது... இந்த இனிய குடும்பத்தின் இப்போதைய காட்சிகள் முடிவடைகின்றன. ஆனாலும் இவர்களை இன்னொரு சந்தர்ப்பத்தில், சாவகாசமாக, சந்தோஷமாகச் சந்திக்கலாம்.

**அம்மா**

**அப்பா**

**சுந்தரேசன்**

**நடராஜ்**

**பத்மா**

**மைதிலி**

**கமலா**

**மற்றும்**

**தீபக்**

# நல்லதொரு குடும்பம்

# 2

# பிரியமுள்ள பிருந்தா



அறிமுகம்

"டார்லிங்… ப்ளீஸ்! போனை வைத்து விடாதே… நான் சொல்றதைக் கேளு" என்றான்.

"நத்திங் டூயிங்! நான் சொன்னா சொன்னதுதான். இன்னைக்கு சாயந்திரம் நீங்க என்னோட ச∴பையர் தியேட்டர்ல சினிமா பாக்குறீங்க, அவ்ளோதான் சொல்வேன். டிக்கெட்டெல்லாம் எடுத்தாச்சு. போனை வச்சுறவா?" என்றாள்.

"ஹோல்ட் இட் டாமிட்! என்ன சொல்றே? இன்னைக்கு எனக்கு புதுசா ஒரு அசைன்மென்ட் கொடுத்திருக்காங்க. முதல்ல எனக்குத் தெரியாது. அதான் நேத்து சினிமா ப்ரோக்ராம் வச்சுக்கலாம்னு உங்கிட்ட சொன்னேன். ஆனா திடீர்னு இன்னைக்கு காலைல சொல்றாங்களே" என்றான்.

"அவங்களுக்கு நல்லாத் தெரிஞ்சிருக்கு… நீங்கதான் எப்ப சொன்னாலும், என்ன சொன்னாலும் செய்யக்கூடிய இளிச்சவாயன்னு" என்றாள்.

"என்ன சொன்னே… இளிச்சவாயன்னா? அப்ப என்னைக் கட்டிக்கப்போற நீ இளிச்சவாயிதானே?" என்றான்.

"அடடே, என்னைக் கட்டிக்கணும் அப்படிங்கற ஆசை கூட உங்க காக்கிச்சட்டைக் கல்மனசுக்கு இருக்கா என்ன? அப்படி ஆசை இருந்தா, இன்னைக்கு சாயங்காலம் ச∴பையர்… என்ன?"

"என்ன நீ? திரும்பத் திரும்ப சின்னப் பிள்ளையாட்டமா... நான்தான் சொல்லிட்டனே... சினிமாவை நாளைக்கு வச்சுக்கலாம் டியர்" என்றான்.

"ஒஹோ... உங்க இஷ்டப்பட்ட நேரத்துக்கு நாங்க வரணுமோ? நாளைக்கு நமக்குப் புரோக்ராம் இருக்கு, லேடீஸ் கிளப்ல" என்றாள்.

"லேடீஸ் கிளப்பா...? உருப்படியா எதுவும் பண்ண மாட்டீங்களே? நாளைக்கு என்ன டாபிக்? சுரைக்காய் அல்வா செய்வது எப்படியா?!"

"இப்ப இப்படிதான் கேலி பண்ணுவீங்க. கல்யாணத்துக்கப்புறம் தினம் தினம் நான் டிசைன் டிசைனா டிபன் பண்றதைச் சாப்பிட்டு..."

"ஏய் இப்பவே பயமுறுத்தாதே... அப்புறம் எனக்கு கல்யாணம் பண்ற ஆசையே வெறுத்துடும்!"

"பேச்சை மாத்தாதீங்க... டிக்கெட் எடுத்தாச்சு... நீங்க வர்றீங்க".

"டிக்கெட் எடுத்தா என்ன? ப்ளாக்கில வித்துரு!"

"சபாஷ். ஒரு போலீஸ் ஆபீஸர் சொல்ற யோசனையா இது?"

"ஒ... ஸாரி! இப்ப நான் யூனிஃபார்மில இல்லையா... அதான் மறந்துட்டேன்."

"யூனிஃபார்ம முதல்ல போடுங்க."

"ஏய் அறுவை... ஒண்ணு செய்யேன். இன்னைக்கு டிக்கெட்டிலே உன் டியரஸ்ட் தோழி அகல்யாவை கூட்டிட்டுப் போயேன்."

"ஆமா... அவளக் கூட்டிட்டுப் போகவா டிக்கெட் எடுத்து வச்சேன்? இப்படியே போனா அகல்யாவையே கல்யாணம் பண்ணிக்கோன்னு சொன்னாலும் சொல்வீங்க."

"சீச்சீ... அப்படில்லாம் சொல்லமாட்டேன். ஏன்னா அகல்யாவை நான் கல்யாணம் பண்ணிக்கலாம்னு இருக்கேன் டார்லிங்!"

"அகல்யாவோட துரதிருஷ்டம் அப்படி இருந்தா, நான் என்ன செய்ய முடியும், என் அருமை காவல்துறை அதிகாரியே... அதுசரி, அப்படி என்ன தலைபோகிற காரியம்? காதலியையும் மீறிக் கடமை ஆற்றச் செல்லுகிறீர்களே?"

"அதுவா அன்பே, எவனோ ஒரு அற்பன் தற்கொலை செய்து விட்டானாம். அதை விசாரிக்க வேண்டும் கண்ணே."

"நீங்க இப்படி டூட்டி டூட்டின்னு அலைஞ்சிட்டு இருந்தீங்கன்னா நானும் ஒருநாள் தற்கொலை செஞ்சிக்க வேண்டியதுதான்."

"சீ... அப்படில்லாம் பேசாதே. எனக்கும் அகல்யாவுக்கும் கல்யாணத்தை முன்னிருந்து நடத்த வேண்டியவளே நீதான் கண்ணம்மா!"

"யூ டாமிட்! யூ ஸ்கௌண்ட்ரல்!"

**மே**லே விவரிக்கப்பட்டுள்ள டெலிபோன் சம்பாஷணைகளின் மூலம் 'என்றான்' என்பதற்குச் சொந்தக்காரன் ஒரு காவல்துறை அதிகாரி என்றும், அவனே இக்கதையின் நாயகன் என்றும், "என்றாள்" என்பதற்குச் சொந்தக்காரி, இக்கதையின் நாயகி என்றும் கண்டு பிடித்திருப்பீர்கள். இவர்கள் ஹீரோ - ஹீரோயின் ஆக இருப்பதால் இவர்கள் கவர்ச்சியாகவும், அழகாகவும், வசீகரமாகவும் இருக்க வேண்டியது அவசியமாகிறது. இவர்களுக்குச் சுருக்கமான, கவர்ச்சியான பெயர்களும் இருக்க வேண்டியது நியாயமாகிறது. இவர்கள்: தீபக் மற்றும் பிருந்தா. இவர்களை அறிமுகம் செய்துவிட்டாகிவிட்டது. மற்றவர்களை அறிமுகப்படுத்த அவசியமில்லை. அவர்கள் உதிரிப்பூக்கள்...

**ம**யிலாப்பூரின் ஒரு அமைதியான தெரு. தெருக்கோடியில் இருந்த பெயர்ப்பலகையில் 'கோதண்டராம........ தெரு' என்று எழுதப்பட்டிருந்தது. 'ஐயர்' என்பது தார் பூசி மறைக்கப்பட்டிருக்கிறது என்று எண்ணினான் தீபக். 'சம்பவம்' நடந்த விட்டைக் கண்டுபிடிப்பதில் அதிக சிரமம் இருக்கவில்லை. தெருவில் நுழைந்து ஏழாவது வீட்டிற்கு முன்பு ஜனங்கள் கூடியிருந்தனர். அதுதான் சம்பவம் நடந்த இடமாக இருக்க வேண்டும்.

ஜீப் அந்த வீட்டின் முன் நிற்க, காக்கி யூனி:்பார்மில் தீபக்கும், அவனைத் தொடர்ந்து இரண்டு கான்ஸ்டபிள்களும் இறங்கினர். கூட்டம் அவனுக்கு வழிவிட்டது. அவன் கூட்டத்தைப் பார்த்துப் பொதுவாகக் கேட்டான். "இந்த வீட்டுலதான் அந்த சம்பவம் நடந்ததா...?"

"ஆமாங்க... மாடில இருக்கிற ரூம்லதாங்க."

தீபக் மாடி அறையை அடைந்தான். அந்த மாடியில் அந்த ஒரு அறைதான் இருந்தது. கொஞ்சம் வெட்டவெளி இருந்தது. அறைக்கதவு சாத்தி வைக்கப்பட்டிருந்தது. தள்ளினான். உள்ளே ஸீலிங் :்பேனில், அவன் தொங்கிக் கொண்டிருந்தான். அவன் - இளைஞனாகத் தெரிந்தான். நைலான் கயிற்றை மின்விசிறியில் மாட்டி, கழுத்து இறுகத் தொங்கிக் கொண்டிருந்தான். இதே நைலான் கயிற்றில் அவன் பலமுறை துணிகளைத் தொங்கப் போட்டிருந்திருக்கலாம். இப்போது அவன்...

தீபக் அடிமேல் அடியெடுத்து உள்ளே நுழைந்தான். தொங்கிக் கொண்டிருந்தவனைக் கூர்ந்து நோக்கினான். அவன் முகத்தில் லேசான கோபம் பாக்கியிருந்தது. யாரிடம் கோபம்? விதியிடமா? ஒரு வசீகரமான வாலிபன் கயிற்றில் தொங்கக் கட்டாயம் என்ன? கூட்டத்தினர் யாரும் உள்ளே வரவில்லை. தீபக் அந்த வாலிபனின் கழுத்தைப் பார்க்க, அது கயிற்றினால் இழுபட்டு கழுத்து எலும்பு முறிவு ஏற்பட்டு உடனடி மரணம் ஏற்பட்டிருக்கலாம் என்று தோன்றியது. தீபக் அந்த அறையை நோட்டம் விட்டான். அந்த அறை முழுவதும் ஒரு பொதுவான ஒழுங்கு தெரிந்தது. புத்தகங்கள் ஷெல்பில் அடுக்கி வைக்கப்பட்டிருந்தன - 'பாரதியார் கவிதைகள், I'm OK - You are OK, கண்ணீர்ப்பூக்கள், The Prize'

சுவரில் கிருஷ்ணரும், கிறிஸ்துவும் சட்டத்துக்குள் வரம் வழங்கிக் கொண்டிருந்தார்கள். கபில்தேவின் ப்ளோ-அப் சுவரில் சுண்ணாம்பு கீறி ஒட்டப்பட்டிருந்தது. மர நாற்காலி ஒன்று பக்கவாட்டமாக படுத்துக்கிடந்தது. இதன் மேல் அவன் ஏறி சுருக்குப் போட்டுக்கொண்டு, நாற்காலியைத் தள்ளி

விட்டிருக்க வேண்டும். தீபக் அவனது உயரத்தையும், நாற்காலியின் உயரத்தையும், அவன் தொங்கிக் கொண்டிருந்த உயரத்தையும் கணக்கிட்டுப் பார்த்து, நாற்காலி மேல் ஏறி அந்த உயரத்தில் தொங்கி, இறுக்கப்படுவது சாத்தியம்தான் என உணர்ந்தான். குடை, தண்ணீர்க்குவளை, டார்ச்லைட், செய்தித்தாள் - எல்லாம் அதனதன் இடத்தில் கவனமாக வைக்கப்பட்டிருந்தன. ஸிட்னி ஷெல்டனின், 'த அதர் ஸைட் ஆப் மிட் நைட்' பாதியில் படிக்கப்பட்டுத் தொடர வேண்டிய இடத்தில் அட்டை சொருகப்பட்டு மேஜை மீது கிடந்தது. ஒரு சுத்தமான வெள்ளைப் பேப்பர் மீது பேப்பர் வெய்ட் வைக்கப்பட்டிருந்தது. அதில் நான்கைந்து வரிகள்:

**'கடுமையான வயிற்றுவலி காரணமாக நான் தற்கொலை செய்து கொள்கிறேன். எனது முடிவுக்கு யாரும் காரணமில்லை. கிருஷ்ணமூர்த்தி.'**

அந்த எழுத்துக்களில் ஒரு நடுக்கம் தெரிந்ததை தீபக் உணர்ந்தான். ஒரு நிமிடம் உள்ளேயே நின்று மீண்டும் மீண்டும் சுற்றிப்பார்த்தான்.

"ராஜசேகர்" என அவன் அழைக்க, அந்த உயர்த்தியான கான்ஸ்டபிள் "யெஸ் சார்" என்று சல்யூட் செய்து அவன் முன் வந்தான். "ரூமை டிஸ்டர்ப் பண்றதுக்கு முன்னாடி, ∴பாரென்ஸிக் டீம் வரவழச்சி பிங்கர் ப்ரிண்ட்ஸ் முதல்ல போட்டுப் பாத்துருங்க. அப்புறம் பாடியை எடுத்து போஸ்ட் மார்ட்டத்துக்கு அனுப்பிடுங்க. அந்த ஆளு ஏதோ லெட்டர் எழுதி மேஜைல வச்சிருக்கான். இவனோட வேற ரிகார்ட் மூலமா கையெழுத்து ஒத்துப் பார்க்கவும், இவனது கேரக்டர் செக் செய்யவும் க்ரா∴பாலஜிஸ்ட் (Graphologist - கையெழுத்து நிபுணர்) ஏற்பாடு பண்ணிருங்க" என்றான்.

"யெஸ் சார்."

"ரொம்ப ஸிம்பிள் கேஸ் மாதிரிதான் தெரியுது. யாருய்யா முதல்ல போலீஸ்க்கு ரிப்போர்ட் பண்ணது?"

"நான்தான் சார்" என்று பயபக்தியோடு முன்னால் வந்தார் நடுத்தர வயதுக்காரர். "எம்பேரு சுப்ரமணியன். இந்த ரூமை வாடகைக்கு விட்டவன். இந்த ப்ளாட் என்னது சார். கீழே நாங்க இருக்கோம்." "நீங்கதான் முதல்ல பார்த்ததா?"

"ஆமா சார்... பேப்பர் போடற பையன் காலம்பற பத்து மணிக்குப் பேப்பர் பணம் வாங்கறதுக்காக வந்திருந்தான் சார். தட்டிப் பாத்திருக்கான் போலருக்கு. கதவு திறக்கல. கீழே வந்து எங்கிட்ட சொன்னான். போடா, நாளக்கி வந்து பணம் வாங்கிக்கடான்னேன். முதலாளி பணம் வாங்கிட்டு வரலைன்னா கோவிச்சுப்பார்ன்னான். சரின்னு நான் கதவைத் தட்டிப் பாத்தேன். பலமாவே தட்டுனேன் சார். இன்னைக்கு ஞாயிற்றுகிழமை. கிருஷ்ணமூர்த்திக்கு ஆபீஸ் லீவுதான். ஆனாலும் வழக்கமா கிருஷ்ணமூர்த்தி ஆறுக்கெல்லாம் எந்திருச்சிருவான் சார். எட்டுமணிக்கெல்லாம் கோயிலுக்குப் போய்ட்டு, சாப்பிட்டுட்டு வந்துருவான். இன்னினைக்கும் அப்படிதான் சார், எட்டரை ஒம்போதுக்கு என் வீட்டுக்கு வந்தான். இந்த வாரக் குமுதம் படிச்சுட்டேன்னு எங்கிட்ட குடுத்துட்டு மாடிக்குப் போனான். அதனாலதான் எனக்கு டவுட்டு. ஒம்போது மணிக்கு நம்மகிட்ட பேசிட்டுப் போனவன், பத்து மணிக்குக் கதவத்தட்டினா எந்திரிக்க மாட்டேங்குறான்னு பலமா தட்டினேன். அஞ்சு நிமிஷம் தட்டினேன் சார். அப்பறம், எனக்குப் பயம் வந்திருச்சி... கதவுக்கு ஆட்டோமேடிக் லாக் பூட்டு போட்டிருந்ததாலே, எங்கிட்டே இருந்த டூப்ளிகேட் சாவி போட்டு திறந்து பாத்தேன் சார்... திறந்தா இப்படி..." சுப்ரமணியன் குரலில் இலேசான கரகரப்பு இருக்கிறது.

"கிருஷ்ணமூர்த்திக்கு சாதாரணமா வயித்துவலி வருமா?"

"பாவம் சார்... அடிக்கடி வயித்துவலின்னு கஷ்டப்பட்டிருக்கான் சார். சிலநாள் ராத்திரி பூரா தூங்கலைன்னு சொல்வான்."

"நீங்க கிருஷ்ணமூர்த்தியைப் பார்த்த ஒன்பது மணிக்கு அப்புறம் பத்து மணிக்கு இடையிலே வேற யாராவது வந்தாங்களா?"

"தெரியாது சார்."

"பொதுவா கிருஷ்ணமூர்த்தியைப் பார்க்க யார் யார் வருவாங்க?"

"நெறயப் பேர் வருவாங்க சார். ஆனா அவங்களை எனக்குத் தெரியாது. எல்லோரும் அவனோட ஆபீஸ்ல வேலை பாக்கறவங்கதான்னு நினைக்கறேன்."

"கிருஷ்ணமூர்த்தி எங்க வேலை பார்த்தான்?" சுப்ரமணியன் ஆபீஸ் விவரம் மற்றும் விலாசம் சொல்ல ராஜசேகர் குறித்துக்கொண்டான். "ராஜசேகர், நாளைக்கு ஆபீஸ்ல விசாரிச்சிரணும். இந்த வயித்துவலி சமாச்சாரம், அப்புறம் ஆபீஸ் ரிகார்ட்ல இருந்து கையெழுத்தை செக் பண்றது, ரெண்டையும் கவனிச்சிருங்க."

"யெஸ் சார்."

"கைரேகை எடுத்தபிறகு டேபிள் ட்ராயர், அலமாரி எல்லாம் செக் பண்ணி, இதுக்கு முன்னால வயித்து வலிக்கு ட்ரீட்மெண்ட் எடுத்ததுக்கு சப்போர்டிங் டாக்குமெண்ட், பழைய ப்ரிஸ்கிரிப்ஷன், மருந்துபாட்டில் இருக்கான்னு பாத்துருங்க". ஒருநிமிடம் யோசித்தான் தீபக். அறைக்குள் மேஜையைப் பார்க்கச் சென்றான். தற்கொலை செய்து கொண்டதாக எழுதப்பட்ட கடிதம், பேப்பர் வெய்ட், அதன்பக்கத்தில் திறந்தபடி வைக்கப்பட்டிருந்த பால் பாயிண்ட் பேனா.

"ராஜசேகர், இந்தப் பேனாவில் ரேகை பாத்துருங்க. தற்கொலை பண்றதுக்கு முன்னாடி இந்தப் பேனாவை வச்சுதான் லெட்டர் எழுதியிருப்பான் போல இருக்கு. இவனோட கைரேகையை எடுத்து சரிபாத்துருங்க. அப்புறம் மிஸ்டர் சுப்ரமணியன், இந்தக் கிருஷ்ணமூர்த்திக்கு லவ்வு கிவ்வுன்னு எதுவும் உண்டா?"

"சேச்சே… அப்படில்லாம் இருக்கற மாதிரி தெரியலீங்க… பையன் ரொம்பத் தங்கமான பையன்ங்க."

"அந்தப் பேப்பர் போட்ட பையன் யாரு…? இங்க இருக்கானா…?"

"இவன்தாங்க."

"ஏம்ப்பா உம் பேரு என்ன?"

"மாணிக்கங்க... கே.மாணிக்கம்". நாளைக்கு இந்த கே.மாணிக்கத்தின் பெயர், தினத்தந்தியில் வரலாம் என தீபக் எண்ணிக்கொண்டான். இந்த உப்புச் சப்பில்லாத வழக்கு அவனுக்குப் போரடித்தது. மேற்கொண்டு ஒரு மணிநேரம் தலைவிதியே என்று மாழுல் கேள்விகளை கேட்டுக்கொண்டான். இடையே கொட்டாவி விட்டுக்கொண்டு, பிருந்தாவை நினைத்துக் கொண்டு ஒரு வழியாக அவன் வீடு திரும்பும்போது மாலை மணி ஏழு.

**த**னது அறையைத் திறந்ததும், ஒரு விநாடி நின்று அறையின் அலங்கோலத்தைப் பார்த்துப் புன்னகைத்தான் தீபக். அறையில் எல்லாம் தாறுமாறாக இருந்தன. படுக்கையின் மேல் செருப்பு இருந்தது. தலையணை தரையில் கிடந்தது. நடு ரூமில் ஒரு பக்கெட் நிறையத் தண்ணீர் வைக்கப் பட்டிருந்தது. ஸ்விட்ச் போர்டைப் பார்த்தான். ப்யூஸ் எடுக்கப்பட்டிருந்தது. அவனுக்குத் தெரியும் - யார் இந்த வேலையைச் செய்திருப்பார்கள் என்று... பிருந்தா. அவன் இல்லாதபோது இங்கு வந்திருக்க வேண்டும். அவளிடம் இன்னொரு சாவி இருக்கிறது. சினிமா ப்ரோக்ராம் கேன்ஸல் ஆனதால், வேண்டுமென்றே தன்னை வெறுப்பேற்றுவதற்காக இப்படிச் செய்திருக்கிறாள். மேஜை மேல் ஒரு துண்டுக் கடிதம். 'பெண்பாவம் பொல்லாததுடா தீபக் கண்ணா'. அறையை ஒழுங்கு படுத்தினான். கொஞ்சநேரம் கிருஷ்ணமூர்த்தியை மறக்கலாம். ப்யூஸ் மாற்றிவிட்டுப் படுக்கையில் ஓய்வாகக் களைப்புடன் சாய்ந்தான். இந்நேரம் பிருந்தா என்ன செய்து கொண்டிருப்பாள்...? பாவம், அவளை இன்று ஏமாற்றியாகிவிட்டது. என்னுடைய ப்ரிய நாயகியே என்னை மன்னித்துக்கொள்... என் தொழில் அப்படி... உன்னை எண்ணிப் பரிதாபப்படுகிறேன்... ஆம் - காக்கிச்சட்டைக்காரனைக் காதலித்த உன்னை நினைத்துப் பரிதாபப்படத்தான் வேண்டும். உன்னைத் திருமணம் செய்தபின், இன்று போல் எத்தனை ஏமாற்றங்களை நீ சந்திக்க வேண்டுமோ...? உன் அளவு கடந்த அன்பாலும் ப்ரியத்தாலும் என்னைத் திக்குமுக்காட வைத்த பெண்ணே, இன்றைக்கு நடந்தது போல் உன்னை சிறுகச்சிறுக எத்தனை முறை ஏமாற்றப் போகிறேனோ... மொத்தமாய் மன்னிப்புக் கேட்டுக்கொள்கிறேன். தனக்கும் பிருந்தாவுக்கும்

எப்படி உறவு ஏற்பட்டது என்பதை மனதினுள் மெல்ல எண்ணிப் பார்த்தபோது, மனம் முழுவதும் பூ வாசனை சிந்தியது.

கல்லூரி விழாக்கோலம் பூண்டிருந்தது...

எங்கும் இளமையும் இனிமையும் உற்சாகமும் காணப்பட்டன.

மாணவ மாணவியரின் இளமை வெள்ளம்... வருடந்தோறும் நடைபெறும் கலைவிழா... பல்வேறு கல்லூரி மாணவ மாணவியர் கலந்து கொள்ளும் இந்த விழாதான் மாணவர்களைப் பொறுத்தமட்டில் வருடத்திற்கொரு வசந்தம்... விளையாட்டு மைதானத்தின் விழாப்பந்தல் முழுவதும் டீன் ஏஜ்கள்.

மாணவர்கள் கிடாருடன், "டான்ஸ் லிட்டில் லேடி" பாடினார்கள். "கன்ட்ரி ரோட்ஸ் டேக் மீ ஹோம்" என்று ஆனந்தமாகப் பாடினார்கள். "ஸம் ஒன் டாட் மீ ஷெள டு டான்ஸ் லாஸ்ட் நைட்" என்று அனுபவித்துப் பாடினார்கள். தீபக்கின் கல்லூரி பாட வேண்டிய முறை வந்தது. எலெக்டிரிக் கிடாருடன், தலையில் வட்டமாக வெள்ளைப் பட்டையை அணிந்து கொண்ட தீபக், தன் குழுவினருடன் ட்ரம்ஸ், பாங்கோஸ் முதலிய வாத்தியங்களுடன் மேடை ஏறிய போது பலத்த வரவேற்பு இருந்தது.

"நெவர் நெவர் சேஞ்ச் யுவர் லவ்" என்று அவன் பாட ஆரம்பித்ததும் பலத்த கைதட்டலும், பெருத்த விசில் ஒலியும் கூட்டத்திலிருந்து கிளம்ப, தீபக் உச்சஸ்தாயிக்குப் போனான். பாடி முடித்ததும், கூட்டம் (பெண்கள் நீங்கலாக) "ENCORE!" என்று கோரஸாக மீண்டும் பாடச் சொன்னார்கள். வெஸ்டர்ன் ம்யூசிக் போட்டியில், தீபக்கின் கல்லூரி முதல் பரிசு பெற்றது.

பெண்கள் கல்லூரி நிகழ்ச்சிகளில், பரதநாட்டியம் இருந்தது. "கராத்தே மாதிரி இருக்குது டோய்" என்று மாணவர்கள் விசிலுடன் சொன்னார்கள்.

இரண்டாவது நாள் நிகழ்ச்சியில், பட்டி மன்றம் இருந்தது. 'சிகரெட் என்பது, தனது ஒரு முனையில் நெருப்பையும்

மற்றொரு முனையில் முட்டாளையும் கொண்டிருக்கிறது' - இதுதான் தலைப்பு. பெண்கள் கல்லூரிகளிலிருந்து தலைப்பை ஆதரித்து ஒவ்வொருவராகப் பேசப்பேச, ஆண்கள் கல்லூரிப் பிரதிநிதிகள் பேச வழியின்றித் தவித்தார்கள். பெண்களால் எளிதில் தலைப்பை ஆதரித்து ஆணித்தரமாகப் பேச முடிந்தது. பெண்கள் தரப்பிலிருந்து கடைசியாகத் தொகுத்துப் பேச வந்தது ஒரு பெண்குயில். "சிகரெட் குடிப்பது கெட்டது என்பது அனைவருமே அறிந்த விஷயம். இருந்தும் குடிக்கிறவர்கள், உடலுக்குக் கெட்டது என்று தெரிந்தும் ஊதுகிறவர்கள், முட்டாள்கள் இல்லாமல் வேறென்ன? தீ என்பது தெரிந்தும் சுட்டுக்கொள்கிறவர்கள் ஒன்று முட்டாளாக இருக்க வேண்டும், அல்லது பைத்தியமாக இருக்க வேண்டும்" என்று சுருக்கமாகப் பேசி ஏராளமாகக் கைதட்டல் வாங்கிக் கொண்டாள்.

மேடையின் பின்புறம், அடுத்து பேசவிருந்த தீபக், சாவதானமாக சிகரெட்டை ஊதிக் கொண்டிருந்தான். நண்பர்கள் நச்சரித்தார்கள். "டேய் தீபக், எப்படியாவது நம்ம கட்சி மானத்தைக் காப்பாத்துடா! துரதிர்ஷ்டவசமா சிகரெட் குடிப்பதை ஆதரித்துப் பேசறது நமக்குக் குடுத்த தலைப்பாப்போச்சு... சமாளிடா கண்ணா!"

சிகரெட்டைத் தூக்கியெறிந்து விட்டு, "அந்தப் பொண்ணு பேரு என்ன மாப்ள?" என்றான் தீபக் நிதானமாக.

"இப்ப அதாண்டா முக்கியம்... உருப்படியா பேசற வழியப்பாருடா..."

"ஷட் அப்.... கேட்ட கேள்விக்கு பதில்..."

"பிருந்தா."

தீபக் மேடையை நோக்கி விரைந்தான். கூட்டம் அமைதியாக இருந்தது. தீபக் பேச ஆரம்பித்தான். "எனக்கு முன்னர் பேசிய மாமி அவர்கள், சிகரெட் குடிப்பது மருத்துவ முறைப்படி தீங்கு விளைவிப்பது என்றும், அதனால் அது தெரிந்தும் புகை பிடிப்பவர்கள் முட்டாள்கள் என்றும் முடிவு கட்டினார்கள். இன்று காலை பட்டிமன்றம் தொடங்கும் முன் பேச்சாளர்கள்

அனைவருக்கும் சூடான காப்பி வழங்கப்பட்டது. அந்தக் காப்பியை ரசித்துக் குடித்ததில் அந்த மாமியும் ஒருவர் என்பது மறுக்க முடியாத உண்மை. காப்பி குடிப்பது மருத்துவ முறைப்படி ஆரோக்கியமானது அல்ல என்பது அனைவருக்கும் தெரியும். இருந்தாலும் காப்பியை அனுபவித்துக் குடித்தனர். எதிர்க்கட்சிப் பேச்சாளர்கள் அனைவரும், அந்த மாமி உட்பட. ஆக, சிகரெட் குடிப்பதும் காப்பி குடிப்பதும் உடலுக்கு நன்மை விளைவிப்பது அல்ல என்று தெரிந்தும் அதனைக் குடிக்கிறவர்கள், எதிர்க்கட்சிகள் தியரிப்படி முட்டாள்கள் அல்லது பைத்தியங்கள். ஆதாவது, நீங்கள் காப்பி குடிக்கிற முட்டாள்கள். நாங்கள் சிகரெட் குடிக்கிற முட்டாள்கள்." இவ்வளவு பேசிக்கொண்டிருக்கும் போதே பலமான கைதட்டல் தொடர ஆரம்பித்தது. "சரியான அடி அடிச்சே மாப்ள!"

தீபக் தொடர்ந்தான். "எதுதான் தீங்கு விளைவிப்பதில்லை? சினிமா பார்ப்பது கூடத்தான் கெடுதி என்று நிரூபித்திருக்கிறார்கள். ஆக மக்கள் அனைவரையும் ஏதாவதொரு முட்டாள்கள் என்கிற பிரிவில் பிரித்து விடலாம். சினிமா பார்க்கிற முட்டாள்கள்... காப்பி குடிக்கிற முட்டாள்கள்... சிகரெட் குடிக்கிற முட்டாள்கள்... இதில் எங்களை மட்டும் ஏன் முட்டாள் என்று தனியே முத்திரை குத்துகிறீர்கள்? நாம் அனைவரும் ஒரே ஜாதி. இதில் எங்களுக்கு மட்டும் ஏன் தனி நீதி?" தீபக் சிறந்த பேச்சாளனாக அறிவிக்கப்பட்டான்.

மூன்று நாள் கலை விழா முடிந்து, அனைவரும் பேக்-அப் செய்து கொண்டு தத்தம் கல்லூரிக்குச் செல்ல ஆயத்தம் செய்து கொண்டிருந்தார்கள். ஒரு கல்லூரியைச் சேர்ந்தவர்கள், மற்ற கல்லூரிக்காரர்களிடம் சொல்லிக்கொண்டு விடைபெற்றுக் கொண்டிருந்தனர். தீபக் மும்முரமாக மூட்டை கட்டிக்கொண்டிருந்த போது, "ஹலோ... கிளம்பியாச்சா?"

தீபக் திரும்பிப் பார்த்த போது, பிருந்தா நின்று கொண்டிருந்தாள்.

"அட.... நீங்களா?" தீபக் திகைத்துப் போய் நின்றிருந்தான். அவள் கிட்டே வந்தபோது, ஏராளமான சென்ட் வாசனையையும்

அழைத்து வந்திருந்தாள். வானத்திலிருந்து வழி தவறி வந்த வண்ணத்தேவதை.... அவன் தீவிரமாகப் பார்ப்பதையும் பொருட்படுத்தாது அவள், "நீங்க பட்டி மன்றத்திலே, சிறப்பாகப் பேசியதற்குப் பாராட்டுக்கள்... ஆனா பேசறப்போ நீங்க கிண்டலா என்னை மாமி மாமின்னு ரெண்டு மூணு தடவை சொன்னீங்களே, அதான் பெரிய வம்பாப்போச்சு..."

"ஏன்... என்னா ஆச்சு?"

"என் தோழிங்க எல்லாம் இப்ப மாமின்னு கூப்பிட்டு என்னைக் கேலி பண்ண ஆரம்பிச்சுட்டாங்க."

"அடடா... அப்ப ஒண்ணு பண்ணட்டுமா... நான் மறுபடி உங்க தோழிங்களுக்கு முன்னாடி, உங்களை ஹேம மாலின்னு கூப்பிடறேன்."

"ச்சீ!"

"அப்ப ஸ்ரீதேவிங்கறேன்!"

"நான், நானாவே இருந்துக்கறேன்... அப்ப நான் வரட்டுமா..." அவள் அழகாக, அளவோடு சிரித்து விடைபெற்றுக் கிளம்ப, அவன் இன்னும் திகைத்து நின்று பின்னர், "போய்ட்டு வாங்க மாமி..." என்றான். அவள் நின்று திரும்பி மீண்டும் சிரிக்க, தீபக், "ஒண்ணு சொன்னா கோவிச்சுக்க மாட்டீங்களே?" என்று தயங்க, அவள் என்ன என்பது போல் விழி மலர்களை விரிக்க, அவன் "உங்களைப் படைக்க பிரம்மா ஓவர்டைம் போட்டுத்தான் படைச்சிருக்கணும்" என்றான். அந்த இளம் ரோஜா இனிமையாகச் சிரித்து விட்டு, "உங்களைப் படைக்க?" என்றாள்.

"என்னையா? என்னை பிரம்மன் எங்க படைச்சார்? எங்க அம்மா - அப்பாதான் படைச்சாங்க.... அதான் இவ்வளவு வித்தியாசம்." அவள் அடக்க முடியாமல் சிரித்து விட்டு வெளியேற, அவன் அவள் போகும் திசையைக் காதலுடன் பார்த்தான்.

**அ**த்துடன் அவர்களின் சந்திப்பு முடிவு பெற்றதுதான். ஆனால், சில சந்திப்புகள் வெறும் ரயில் சந்திப்புகளாகவே

போய் விடுகின்றன. மற்றும் சில, வருடங்கள் போனாலும் எந்த இடத்தில் இருந்தாலும் மீண்டும் தொடரத்தான் செய்கின்றன. தீபக் - பிருந்தா இவர்கள் ஐந்து வருடங்களுக்குப் பின் இப்படி அதிசயமாய் சந்தித்துக் கொண்டது ஒரு தொடர்கதை தான். அன்றைய அறிமுகம், இன்றைக்கு அன்யோன்யமாக மாறி விட்டிருக்கிறது. அந்த மூன்று நாள் பரிச்சயத்தில்தான் அந்தக் காதல் செடியின் விதை இருக்கிறது. அதுதான் இன்றைக்கு எத்தனை புஷ்பங்களைச் சுமந்து கொண்டிருக்கிறது....

"ட்ரிங்... ட்ரிங்..." தொலைபேசியின் சிணுங்கல், தீபக்கை நிகழ்காலத்திற்குக் கொண்டுவந்தது. "சார், நான் ராஜசேகர் பேசறேன்..."

"என்ன ஆச்சு... எனி டெவலப்மெண்ட்?"

"நீங்க சொன்ன மாதிரி, பாடியை போஸ்ட் மார்ட்டத்துக்கு அனுப்பியிருகோம்..."

"ரிப்போர்ட் எப்ப வருமாம்...?"

"நாளைக்குக் காலைலே அநேகமா ரெடியாய்ரும்னு நினைக்கிறேன் சார். அப்பறம் டெவலப்பர் போட்டு கைரேகை எடுத்தாச்சு. நீங்க சொன்ன மாதிரி அந்தப் பேனா, நைலான் கயறு, தள்ளிவிடப்பட்ட நாற்காலி, கதவிலிருந்த லாக் எல்லாத்திலயும் பாத்துட்டோம். அதிலெல்லாம் அந்தக் கிருஷ்ணமூர்த்தி ரேகையோட ஒத்து வருது. மத்தப்படி ரூம் முழுக்க பாத்துட்டோம். சந்தேகப்படுற மாதிரி ஒண்ணும் கைரேகை சிக்கலை. அந்த ரூம்ல இருக்கற மேஜை, ட்ராயர், அலமாரி எல்லாத்தையும் குடஞ்சுட்டோம்... நீங்க சொன்ன மாதிரி ஷெல்·பிலே நெறைய டாக்டர் ப்ரிஸ்கிரிப்ஷன், காலி மருந்து பாட்டில் எல்லாம் இருந்துச்சு. அதெல்லாம் வயித்து வலிக்கான மருந்துதான்னு நம்ம டாக்டர்கிட்ட கன்ஸல்ட் பண்ணித் தெரிஞ்சுக்கிட்டோம்."

"மேஜல எழுதி வச்சிருந்த லெட்டர்ல இருக்கிற கையெழுத்து அவனதுதான்னு செக் பண்ணியாச்சா?"

"ட்ராயர்ல நாலஞ்சு காகிதம் இருந்தது சார்... அத கம்ப்பேர் பண்ணிப் பார்க்கும் போது ரெண்டும் ஒண்ணு மாதிரிதான் தெரியுது. நாளைக்கு ஸ்பெஷலிஸ்ட் வச்சி கன்பர்ம் பண்ணிரலாம்."

"டயிரி கியரி ஒண்ணும் அகப்படலியா...?"

"இல்ல சார்."

"நாளைக்கி அந்த ஆள் வேலை பாத்த ஆபீஸ் போய்ருங்க. ஆபீஸ் ரெகார்ட்ல இருந்து கையெழுத்து சரியான்னு பாத்துருங்க. அவனோட பேங்க் பாஸ்புக் அகப்படுதான்னு பாருங்க. அவன் பேங்க் பேலன்ஸ் என்னன்னு தெரிஞ்சுக்கிடுங்க..."

"எஸ் சார்."

"அப்புறம் ராஜசேகர், இதுவரைக்கும் அவன் பாடியை யாரும் க்ளெயிம் பண்ணலையா?"

"இல்ல சார்."

"தெரிஞ்சவுங்களுக்குத் தெரியப்படுத்திட்டாங்களாமா?"

"அந்த ஆளுக்கு யாருமே இருக்கற மாதிரி தெரியலைன்னு வீட்டுகாரர் சுப்ரமணியன் சொன்னாரு சார்."

"இன்னொரு விஷயம் ராஜசேகர். நாளைக்கு ஆபீஸ்ல அந்த வயித்து வலி சமாச்சாரத்தைக் கிளியர் பண்ணிடுங்க. இதுவரைக்கும் வயித்துவலின்னு அடிக்கடி லீவு கிவு எடுத்திருக்கானான்னு பாருங்க. அதுக்கு டாக்குமெண்டட் எவிடென்ஸ் கிடைச்சா பாருங்க. கேஸை நாளைக்கே க்ளோஸ் பண்ணிரலாம். ஓ.கே? எனிதிங் எல்ஸ்...?"

"அவ்ளோதான் சார்."

"ஓ.கே. குட்நைட் தென்."

மறுநாள் தனது வழக்கமான வேலைகளில் தீபக் ஈடுபட்டிருந்தான். அநேகமாகக் கிருஷ்ணமூர்த்தியின் கேஸை

மறந்து விட்டிருந்தான். மதியம் மூன்று மணிக்கு ராஜசேகர் களைத்துப் போய் வந்தான். "சார்... கேஸ் ஆல்மோஸ்ட் முடிஞ்ச மாதிரிதான் சார். போஸ்ட் மார்ட்டம் ரிப்போர்ட்டில் சாவுக்குக் காரணம் நைலான் கயறு இறுக்குனதுதாலதான்னு டிக்ளேர் பண்ணிட்டாங்க. ஆபீஸ் ரிக்கார்ட்ல இருந்து அவனுக்கு வயித்து வலி ட்ரபிள் உண்டுண்ணு ஊர்ஜிதமாய்டுச்சி. அடிக்கடி லீவு எடுத்திருக்கான். அவங்க மேனேஜர் கூட இத சர்டிபை பண்ணி நமக்கு லெட்டர் குடுத்திருக்கார். அப்பறம் கையெழுத்தையும் வச்சித் தரவ்வா செக் பண்ணியாச்சு. அது அவனோட கையெழுத்துதான்னு நம்ம க்ரா∴பாலஜிஸ்ட் ரிப்போர்ட் குடுத்துட்டார்." "வெரிகுட். அப்ப சீக்கிரமே நம்ம கேஸ் ரிப்போர்ட் எழுதி கேஸைக் க்ளோஸ் பண்ணிருங்க."

"அந்த பாடியை என்ன சார் பண்றது...?"

"பதினைந்து நாள் மார்ச்சுவரியில் வச்சிருக்கச் சொல்லுங்க... யாரும் க்ளெய்ம் பண்ணலைன்னா, அப்பறம் டிஸ்போஸ் பண்ணிரலாம்."

"சரி சார்... அப்போ நான் போஸ்ட்மார்ட்டம் ரிப்போர்ட், இன்னும் மத்த டாக்குமெண்ட்ஸ் எல்லாம் சேத்து வச்சிர்றேன். நீங்க கையெழுத்துப் போட்டுருங்க."

"ராஜசேகர், நான் மத்தியானம் சாப்பிடலை. நான் போய் ஏதாவது டிபன் பண்ணிட்டு வந்திர்றேன். எஸ்.ஜ வந்தா விவரம் சொல்லுங்க." தீபக் புறப்பட்டான். தீபக் திரும்பி வந்தபோது ராஜசேகர் ரிப்போர்ட் எழுதித் தயராக வைத்திருந்தான். மணி இரவு ஏழை நெருங்கிக் கொண்டிருந்தது.

"சார் எல்லாம் ரெடி... நீங்க படிச்சுப் பாத்துக் கையெழுத்துப் போட்டுருங்க... நான் வீட்டுக்குக் கெளம்பறேன்."

"மோர் ஆர் லெஸ் இந்தக் கேஸை நீங்க தனியாவே ஹேண்டில் பண்ணிருக்கீங்க ராஜசேகர்... பாக்கலாம், இந்த வருஷம் உங்க ப்ரேமோஷன் ட்யூதானே?"

"யெஸ் சார்."

"அப்ப நீங்க புறப்படுங்க. நான் பாத்துக்கறேன்."

வாசல் வரை சென்ற ராஜசேகர் திரும்பி வந்தான். "சார், கிருஷ்ணமூர்த்தியோட மேஜல அந்த லெட்டருக்குப் பக்கத்தில இருந்த பேனாவை மறந்து போய் என் பாக்கெட்டிலேயே வச்சுட்டேன் சார். இதுல ரேகை எல்லாம் பாத்தாச்சுதான். இருந்தாலும் இந்தக் கேஸ் முடியற வரைக்கும் இது போலீஸ் கஸ்டடிலதான் இருக்கணும். இத நீங்களே வச்சிருங்க." அந்த பால்பாயிண்ட் பேனாவை தீபக்கின் மேஜைமேல் வைத்துவிட்டு ராஜசேகர் புறப்பட்டான்.

ரிப்போர்ட்டைப் படித்துப் பார்த்தான் தீபக். திருப்திகரமாகவே இருந்தது. அவன் கையெழுத்துப் போடவேண்டியதுதான் பாக்கி. அதற்கு முன்... பிருந்தாவின் நினைவு வந்தது. அவளைச் சந்தித்து எவ்வளவு நாள் ஆகிறது? குறைந்த பட்சம், தொலைபேசியில் பேசிக் கூட ஒன்றரை நாள் ஆகிறது. அவன் மனதில் அடக்க முடியாத அன்பு சுரந்தது. அந்த அன்பை இப்போது வெளியே கொட்டாவிடில் இதயம் இறுக்கம் தாளாமல் வெடித்து விடலாம். கொஞ்சம் யோசித்தான். அவளுக்கு ஒரு கடிதம் எழுதலாம். காகிதத்தை எடுத்தான். ஆரம்பித்த போது... சட், அவனது பேனா மை என்னும் உயிரை இழந்து விட்டிருந்தது. எரிச்சலுடன் பேனாவைத் தூக்கிப் போட்டான். 'அட, இது இருக்கிறதே. கிருஷ்ணமூர்த்தியின் பேனா. எல்லாம்தான் முடிந்து விட்டதே' என்று எண்ணி அதை வைத்து எழுதத் தொடங்கினான்.

"பிரியமுள்ள பிருந்தா, அந்தப் பூசாரியைப் பற்றி உனக்குச் சொல்லி இருக்கிறேனா பிருந்தா? ஊருக்கு வெளியே இருக்கிற அந்த அம்மன் கோவில் பூசாரியைப் பற்றித்தான்... அந்தப் பூசாரியைத் தண்டிக்க வேண்டும் கண்ணா... ஏன் என்றா கேட்கிறாய்...? பூசாரி என்றால் யார் பிருந்தா? அம்மனை சீராட்டி, அலங்காரப்படுத்தி, ஆறுகால பூஜை செய்து, பக்தர்களுக்கு முன் தீப ஆராதனை செய்து, அம்மனின் பிரசாதத்தைப் பக்தர்களுக்குப் பகிர்ந்தளிப்பவன்தானே பூசாரி...? இவன் என்ன செய்கிறான் தெரியுமா பிருந்தா? அம்மன் சந்நிதானத்தைத் திரையிட்டுக் கொள்கிறான். பூஜை செய்கிறான். ஆராதனை

செய்கிறான். பிரசாதம் படைக்கிறான். ஆனால் பக்தர்களுக்கு எதையும் அனுமதிப்பதில்லை. அம்மனைத் தரிசிக்கக் கூடப் பக்தர்களுக்கு உரிமை கிடையாதாம்... அம்மனின் தரிசனம், ஆராதனை, பிரசாதம், எல்லாம் அவனுக்காம். அவனுக்கு மட்டுமேவாம். அம்மனின் அருளை அவன் மட்டுமே முழுக்கப் பெற வேண்டுமாம். அம்மனின் வரம், அவனுக்கே சொந்தமாம். எவ்வளவு பேராசைக்காரன் இந்தப் பூசாரி, பிருந்தா? இவனுக்கு என்ன தண்டனை கொடுக்கலாம் என்று யோசித்துச் சொல். அந்த தண்டனையை எனக்குக் கொடுத்திடு. காரணம், அந்தப் பூசாரி நான்தான் பிருந்தா... அந்த அம்மன் நீ தான் பிருந்தா...

பிரியத்துடன் - தீபக்."

கடிதத்தை எழுதிவிட்டு ஒரு முறை படித்துப் பார்த்தான். ரிப்போர்ட்டில் கையெழுத்துப் போடப் போனவன், சட்டென சுறுசுறுப்பானான். அவனுக்குள் ஏதோ ஒரு ஏழாம் உணர்வு அபாய ஒலி எழுப்ப, 'அட இதை எப்படிக் கவனிக்க மறந்தேன்?'. அவசர அவசரமாக ரிப்போர்ட்டுடன் இணைக்கப்பட்டிருந்த கிருஷ்ணமூர்த்தியின் தற்கொலைக் கடிதத்தைப் புரட்ட, 'மைகுட்னஸ்... எவ்வளவு பெரிய தப்பு செய்ய இருந்தேன்? டாமிட்... இது தற்கொலையயல்ல, திட்டமிட்டு யாரோ செய்த கொலை.' அவன் உடல் சிலிர்த்தது. கொலை... மிக நூதனமாகத் தற்கொலை போல் பாவனை செய்யப்பட்ட கொலை... வழக்கு முடியப் போகிறது என்று நினைத்திருந்தான். இப்போதுதான் அது ஆரம்பமாகியுள்ளது. தீபக் பரபரப்படைந்தான். அடுத்த சில நாட்கள், தீபக் மிகவும் பிஸியாக இருந்தான். கிருஷ்ணமூர்த்தியின் வழக்கு, ஒரு புது கனபரிமாணம் பெற்றது. அதுவரை சென்று கொண்டிருந்ததற்கு ஏறக்குறைய எதிர்த்திசையில் வழக்கு செல்ல ஆரம்பித்தது. முதலில் தீபக் சுட்டிக் காட்டியபோது, அனைவரும் அதிர்ச்சியடைந்தார்கள். சுத்தமாக எல்லோர் கண்களிலும் மண் தூவப்பட்டு சாமர்த்தியமாக ஒரு கொலை, தற்கொலை என்கிற பேரில் நடந்திருக்கிறது. ராஜசேகரன் பெரிதும் துவண்டுவிட்டான். அவனால் முதலில் நம்புவது கஷ்டமாகத்தான் இருந்தது. தீபக் சுட்டிகாட்டியிருந்ததைத் தான் செய்திருந்தால் ப்ரமோஷன்

நிச்சயம். இப்போது…? தீபக் மண்டையை உடைத்துக் கொள்வது தவிர எல்லாம் செய்திருந்தான். யோசிக்க வேண்டும். நிறைய யோசிக்க வேண்டும்…

'கேள்வி ஒன்று: சுத்தமாகத் தன் கைரேகையே பதியாமல் கொலை செய்வது சாத்தியமா?

பதில்: கொலைகாரன் முழுக்க முழுக்கக் கையுறைகளைப் பயன்படுத்தினால் சாத்தியமே.

கேள்வி இரண்டு: மற்றவர் வம்பு தும்புக்குப் போகாத, சொந்த பந்தம் இல்லாத ஒரு நடுத்தர வர்க்க மாதச்சம்பளக்காரன் கொலை செய்யப் பட என்ன காரணம்? என்ன மோடிவேஷன்?

பதில்: ????

கேள்வி மூன்று: இதை யார் செய்திருக்க வாய்ப்பு உண்டு?

பதில்: கிருஷ்ணமூர்த்தியைப் பற்றி நன்கு அறிந்தவர்கள்… அவனது அறையின் ஆட்டோமேடிக் லாக்கை அனுகூலமாகப் பயன்படுத்தி தற்கொலை முலாம் பூசியவர்கள்… அவனது வயிற்று வலியைப்பற்றி நன்கு அறிந்தவர்கள்…

தீபக் யோசித்தான். ஒரு சாதாரண வழக்கு சவாலாக மாறுகிறது. அந்த கையெழுத்து விஷயம் மிகவும் உறுத்தியது. நிபுணர்களாலும் கண்டுபிடிக்க முடியாத அளவுக்கு, கிருஷ்ணமூர்த்தி மாதிரி எழுதி யார் அந்தக் குற்றப்போர்வையில் மறைந்திருப்பது? சுத்தமான காலையில், ஒன்பது முதல் பத்து மணிக்குள் நடந்திருக்கிறது. கொலை செய்ய முயலும் போதோ, கழுத்தை இறுக்கும் போதோ கிருஷ்ணமூர்த்தி சத்தம் போட்டிருக்க மாட்டானா? அவனுக்குக் குழப்பமாக இருந்தது. மீண்டும் கிருஷ்ணமூர்த்தி எழுதிய, இல்லை… இல்லை… கிருஷ்ணமூர்த்தி எழுதியதாக பாவனை செய்யப்பட்ட கடிதத்தை எடுத்தான். முன்னர் கவனிக்காத சில்லறை விஷயங்கள் இப்போது தென்பட்டன. இந்தக் கடிதம் எழுதப்பட்ட பேப்பரின் அளவு வித்தியாசமாக இருந்தது. அது சாதாரண முழுப்பக்கமோ, அரைப்பக்கமோ, அல்லது A4 என்றோ இல்லாமல் விநோதமான அளவில் இருந்ததைக்

கவனித்தான். 'மீண்டும் எல்லோரையும் விசாரிக்க வேண்டும். அந்த வீட்டுக்காரன் சுப்ரமணியன் உட்பட. ஆனால் மீண்டும் விசாரிக்க ஆரம்பித்தால், கொலையாளி உஷாராகி விடக்கூடிய அபாயம் இருக்கிறது. மற்றவர்களைப் பொறுத்தமட்டில் வழக்கு முடிந்து விட்டது போலத்தான் காண்பித்துக் கொள்ள வேண்டும்.'

ராஜசேகர் அவனைப் பார்க்கவே வெட்கப்பட்டான். "ஸாரி சார். என்னை நம்பி ஒரு வேலை ஒப்படைச்சீங்க... ஆனா அந்தப் பேனாவைக் கவனிக்க மறந்துட்டேன் சார். நல்ல வேளை சார்... உங்க கிட்டயாவது குடுத்தேன். நீங்க கண்டுபிடிச்சிட்டீங்க."

"நடந்ததை விடு. தலையுமில்லாம வாலுமில்லாமல் இருக்கற இந்தக் கேஸை எப்படிக் கண்டுபிடிக்கிறது? முதல்ல நீ எனக்கு ஒரு உதவி பண்ணனும். இந்தக் கிருஷ்ணமூர்த்தி எழுதி வச்ச லெட்டர் பேப்பர் சைஸைக் கவனிச்சியா? அது ஒண்ணுதான் நமக்குக் கிடச்ச க்ளூ. அந்தப் பேப்பரோட சைஸே தனி." ராஜசேகர் அந்தப் பேப்பரைப் பார்த்து, "சார்... கொஞ்சம் இருங்க சார்" என்று அலறியபடி தன் பாண்ட் பாக்கெட்டிலிருந்து மடக்கி வைக்கப்பட்டிருந்த பேப்பரை எடுத்து, "இதப்பாருங்க சார்... ரெண்டும் ஒரே சைஸ், ஒரே குவாலிட்டி."

"ஹெவன்ஸ்... இந்தப் பேப்பர எங்க இருந்து கிளப்பின?" என்று பரபரத்தான் தீபக்.

"அன்னிக்கி கிருஷ்ணமூர்த்தியோட ஆபீஸுக்குப் போனப்போ, சில விஷயங்களை நோட் பண்ணிக்கப் பேப்பர் கேட்டேன். அப்ப அவங்க கொடுத்த ஆபீஸ் பேப்பர் சார் இது."

"குட் காட்... அப்போ அந்த ஆபீஸ்ல இருக்கற யாரோ ஒருத்தரோட வேலைதான் இது."

"எந்த ஒரு ஆதாரமும் இல்லாம எப்படி சார் கண்டு பிடிக்கிறது?"

"எந்த ஒரு குற்றத்துக்கும் ஒரு மோடிவேஷன், ஒரு காரணம் இருந்தே ஆகணும். அதை முதல்ல கண்டுபிடிக்கணும். மொத்தம் எத்தனை பேர் அந்த ஆபீஸ்ல வேலை பாக்கறாங்க?"

"மேனேஜரையும் சேர்த்து ஆறு பேரு சார்."

"தேர் யூ ஆர்... தென் அவர் ஜாப் இஸ் டாம் ஸிம்பிள் ஐ ஸே!" தீபக் துள்ளிக் குதித்தான்.

இரவு மணி பன்னிரண்டு இருக்கலாம். அதிகமாகவும் இருக்கலாம். பிருந்தாவுக்குத் தூக்கம் வரவில்லை. படுக்கையில் புரண்டு புரண்டு படுத்தாள். இவனோடு பேசி நான்கு நாள் ஆகிறது. தீபக் இன்னும் வரவில்லை. தொலைபேசியில்கூட தொடர்பு கொள்ளவில்லை. என் அருமை தீபக், இங்கே உனக்காக, உன் வருகைக்காக, உன் அன்புக்காக, ஒரு மனம் ஏங்கிக் கொண்டிருப்பது உனக்குத் தெரியவில்லையா...? என்னை விட உனக்கு வேலையில் ஆர்வம் அதிகமா நண்பா...? ஆனால் எனக்கு அப்படி இல்லை தோழா... எனக்கு உன்னை விட உயர்ந்தது எதுவும் இல்லை... உன்னிலும் ஆர்வம் உள்ள அம்சம், இந்த உலகில் இப்போதைக்கு எனக்கு இல்லை... இந்தக் கல்மனதை வைத்துக்கொண்டு எப்படி உன்னால் காதலிக்க முடிகிறது கண்ணா? கற்றுத்தா அந்தக் கலையை எனக்கு. அதிகமான வெய்யிலை நான் தாங்கியிருக்கிறேன். நிழலுக்கு ஒதுங்காமல், பாதையில் தொடர்ந்து பயணமாகி இருக்கிறேன். ஆனால் இலேசான மழையைக் கூட என்னால் தாங்க முடிவதில்லை... பயணம் தொடர முடியாமல் பாதையில் பாதியில் ஒதுங்கியிருக்கிறேன். அது போலத்தான் மை டியர் தீபக். மனிதர்களின் வெறுப்பை என்னால் எளிதில் ஏற்றுக்கொண்டு ஜீரணித்து ஏப்பம் விட முடிகிறது. ஆனால் இலேசான அன்பைக் கூட என்னால் தாங்க முடிவதில்லை. என் மேல் அன்பு செலுத்தப்படும்போது, முழுவதும் பனியாய் உருகி விடுகிறேன். என்னைப் பனி போல் உருக்கியவனே, இன்னும் கேள். உன் பிரிவில் ஏற்படுகிற துயரம் இவ்வளவு கொடுமையானது என்பது முன்னமே எனக்குத் தெரிந்திருந்தால், உன் உறவைக் கூட நாடியிருக்க வேண்டாம் என்று தோன்றுகிறது. அன்றைக்கு உன் அறைக்கு நீ இல்லாத போது சென்று, அங்குள்ள பொருட்களை சிதறி விட்டது நிஜம். அதற்காக என் மனதை நீ சிதற அடிப்பது என்ன நியாயம்? அளவு கடந்த துக்கத்தைக் கூடக் கட்டுப்படுத்தி

விடலாம். ஆனால் உள்ளத்தில் ஏற்படுகிற உண்மையான அன்பை கட்டுப்படுத்துவது கடினம். அந்த அன்பைப் பகிர்ந்து கொள்ள வேண்டும் போல் இருக்கிறது. இன்றைய இரவு இருளோடு முடிகிறது. நாளை நீ வருவாய் என்கிற நம்பிக்கையில், காலை விடியட்டும். இலேசாக விழியோரங்களில் நீர் தேங்கி நின்றது. கல்லூரிக் கலைவிழாவில் சந்தித்து விடைபெற்றபோது அவர்களின் சந்திப்பு முடிந்ததாகத்தான் எண்ணியிருந்தார்கள். மீண்டும் சில வருடங்கள் கழித்து, சென்னையில் அவர்கள் சந்திக்க நேரும் என்று அப்போது நினைத்திருக்கவில்லை. கடுமையாக ஆரம்பித்துக் காதலாக மாறிய அந்தச் சந்திப்பு...

**சஃ**பையர் தியேட்டர் வாசல். 'ஹவுஸஃபுல்' என்று பெரிய போர்டு மாட்டியும் தியேட்டரை விட்டு அகல மனமில்லாத மனிதர்கள்.

"இன்னும் ரெண்டு வாரத்துல படம் காத்தாடும். அப்புறம் வந்து பாத்துக்கலாம்". ஜனங்கள் ஆறுதல் சொல்லிக்கொண்டு கலைய ஆரம்பித்தனர்.

பிருந்தா கையைப் பிசைந்து கொண்டிருந்தாள். அவளது கேசமும், சேலையும் காற்றில் படபடக்க, "இதுக்குத்தான் கொஞ்சம் சீக்கிரம் வான்னு அடிச்சிக்கிட்டேன். கேட்டியா?" என்று கூட இருந்த தோழி அகல்யாவைக் கோபத்துடன் கண்டித்தாள். "பால்கனி ஏழு ரூவா. பால்கனி ஏழு ரூவா" என்று அடிக்குரலில், அழுக்குக் கைலியுடன் கிசுகிசு வியாபாரம் பண்ணிக் கொண்டிருந்தான் ஒருவன். அவனைக் கடக்க முயன்றவர்கள், ஒரு நிமிடம் நின்றார்கள். "அகல், இன்னொரு தடவை இதுக்காக வரணும். பேசாம ப்ளாக்கில வாங்கிப் பாத்துருவோம்."

"வேணாண்டி... வா, போய்ரலாம். அடுத்த வாரம் பாத்துக்கலாம்."

"சும்மா வாடிண்ணா... பெரிய இவளாட்டம்." அவர்கள் டிக்கெட்டை வாங்க முயலும்போது, "இப்படிப் படிச்சவங்களே ப்ளாக் மார்க்கெட்டை என்கரேஜ் பண்ணினா, இந்த நாட்டுக்கு விமோசனமே கிடையாது" என்று கம்பீரமான குரல் கேட்டு இருவரும் திரும்ப... அவன்.

'இவனை எங்கோ பார்த்த மாதிரி... அடடே, இவன் கல்லூரிக் கலைவிழாவில் சிகரெட் பற்றிப் பேசி, மாமி என்று சொல்லி... இவன் பெயர் கூட... ஓ... இவன் தீபக்.'

"என்ன பாக்கறீங்க பிருந்தா. நானும் உங்கள மாதிரிப் படம் பார்க்க வந்தவன்தான். ஆனா அதுக்குன்னு ஒரு முறை இருக்கு."

CAPTION என்று டி-ஷர்ட் அணிந்துகொண்டு சீரியஸாக அவன் உபதேசம் செய்ய ஆரம்பிக்க, ஏற்கனவே டிக்கெட் கிடைக்காத எரிச்சலில் இருந்த பிருந்தா, இன்னும் ஏகமாய் எரிச்சலடைந்தாள்.

"மிஸ்டர், மைண்ட் யுவர் ஒன் பிஸினஸ். பொம்பளைங்க எங்கடா இருக்காங்கன்னு அலைஞ்சு, அங்க வம்பு பண்ணாட்டி உங்க மாதிரி ஆளுங்களுக்குத் தூக்கம் வராது. இதுல யோக்கியன் மாதிரி உபதேசம் வேற."

"ஹோல்ட் இட், மை டியர் பிருந்தா. நீங்க நினைக்கற மாதிரி ஆளு இல்லை நான். இப்போ உங்களை நான் போலீஸ்ல ரிப்போர்ட் பண்ண முடியும்" என்று அவன் சொல்லிக்கொண்டிருக்கும்போதே, "லுக் மிஸ்டர், கலாட்டா பண்ணாதே. கூட்டத்தைக் கூட்டிடுவேன்" என்று உச்சக்குரலில் அதட்டினாள் பிருந்தா. தீபக் வெகுண்டான். "போத் ஆஃப் யூ, கம் டு த ஸ்டேஷன் ஐ ஸே!" என்ற வண்ணம் பாண்ட் பாக்கெட்டிலிருந்து சார்ஜ் ஷீட்டைக் கையில் எடுத்தான். பின்னர் தனது அடையாள அட்டையை அவள் முகத்துக்கருகில் நீட்டி, "லுக் அட் திஸ், டாமிட்! நான் இப்போ போலீஸ் சர்வீஸ்ல இருக்கேன். ஐ கேன் சார்ஜ் யூ, அண்டர்ஸ்டாண்ட்?" என்று ஆவேசத்துடன் உறுமினான். இதற்கிடையில் அந்தக் கைலிக்காரன் ஓடி மறைந்து விட்டான். கூட்டம் வேறு கூடிவிட்டது. பிருந்தாவுக்கு ஏறக்குறைய அழுகை வந்து விட்டது. அவமானம் கலந்த அழுகை... இயலாமை கலந்த அழுகை... தோல்வி கலந்த அழுகை...

தீபக்கின் முகத்தைப் பரிதாபத்துடன் நோக்கினாள். வேதனிடம் அகப்பட்ட பறவையைப் போல் தவித்தாள். 'என்னை விட்டு விடேன். உனக்குக் கோடிப் புண்ணியம்' என்று பார்வையில் கெஞ்சினாள். தீபக் தனது கோபம் முழுவதையும் தளர்த்திக்

கொண்டு சுயநிலைக்கு வந்து, "இப்போ வார்ன் பண்றேன்... ம் ம்... கெட் லாஸ்ட்" என்று கூறிவிட்டு மிடுக்குடன் நகன்றான். பாதி அழுகையுடனும், பாதி ஓட்டத்துடனும் வேகமாகச் சென்று தனது பியட் காரில் ஏறி அமர்ந்தாள் பிருந்தா. அகல்யாவும் அதில் ஏறிக்கொள்ள, விருட்டென்று டாப் கியருக்கு மாறி, மவுண்ட் ரோட்டில் கலந்தாள் பிருந்தா. சற்றுத் தூரத்தில் நின்று இதையெல்லாம் பார்த்த வண்ணம் இருந்த தீபக், பிருந்தாவின் உடை, பாவனை மற்றும் அவள் காரை உரிமையோடு ஓட்டிச் சென்ற விதம் எல்லாவற்றையும் கவனித்து, காருக்குச் சொந்தக்காரி அவள்தான் என்று முடிவு கட்டி, கார் நம்பரை கவனமாக நோட் செய்து கொண்டு மெல்லச் சிரித்துக் கொண்டான்.

எண்ணி மூன்றாம் நாள், பிருந்தாவுக்கு அவள் பெயரில் கடிதம் வரவே, 'யாராக இருக்கும்' என்று எண்ணியவாறு கவரைப் பிரிக்க, ஞாயிற்றுக்கிழமை பார்க்க முடியாமல் போன அந்தச் சினிமாவிற்கான இரண்டு முதல் வகுப்பு ரிசர்வ்டு டிக்கெட்டுகள். கூடவே ஒரு துண்டுக் கடிதம்.

'உங்களுக்கும் உங்கள் தோழிக்கும் இந்த டிக்கெட்டுகள். இப்படிக்கு, அவசர போலீஸ்'

அவளுக்கு ஏனோ மிகவும் சந்தோஷமாக இருந்தது. இன்றைக்கு நினைத்துப் பார்க்கையில், அன்றைக்குத் தியேட்டர் வாசலில் தீபக் செய்தது, ஒரு காவல் துறை அதிகாரி என்கிற முறையில் மிகவும் சரியாகவே பட்டது. அவளது உணர்ச்சிகளை மதித்து, இன்று அதே கண்டிப்புக்காரன் தன் பொருட்டு சிரமம் எடுத்து இரண்டு டிக்கெட்டுகளை அனுப்பியுள்ளான். அட, என் அட்ரஸ் எப்படித் தெரிந்திருக்க முடியும் அவனுக்கு...? யோசித்தாள். 'ஒரு வேளை என் கார் நம்பரை வைத்து, ஆர்.டி.ஓ மூலம் விலாசம் கண்டுபிடித்திருப்பானோ... அவன் ஒரு கெட்டிக்காரக் காவல் அதிகாரிதான்.'

அவன் மேல் ஓர் இனம் புரியாத அன்பும் மதிப்பும் ஏற்பட்டன.

அந்த வார ஞாயிற்றுக்கிழமை, அவளும் அகல்யாவும் அந்த டிக்கெட்டுகளில் சினிமாவுக்குச் சென்றனர்.

பிருந்தாவுக்கு, தீபக்கைப் பார்க்க வேண்டும் போலிருந்தது. அவனுக்குக் குறைந்த பட்சம் நன்றியாவது சொல்ல வேண்டும். அடுத்தவர்களுடைய உணர்ச்சியை மதிக்கிற அவன் குணத்திற்குப் பாராட்டுச் சொல்ல வேண்டும். அவனுக்கு ஏன் அவள் மீது அவ்வளவு அக்கறை? அன்றைக்கு அவளுடைய ஏமாற்றத்தை, அவமானத்தை, அவன் ஈடுசெய்ய முயன்று, தனது விலாசத்தைப் போலீஸ் பாணியில் கண்டுபிடித்து, வேலைமெனக்கெட்டு ரிஸர்வ் செய்த அவனைப் பார்க்க வேண்டுமென்ற ஆவல் அதிகமாகியது. தியேட்டரில் விளக்குகள் அணைக்கப்பட்டு, 'வெல்கம்' ஸ்லைடு போட்டபோது, "நான் எடுத்துக் கொடுத்த டிக்கெட்டில் நீங்க வரமாட்டிங்களோன்னு நினைச்சேன்" என்ற வண்ணம் அவள் பக்கத்து சீட்டில் உட்கார்ந்தான் தீபக்.

"ஓ... யூ!" அவள் மிகவும் சந்தோஷப்பட்டுப் போனாள். "அன்னிக்கி நான் உங்ககிட்டே நடந்துகிட்டது உங்களுடைய மனசைப் புண்படுத்தியிருந்ததுன்னா மன்னிச்சுக்கோங்க பிருந்தா... அண்ட் ஐ ஷூட் தேங்க் யூ ∴பார் அக்ஸப்டிங் மை டிக்கெட்ஸ்."

"நான் சொல்ல வேண்டிய டயலாக்கை நீங்க கொஞ்சம் மாத்திச் சொல்ரீங்க" என்றாள்.

'இருட்டில் கூட இந்தப் பெண்ணின் கண்களில் என்ன பளபளப்பு' என்று தீபக் எண்ணிக்கொண்டான். "பிருந்தா, மூணு வருஷத்துக்கப்புறமும் உங்க பெயரை நான் ஞாபகம் வச்சிருக்கிற மாதிரி என் பேரை உங்களுக்கு ஞாபகம் இருக்குதா..."

"ஓ... நீங்க மாமா தானே!" என்றாள்.

"மாமாவா?" என்று குழம்பினான் புரியாமல்.

"ஆமா, என்னை நீங்க மாமின்னு சொல்லலாம். உங்களை நான், மாமான்னு சொல்லக் கூடாதா?". இருட்டில் கூட அவள் விழிகளில், அவற்றின் பாவங்களில் கவிதை லயத்தைக் கண்டான் தீபக். "க்க்கும்" என்று தன்னுடைய இருப்பைத் தெரியப்படுத்தி,

"படம் ஆரம்பிச்சிடுச்சி" என்று கூறினாள் அகல்யா. படம் மட்டுமா, அவர்களின் காதலும் அன்றுதான் ஆரம்பமானது...

நினைத்துப் பார்க்கையில் நெஞ்சமெல்லாம் இனித்தது... இடையே அவளாகவே படுக்கையில் புரண்டு கொண்டு இலேசாகச் சிரித்துக் கொண்டாள். ஆனால் அவன் பிரிவை எண்ணும் போது அந்த சோகம் ஒரேயடியாக அவளை அழுத்துகிறது. நாளை அவன் வருவான்... வர வேண்டும்... அவனை வரவைக்கும் சக்தி என் அன்பிற்கு உண்டு... அவள் உறங்கிப் போனாள். இரவு மணி இரண்டு.

**மா**லை மணி ஐந்தரை.

சென்னை நகரத்தின் மக்கள் பஸ்ஸிற்காகப் பரபரத்துக் கொண்டிருந்தார்கள். சோடியம் லைட் போட்டது போல் மாலை வெய்யில் மஞ்சள் இறைத்திருந்தது. வேறு ஏதோ ஒரு வழக்கு விஷயமாக, தீபக்கும் ராஜசேகரும் போலீஸ் ஜீப்பில் விரைந்து கொண்டிருந்த போது, "அதோ... நம்ம ஜீப்புக்கு முன்னாடி மோட்டார் பைக்கில போறான்ல சார், அவன் தான் சுகுமார். கிருஷ்ணமூர்த்தியோட ஆபீஸ்ல அக்கவுண்டண்டா இருக்கான்" என்றான் ராஜசேகர். ஏதோ நினைவில் இருந்த தீபக் அசுவாரசியமாய்ப் பார்க்க, அந்த மோட்டார் பைக் வாலிபன் ஆறடி உயரம் இருப்பான் போல் தோன்றியது. உட்கார்ந்தபடிக்கே இத்தனை உயரம். தலையில் ஹெல்மெட், கைகளில் கறுப்பு நிறத்தில் க்ளவுஸ் சகிதமாய் பைக்கைக் கம்பீரமாய்ச் செலுத்திக் கொண்டிருந்தான். தீபக்கிற்கு சட்டென்று உற்சாகம் பிறந்தது. "ராஜசேகர், கிருஷ்ணமூர்த்தியோட ஆபீஸ்ல வேலை பாக்கறது ஆறு பேர்னு சொன்னியே, ஒருத்தன் இவன்... ஒருத்தன் கிருஷ்ணமூர்த்தி... பாக்கி நாலு பேர்?"

"ஒருத்தர் மேனேஜர். இன்னும் இரண்டு வருஷத்துல ரிட்டையர் ஆகிடுவார். இரண்டு பேர் பெண்கள்... ஒருத்தி ரம்யா, ஒருத்தி அலமேலு. ஒருத்தன் பதினைஞ்சு வயசுல ஆபீஸ் பையன்."

"ஆபீஸ் பையனா... யாரு, குமுதத்தில போடறாங்களே அவனா...?"

"ஹி ஹி" (ப்ரமோஷனுக்காக இவன் அறுவை ஜோக்கிற்கும் சிரிக்கிறான்.)

"லீவ் இட். அந்தப் பெண்களைப் பத்திச் சொல்லு..."

"அலமேலு கல்யாணமானவ... நாற்பது வயசு இருக்கும். இன்னொருத்தி கல்யாணமாகாதவ... ரம்யா."

"ஆளு எப்படி இருப்பா?"

"லாலா கடை லட்டு மாதிரி இருந்தா சார்."

திடிரென்று என்ன தோன்றியதோ தீபக்கிற்கு, "டிரைவர் அந்த பைக்கை ∴பாலோ பண்ணு." ராஜசேகருக்கு அதன் அர்த்தம் விளங்கவில்லை. ஜீப் சற்று இடைவெளி விட்டு சீராகப் பின் தொடர, பைக் அடையாறில் உள்ள அமைதியான வீட்டு முன் நிற்க, ஜீப் சற்றுத் தொலைவிலேயே நின்றது. தீபக் விரைந்து சென்று அந்த வாலிபன் சுகுமார் நுழைந்த வீட்டை அடையாளம் கண்டு கொண்டு, பின்பு மீண்டும் ஜீப் நிறுத்தப்பட்ட தெரு முனைக்கே வந்தான். "என்ன சார், ∴பாலோ பண்ண வேணாமா...?"

"வெய்ட். அவன் ரூம்ல போய் செட்டில் ஆகட்டும். இன்னும் அரை மணி கழிச்சிப் போலாம்."

அரை மணி கழித்து,

"டக் டக் டக்".

தீபக் கதவைத் தட்ட, "ஒன் மினிட்" என்று உள்ளிருந்து சத்தம் வந்தது. லுங்கி பனியனுடன் சுகுமார் கதவைத் திறந்தான். திறந்தவன் இரண்டு போலீஸ் அதிகாரிகள் நிற்பதைக் கண்டு திகைத்து பின்னர் சுதாரித்து, "யார் வேணும் உங்களுக்கு?" என்றான். தீபக்கும் ராஜசேகரும் பதில் சொல்லாமல் புன்னகையுடன் உள்ளே நுழைந்தார்கள். ராஜசேகர், தீபக் சொல்லி வைத்தபடி, "சார், இவர் சுகுமார். கிருஷ்ணமூர்த்தியோட ஆபீஸ்ல வேலை பாக்கறார். இவர் தீபக். என்னோட பாஸ்" என்று இருவருக்கும் பரஸ்பரம் அறிமுகம் செய்து வைத்தான். "நான் ஏதேனும் உங்களுக்கு உதவி பண்ண முடியுமா மிஸ்டர்

தீபக்? கிருஷ்ணமூர்த்தியோட வழக்கு என்ன ஆச்சு?" என்றான் சுகுமார்.

"அதான் தற்கொலைன்னு முடிவு பண்ணி கேஸைக் க்ளோஸ் பண்ணிட்டோம். இப்ப நான் வந்தது வழக்கு சம்பந்தமா இல்லை. தற்செயலா இன்னொரு கேஸ் விஷயமா இந்தப் பக்கமா வந்துக்கிட்டிருந்தோம். அவசரமா பாத்ரூம் போக வேண்டியிருந்திச்சி. நல்ல வேளையா ராஜசேகர் நீங்க இந்த வீட்டுல நுழையறதப் பாத்துட்டான். ஸாரி, உங்கள டிஸ்டர்ப் பண்ணிட்டோம்."

"சேச்சே... அதெல்லாம் ஒண்ணுமில்ல."

"பாத்ரூம் எந்தப் பக்கம் இருக்கு...?"

"பின்பக்கம்... வாங்க அழைச்சிட்டுப் போறேன்."

சுகுமார் தீபக்கைப் பின்புறம் அழைத்துப் போக, ஏற்கனவே தீபக் சொல்லியிருந்தபடி ராஜசேகர் அறையைத் துரிதமாக நோட்டம் விட்டான். ராஜசேகருக்கு அதிக நேரம் கொடுக்கும் பொருட்டு, தீபக் சுகுமாரைக் காலம் தாழ்த்தினான்.

"இதான் பாத்ரூமா?"

"ஆமா."

"தண்ணி வருமா குழாய்ல?"

"வருமே... உள்ள பக்கெட்டில கூடத் தண்ணீர் இருக்கு."

"இதென்ன ரூம்? சமையலறையா?"

"_________________________"

"_________________________"

"_________________________"

இதற்குள்ளாக ராஜசேகர் முன் அறையில் தன் கைவரிசையைக் காட்டியிருந்தான்.

"**எ**ன்னப்பா, எதுனாச்சும் சிக்கிச்சா...?"

இரவு எட்டு மணிக்கு அந்த இரண்டு காவல்துறை வீரர்களும் தீவிரமாக அந்த வழக்கை ஆராய்ந்து கொண்டிருந்தார்கள்.

"இந்த ரெண்டு லெட்டரையும் சுகுமார் வீட்ல இருந்து கிளப்பிட்டு வந்துட்டேன்."

தீபக் படித்துப் பார்த்தான். மெலிசாக விசில் அடித்தான். "பாத்தியா கண்ணா, நான் போட்ட கணக்கு என்னிக்கும் தப்பாது" என்றான் தீபக்.

"ஆமா சார். உங்களுக்கு எப்படி சுகுமாரை ரோட்டில பைக்கில பார்த்த போதே அவனை ∴பாலோ பண்ணனும்னு தோணிச்சு?"

"அது கூட ஒரு குருட்டு யூகம் தான். Wild Guess. ஆனா, எனக்கு எதுனால தெரியுமா சந்தேகம் வந்துச்சு?" தீபக் சொன்ன போது, ராஜசேகர் அதிசயித்தான். பின்னர் மெதுவாக ராஜசேகர் கவலை தோய்ந்த குரலில் சொன்னான், "இதெல்லாம் சரிதான்... ஆனா இதை எப்படி ருசுப்படுத்தறது? நமக்குத் தேவை ஆதாரம் பாஸ்."

தீபக் கழுத்தைத் தேய்த்துக் கொண்டான். "யோசிச்சா வழி தெரியாமலா போய்ரும்? ஒண்ணு தெரிஞ்சுக்கோ ராஜசேகர். சாமர்த்தியமா ஒரு மனிதனால் கொலை செய்ய முடியுங்கறப்போ, சாமர்த்தியமா அதைக் கண்டுபிடிக்க மனுஷனால முடியாதா என்ன? எல்லாத்துக்கும் ஒரு வழி இருக்கு. மிச்சக் கதையை எங்கிட்ட விட்டுடு. நாளைக்கு காலைக்குள்ளாற ஒரு யோசனை வராமலா போவது?"

**ஆ**பீஸ் வழக்கம்போல் துவங்கியது. அரைமணி நேரத்துக்கெல்லாம் டெலிபோன் ஒலித்தது.

"சுகுமார் சார், உங்களுக்குத்தான் போன்."

"ஹலோ, நான் சுகுமார் பேசறேன். யாரு பேசறது?"

"சுகுமார்தானே, உங்கிட்ட ஒரு முக்கியமான விஷயம் பேசணும்."

"எதப்பத்தி...? யாரு பேசறது?"

"கிருஷ்ணமூர்த்தி கொலை வழக்கைப் பத்தின முக்கியமான ஆதாரம் ஒண்ணு என்கிட்ட இருக்கு." சுகுமார் திடுக்கிட்டான். ஒரு நிமிடம் ஆபீஸில் யாரும் கவனிக்கிறார்களா என்று பார்த்தான். "அதுக்கும் எனக்கும் என்ன சம்பந்தம்? நீ யாரு?"

"நானா... கிருஷ்ணமூர்த்தியோட வீட்டு ஓனர் சுப்ரமணியன்." இப்போது அந்தக் குரலை அடையாளம் கண்டு கொண்டான் சுகுமார்.

"சுகுமார், அந்தக் கொலையை நீ செஞ்சதுக்கான தடயம் இல்லன்னு நீ நெனச்சுக்கிட்டிருக்க. ஆனா ஒரு முக்கியமான தடயம் ஒண்ணை நீ விட்டுட்டுப் போயிட்ட. கிருஷ்ணமூர்த்தி கயத்துல தொங்கினதைப் பாத்த முதல் ஆள் நான்தான். போலீஸ் வர்றதுக்குள்ள அந்தத் தடயத்த பத்திரப்படுத்திக்கிட்டேன்."

சுகுமாருக்குக் காலுக்குக் கீழே பூமி நழுவியது போலிருந்தது. "பொய். நீ சொல்றது எதுவும் எனக்கு தெரியாது."

"போனை வச்சுராதே. நீ தாமதிக்கிற ஒவ்வொரு நிமிஷமும் உனக்கு ஆபத்து. உனக்குத் தெரியும்ல, தீபக் புத்திசாலி. சும்மா விட்ற மாட்டான். நீயும் புத்திசாலித்தனமா நடந்துக்க."

'எங்கே தவறு?' சுகுமார் ஒருகணம் யோசித்துப்பார்த்தான். புரியவில்லை.

"என்னப்பா யோசிக்கிற? நான் உங்கிட்ட சில விஷயங்கள் எதிர்பாக்கறேன்."

"நான் என்ன பண்ணனும்?"

"நீ இப்ப உடனே என் வீட்டுக்குப் புறப்பட்டு வா. விவரமா இங்க பேசலாம்.... எல்லாத்தையும் போன்ல சொல்ல முடியாது பாரு. வச்சுரட்டுமா? உடனே வந்துர்ரா." எரிச்சலுடன் போனை வைத்தான் சுகுமார். 'இப்போது என்ன செய்யலாம்... அப்படியே விட்டுவிடலாமா? வேண்டாம். அந்த சுப்ரமணியன் ஒரு அரைக்கிறுக்கன். ஏதாவது மடத்தனம் செய்து விடுவான்.

அவனைப் பார்த்து, அவன் சொல்கிற தடயத்தைப் பறிக்க வேண்டும்... மறுத்தால் அவனையும்...'

ஆபீஸில் லீவு எடுத்துக்கொண்டு சுப்ரமணியனின் வீட்டுக்குச் சென்றான். சுப்ரமணியன் வாசலிலேயே நின்றிருந்தார். "வீட்டுல எல்லாத்தையும் கோயிலுக்கு அனுப்பிட்டேன். வா உள்ளார. சொன்னபடி சீக்கிரமா வந்துட்டியே."

சுகுமார் உள்ளே போகும் முன், பாண்ட் பாக்கெட்டினுள் இருந்த ஆயுதத்தைத் தடவிப் பார்த்துக்கொண்டான். அவர்கள் இருவரும் அறைக்குள் நுழைந்தனர். நுழைந்தவுடன் சடக்கென கதவை மூடிவிட்டு சுப்ரமணியனின் கழுத்தைப் பிடித்தான். "ஏய் கிழவா, தடயம்னு சொன்னியே, என்ன அது?"

சுப்ரமணியன் நிதானமாகச் சொன்னார். "டேய் பையா, கையை எடுடா. நீ என்னைக் கொன்னாலும் கொன்னுடுவேன்னு எனக்குத் தெரியும். எல்லாம் நானும் முன்கூட்டியே திட்டம் போட்டுத்தான் வச்சிருக்கேன். என்னை நீ கொன்னுட்டேன்னா, அடுத்த 24 மணி நேரத்துக்குள்ள அந்தத் தடயம், தன்னால போலீஸ் கைக்குப் போய்ச் சேர்ந்துடும். அதுக்கு ஏற்பாடு பண்ணியிருக்கேன். அதனால் என்னைக் கொல்றதுனால எந்தப் பிரயோஜனமும் இல்ல."

கையை எடுத்தான். "சரி சொல்லித்தொல... என்ன தடயம் கிடச்சது? உனக்கு என்ன வேணும்?"

"எல்லாத்தையும் கரெக்டா செஞ்சுட்ட. ஆனா அந்த ஒரு விஷயத்துல மட்டும் கோட்ட விட்டுட்ட..."

"எங்க கோட்டை விட்டேன்...?"

"நீயே ஒரு தடவை வரிசையா சொல்லிட்டு வா. தன்னால புரியும்... நீ மாடிக்கு வந்தவுடனே என்ன பண்ணின?"

"கிருஷ்ணமூர்த்தியோட அறைக்குள்ள நுழைஞ்சதும் கதவப் பூட்டினேன்... அப்புறம் என்ன பண்ணினேன்? சரியா ஞாபகம் இல்லை."

"அவன் பின்பக்கமா வந்து கயித்தைப் போட்டுக் கழுத்துல இறுக்கினியே, அதுக்கப்புறம் என்ன பண்ணினேன்னு யோசிச்சுப் பார்."

"இறுக்கினப்புறம் என்ன பண்ணினேன்…? ம்… உடனே ∴பேன்ல தொங்கவிட்டேன்… அப்புறம் தயாரா எழுதியிருந்த போலிக் கடிதத்தை அவன் மேஜைல வச்சேன்…"

"அந்த ரெண்டுக்கும் நடுவிலதான் நீ கோட்டை விட்டுட்ட… நல்லா யோசிச்சுச் சொல்லு…"

"யார்ரா நீ அறுக்கிற. உன்கிட்ட என்ன இழவுத் தடயம் இருந்ததுன்னு சொல்லுவியா… சொல்லிட்டு எவ்வளவு வேணும்னு சொல்லி அழு. அத விட்டுட்டு அப்பறம் என்ன செஞ்ச, இப்பறம் என்ன செஞ்சன்னு அறுக்கிற" சுகுமார் பொறுமையிழந்தான்.

"அதுக்கெல்லாம் அவசியமில்லை மிஸ்டர் சுகுமார்… யூ ஆர் அண்டர் அரஸ்ட்." பீரோவுக்குப் பின்னால் இருந்து வந்த தீபக்கும் ராஜசேகரும் விருட்டென்று அவனைப் பிடித்துக் கொண்டார்கள். "நீ சொன்னது வாக்குமூலம் ஆகிட்டது. வாடா கண்ணா போகலாம்." என்றார்கள். அவர்கள் கையில், டேப் ரிகார்டர் சுழன்று கொண்டிருந்தது. சுகுமாரனின் தலையும்தான்!

அனைவரும் மகிழ்ச்சியுடன், கான்பரன்ஸ் அறையில் அமர்ந்திருந்தனர், கமிஷனர் உட்பட. அந்த சர்க்கிளைச் சேர்ந்த அனைவரும் வந்திருந்தனர். தீபக் பெருமையுடன் நடுவில் கமிஷனருக்குப் பக்கத்தில் அமர்ந்திருந்தான். அனைவருக்கும் ஜூஸ் வழங்கப்பட்டுக் கொண்டிருந்தது. கான்பரன்ஸ் அறைக்கு வெளியே பத்திரிகை நிருபர்களும், புகைப்படக்காரர்களும் காத்துக்கிடந்தனர்.

"For the intelligence of our beloved Deepak…" என்று கமிஷனர் தீபக்கிற்குப் பூங்கொத்து வழங்கினார்.

"ஆமாப்பா தீபக், எனக்கு ஒண்ணுமே புரியவில்லை… திடீர்னு எங்கிட்ட இன்னைக்குக் காலைல வந்து வழக்கைக் கண்டு

பிடிச்சுட்டேன். வாக்கு மூலத்தைக் கேட்க வாங்கன்னு கூப்பிட்ட. உண்மையில் என்னதான் நடந்துச்சு? எப்படி இந்த வழக்கு தற்கொலை இல்லை, கொலை வழக்குன்னு முதல்ல முடிவு கட்டின? இவன் மேல எப்படி சந்தேகப்பட்ட? எல்லாத்தையும் விவரமா சொல்லு. மத்த அதிகாரிகளுக்கும் சில புது விஷயங்கள் தெரியலாம்." கமிஷனர் கேட்டுக் கொண்டதன் பேரில் தீபக் ஆரம்பித்தான்.

"சொல்லப்போனா, இந்த வழக்கைத் தற்கொலைன்னு முடிவு பண்ணி ரிப்போர்ட் கூட தயார் பண்ணியாச்சு. அதுல கையெழுத்துப் போடக் கூட நான் ரெடியா இருந்தேன். அதுக்கு முன்னாடிதான், ராஜசேகர் ஒரு பேனாவைக் குடுத்துட்டுப் போயிருந்தான். அந்தப் பேனாவை நாங்கதான் கிருஷ்ணமூர்த்தி வீட்டுல இருந்து கைப்பற்றி இருந்தோம். அது திறந்தபடி, அவனது தற்கொலைக் கடிதத்தின் மேல வைக்கப்பட்டிருந்தது. ரிப்போர்ட்ல கையெழுத்துப் போடும் போது, என் பேனா மக்கர் பண்ணியது. உடனே கிருஷ்ணமூர்த்தியோட பேனாவை உபயோகிக்க எண்ணி சும்மா எழுதிப்பார்த்தேன். அப்போதான் எனக்குத் திடீர்னு ஸ்ட்ரைக் ஆச்சு. அந்தப் பேனா கறுப்புக் கலர்ல எழுதுச்சு. ஆனா கிருஷ்ணமூர்த்தியோட தற்கொலைக் கடிதம் எழுதப் பட்டிருந்ததோ ப்ளூ கலர். இந்த பேனாவோ அந்தக் கடிதத்தின் மேல் பேப்பர் வெய்ட்டுக்குப் பக்கத்தில, அதுவும் திறந்தபடி இருந்துச்சு. ஸோ, இந்தப் பேனாவை வச்சு அந்த கடிதத்தைக் கிருஷ்ணமூர்த்தி எழுதியிருக்க முடியாது. அதனாலதான் இது தற்கொலை இல்லை - கொலைன்னு தெரிய வந்தது. கிருஷ்ணமூர்த்தியைக் கொலை செய்தவன், ஏற்கனவே தயாராக அவன் கையெழுத்து மாதிரி எழுதிக் கொண்டு வந்திருந்த கடிதத்தை, மேஜல வச்சி ரொம்பத் தத்ரூபமா இருக்கணுங்கிறதுக்காக கிருஷ்ணமூர்த்தியோட பேனாவை எடுத்து திறந்து வச்சிட்டுப் போயிருக்கான்... ஆனா கடிதம் எழுதப்பட்டிருந்து ப்ளூ மையினாலன்னும், கிருஷ்ணமூர்த்தியோட பேனாவில கறுப்பை மைன்னும் அவனுக்குத் தெரியாமப் போய்டுச்சு. அங்கதான் மாட்டிக்கிட்டான். அடுத்த பிரச்சனை, கொலைன்னு முடிவு

ஆனப்பறம், யார் இதைச் செய்தா? ஒரு விஷயம் நல்லாத் தெரிந்தது. கிருஷ்ணமூர்த்தியோட நெருங்கிப் பழகுறவங்க, அவனுக்கு அடிக்கடி வயிற்றுவலி வரும்னு தெரிஞ்சவங்கதான் இதப் பண்ணியிருக்கணும். அதையே சாதகமாகப் பயன்படுத்தித் திட்டமிட்டுக் கொலை பண்ணியிருக்காங்கன்னு முடிவு பண்ணினேன். அப்போதான் ஒரு க்ளூ கிடச்சது. அந்தத் தற்கொலைக் கடிதம் ஒரு முழுப்பக்க அளவும் இல்லாம, அரைப்பக்கமும் இல்லாம ஒரு வித்தியாசமான சைஸில் இருந்ததைக் கவனிச்சேன். அதே மாதிரிப் பேப்பர்தான் கிருஷ்ணமூர்த்தியோட ஆபீஸ்ல உபயோகப் படுத்துறாங்க. வேலை பாக்கற எல்லாருக்கும் கிருஷ்ண மூர்த்தியோட வயிற்று வலி தெரிஞ்ச விஷயம்தான். ஸோ, இந்த ரெண்டும் மேட்ச் ஆகிறதுனால இந்தக் கொலை பண்ணினவன் அந்த ஆபீஸ்லதான் வேலை பார்க்கணும்னு முடிவு பண்ணினேன். இந்த வழக்கைத் தற்காலிகமா ஒத்திப் போட்டேன். ஏன்னா மறுபடியும் விசாரிக்கிறோம்னு தெரிஞ்சா கொலையாளி உஷாராய்டுவான்னு நினைச்சேன். ஆனா, தற்செயலா அந்த ஆபீஸ்ல வேலை பாக்கற சுகுமாரை ரோட்டில மோட்டார் பைக்கில் போய்க்கிட்டு இருந்தப்பப் பார்த்தேன். ராஜசேகர் அடையாளம் காண்பிச்சான். சுகுமார் ஹெல்மெட், கையில க்ளவுஸ் போட்டுட்டு பைக் ஓட்டிக்கிட்டுப் போய்க்கிட்டிருந்தான். அந்த க்ளவுஸ் என்னை மிகவும் உறுத்திச்சி. இந்தத் தற்கொலை ஜோடனயில், எங்கயும் கைரேகையே இல்லாம கையுறைகளைப் பயன்படுத்தியிருக்கிறது ஒரு விஷயம். ஏற்கனவே இருக்கற இரண்டு விஷயத்தோட, இதுவும் ஒத்துப் போறதுனால ஏன் இவனா இருக்கக் கூடாதுன்னு முடிவு பண்ணி அவன் வீட்டுக்குத் தற்செயலாப் போற மாதிரி போயிருந்தோம். ராஜசேகர் இரண்டு லெட்டர்களை சுகுமாருக்குத் தெரியாமக் கிளப்பிட்டு வந்திருந்தான். முதல் கடிதம், பாதில எழுதப்பட்ட கடிதம். அவன் அதை எழுதிக் கிட்டிருந்தப்பதான் நாங்க போய்டோம் போலருக்கு. அவன் அதை அவங்க ஆபீஸ்ல வேலை பாக்கற ரம்யாவிற்கு எழுதியிருந்தான். 'உன் காதலன் கிருஷ்ணமூர்த்தி இறந்தது உனக்கு எவ்வளவு பெரிய அதிர்ச்சியாக இருக்கும்

என்று என்னால் உணர முடிகிறது ரம்யா... என்ன செய்வது... கடந்ததை எண்ணிக் கவலைப்பட்டு என்ன பயன்? உன் வாழ்க்கையை நீ வீணாக்கி விடுவதால் இறந்தவன் வந்துவிடவா போகிறான்? நீ விரும்பினால் என்னை மணம் செய்து...' என்று எழுதி வைத்திருந்தான். இந்தக் கடிதம் மூலம்தான் சுகுமார் கொலைகாரன்னு ஏறக்குறைய முடிவு பண்ணினேன். கடிதத்தின் தொனி மிகவும் உறுத்தலாக இருந்தது. காதலன் இறந்து எண்ணி நான்காம் நாள், இவன் அந்தக் காதலிக்குக் கடிதம் எழுதுகிறான். அதுவும் அவளை மணம் செய்து கொள்வதாக... ஏதோ கிருஷ்ணமூர்த்தி சாகமாட்டானான்னு காத்துக்கிட்டிருந்த மாதிரிதான் அந்தக் கடிதத்தோட நடை இருந்தது. கொலை செய்ய என்ன மோடிவேஷன் இருக்க முடியும்னு குழம்பிக்கிட்டிருந்தப்போதான், இந்த லெட்டர் மூலம் அது புரிய வந்தது. கிருஷ்ணமூர்த்தி காதலிச்ச பொண்ணை இவனும் காதலிச்சிருக்கான். இதான் மோட்டிவேஷனா இருக்க முடியும்னு முடிவு பண்ணிணேன். ராஜசேகர், சுகுமாரோட வீட்டில இருந்து கிளம்பிட்டு வந்த இன்னொரு கடிதம், சுகுமாருக்கு யாரோ நண்பன் எழுதியிருந்த கடிதம். அதில அந்த நண்பன் எழுதி இருக்கான், 'சுகுமார், நீ அசலா எங்கப்பா மாதிரியே எனக்கு லெட்டர் எழுதி என்ன முழுசா ஏமாத்திட்டே' என்று. இதன் மூலம், சுகுமார் மத்தவங்க மாதிரி எழுதுற கலை தெரிஞ்சவன்னு தெரிஞ்சுது. இது மேலும், அவன்தான் கொலை செய்திருக்கக் கூடும்னு ருசுப்படுத்த உதவுச்சு. ஆனா இவ்வளவும் உண்மைன்னு வச்சகிட்டாலும், எந்தவித உறுதியான ஆதாரமும் இல்லாம எப்படி இவனை மடக்கறதுங்கறது பெரிய பிரச்சனையா இருந்தது. ஒரு ப்ளைண்ட் ரிஸ்க் எடுக்கிறதைத் தவிர வேறு வழியில்லைன்னு தோணிச்சு. எவ்வளவுதான் சாமர்த்தியமா கொலை பண்ணியிருந்தாலும், மனசில திகில் காரணமா, எதையோ தவற விட்ட மாதிரி ஒரு எண்ணம் எந்தக் கொலையாளிக்கும் இருக்கும். தவிர, சுகுமார் ரெகுலர் கொலைகாரன் அல்லவே. ஏதோ காதல் வெறியினால் கொலை செய்திருக்கான். அதனால, நிச்சயம் அவன் மனசில டவுட் இருந்துகிட்டே இருக்கும். அத உபயோகப்படுத்த

முயற்சித்தேன். சுப்ரமணியன்கிட்டே சொல்லி ப்ளாக்மெயில் பண்ற மாதிரி நடிக்கச் சொன்னேன். சுப்ரமணியன், வீட்டுக்காரன்கிறதாலே அவன் ப்ளாக்மெயில் பண்ணினப்போ, சுகுமாருக்கும் சுப்ரமணியன் பாத்திருப்பானோங்கிற சந்தேகம் வராமல் போகாது. ஆக, நினைச்சபடி பய மாட்டிக்கிட்டான்."

நிதானமாகவும் ஆர்வமாகவும் கேட்டுக் கொண்டிருந்த கமிஷனர், "ஏம்ப்பா தீபக், நீ இந்த வேகத்தில வேலை பார்த்தா ரொம்பச் சின்ன வயசிலேயே கமிஷனரா வந்துடுவே. என்னால சின்ன வயசில கமிஷனராக முடியல. ரிடையராகப் போறப்போ ஆகியிருக்கேன். என்ன காரணம் தெரியுமோ? நான் சின்ன வயசிலே காதலிக்காம போனதாலதான்."

அறை முழுவதும் சிரிப்பு அலை.

**மெ**ரினா பீச்.

வானம் முழுவதும் நட்சத்திரப் பூக்கள் சிதறிக் கிடந்தன. குளுமையாகக் கடல் காற்று வீசிக் கொண்டிருந்தது.

ஒரு இருட்டான படகு மறைவில் மணலில் தீபக் - பிருந்தா. முழங்காலைக் கட்டிக்கொண்டு, டிசம்பர் பூக்கலரில் சேலையும், ரவிக்கையுமாக ஒரு இரவுத் தேவதை போல் பிருந்தா.

இருக்கிற சென்ட் மணம் போதாதென்று, கூந்தலில் ஏராளமான மல்லிகைப்பூ.

தீபக் மோகித்துப் போய் அவள் அருகில் அமர்ந்திருந்தான். தன்னுடைய வீரப் பிரதாபங்களை முதலில் இருந்து முடிவு வரை அளந்து கொண்டிருந்தான் தீபக்.

ஆனால், பிருந்தா இதில் சுவராஸ்யம் இல்லாதது போல் வெறுமனே "உம்" என்று மட்டுமே சொல்லிக்கொண்டிருக்க, தீபக் கோபத்துடன், "எவ்ளோ பெரிய விஷயம் சொல்லிட்டு வரேன், நீ பாட்டுக்கு மூஞ்சைத் தூக்கி வச்சுக்கிட்டு இருக்கியே? குறைந்த பட்சம் ஒரு பாராட்டுக் கூட கிடையாதா மகாராணியிடமிருந்து?" என்றான்.

"அடடே, பாராட்டு வேறே கேட்குதா... ஆறுநாளா என்னைப் பார்க்கணுங்கிற நினைப்பே இல்லை. குறைந்த பட்சம் ஒரு மன்னிப்பாவது எங்கிட்டே கேட்டிருக்கக் கூடாதா...?"

"அடியேனை மன்னித்து அருளுங்கள் தேவி!" அவன் கை கூப்பினான்.

"மன்னிக்க வேண்டுமென்றால் பத்துத் தோப்புக்கரணம் போட வேண்டும் பக்தா..."

"ஹி ஹி... அதான் கல்யாணத்துக்கப்புறம் தினந்தினம் போடப்போறேனே... கல்யாணத்துக்கு முந்தி கூடப் போடணுமா?!"

"அசடு வழியாதீர் அன்பரே... சொன்னதைச் செய்யவும்." அவன் சுற்றும் முற்றும் பார்த்துக்கொண்டு எழுந்து பாண்ட்டில் ஒட்டியிருந்த மணலைத் தட்டிக்கொண்டு தோப்புக்கரணம் போட ஆரம்பித்தான்.

அவள் எண்ண ஆரம்பித்தாள்:

"1, 2, 3, 4, 5, 6, 7, 8, 9, 9.001, 9.002..."

அவன் அதிர்ந்து போய் நின்றுவிட்டான்.

"அடிப்பாவி 9.001-ன்னு எண்ணுறியே... உனக்கு இரக்கமே கிடையாதா...?"

"பாவி என்றா சொன்னீர்கள்? அதற்கு வேறு தண்டனை தனியாகத் தரப்படும்."

அவன் உட்கார்ந்து விட்டான். உட்காரும் போது அவளை ஒட்டிக் கொண்டு உட்கார்ந்தான். "தயவு செய்து தள்ளி உட்காரவும்" என்று விலகி உட்கார்ந்தாள்.

"என்னமோ, உன்னை நான் முழுவதும் மறந்துட்ட மாதிரில நடந்துக்கற. இந்த வழக்கு கண்டுபிடிக்கப்பட்டதே, நான் உன்னைய நினைச்சுக்கிட்டு இருந்ததாலதான். ரிப்போர்ட்டில கையெழுத்துப் போடறதுக்கு முன், உனக்கு லெட்டர் எழுதணும்னு பைத்தியமா இருந்ததால்தான் இது கொலை வழக்குன்னு கண்டுபிடிக்க

முடிஞ்சது. அப்படின்னா என்ன அர்த்தம்? டூட்டி டயத்திலே கூட நான் உன்னைத்தான் நினைச்சுக்கிட்டிருந்தேன்னு நிருபணம் ஆகுது. பாத்தியா?"

"கடமை நேரத்தில் காதலியைப் பற்றி எண்ணிக் கொண்டிருந்ததற்காக இ.பி.கோ 420-ன் படி... ஸ்... ஆவ்... கையை எடுங்க."

"அந்த லெட்டர்ல உனக்கு என்ன எழுதியிருந்தேன்னு நீ கேக்கலையே."

"என்னத்தைப் புதுசா எழுதியிருக்கப் போறீங்க. வழக்கமா எல்லாக் காதலர்கள் மாதிரி பேத்தி இருப்... ஊவ்... விடுங்கன்னா... ம்..."

அவன் விடவில்லை. அவள் ஆட்சேபிக்கவில்லை.

"அந்தக் கடிதத்தின் ஆரம்பமே அற்புதம் கண்ணே."

அவன், அவள் காதருகே கிசுகிசுத்தான். அவள் மோகனமாய் "ம்" என்றாள்

"கடிதம் ஆரம்பிக்கிறது... எப்படி தெரியுமா... பிரியமுள்ள பிருந்தா..." அந்தக் கடற்கரையில்,அவள் காதருகில் அவன் கடிதத்தைப் படித்துக் கொண்டே இருந்தான்.

# பிரியமுள்ள பிருந்தா

# 3

# பிரச்சனைகள்... பிரார்த்தனைகள்...

1980-களில் குமுதம் வாரப் பத்திரிக்கையில் வாசகர்கள் தங்கள் மனக்குறைகளை, 'குமுதம் பிரார்த்தனை கிளப்' என்ற பகுதிக்கு எழுதி அனுப்பினால், பிரசுரமான பின் ஒரு குறிப்பிட்ட நாளில் ஒரு குறிப்பிட்ட நேரத்தில் வாசகர்களின் குறைகளை நிவர்த்தி செய்யும்படி கூட்டுப்பிரார்த்தனை செய்ய வேண்டுகோள் விடுப்பார்கள். பலபேர் சேர்ந்து ஒரே நேரத்தில் வேண்டினால், பிரார்த்தனை அதிக பலன் கொடுக்கும் என்ற நம்பிக்கையின் அடிப்படையில், இந்தப் பகுதி வெற்றிகரமாக செயல்பட்டுக் கொண்டிருந்தது. அந்தக் காலக்கட்டத்தில், எழுதப் பட்ட கதை இது. அப்போதைய குமுதம் ஒன்றில், பின் வரும் கற்பனையான பிரார்த்தனை, கதையாகப் புனையப்பட்டுள்ளது. இனி குமுதத்தைப் புரட்டுங்கள்... பிரார்த்தனைக்குத் தயாராகுங்கள்...

## குமுதம் பிரார்த்தனை கிளப்

**என்** பெயர் தனலட்சுமி. எனக்கு வயது 27. எனக்கு இன்னும் திருமணமாகவில்லை. ஆனால் இதைப்பற்றிக் கூட எனக்கும் என் தாய்க்கும் அவ்வளவு வருத்தமில்லை. என் கூடப் பிறந்த சகோதரன் செல்வக்குமார் பத்தாவது படித்து வருகின்றான். கடந்த ஆறு மாத காலமாக அவன் நடவடிக்கை வேதனை தருவதாக உள்ளது. நானும் என் தம்பியும் சிறுவயதினராக இருக்கும் போது மில் ஒன்றில் வேலை பார்த்து வந்த எங்களது தந்தை, இயந்திரம் ஒன்றில் அடிபட்டு இறந்து போனார். அது முதல் எங்கள் தாயார்தான் தந்தையின் ஈட்டுத்தொகை மூலமும், தனது தையல் மூலம் கிடைக்கும் வருமானம் மூலமும்

எங்களைப் பராமரித்து வந்திருக்கிறாள். இந்த நிலைமையை எல்லாம் நன்கு அறிந்திருந்தும், என் தம்பி பொறுப்பில்லாமல் நடந்து வருகிறான். அவன் தற்போது பள்ளிக்குச் செல்வதையும் நிறுத்திவிட்டான். இருப்பினும், பள்ளிக்குச் செல்வதாய்ப் பொய் சொல்லிவிட்டு ஊர் சுற்றி வருகிறான். ஏற்கனவே வறுமை நிலை, வரதட்சணை காரணமாக எனது திருமணம் நடைபெறாமல் இருப்பது குறித்து என் தாய் வேதனை அடைந்து வருகிறாள். இந்நிலையில் இவனும் இப்படி நடந்து வருவது என் தாயை பெரும் துயரத்துக்குள்ளாக்குகிறது. எங்களது ஒரே நம்பிக்கை இவன்தான். இவனாவது ஏதாவது படித்துவிட்டு, நல்வாழ்க்கை வாழ்வான் என்ற நம்பிக்கையில் சிரமப்பட்டு அவனைப் படிக்க அனுப்பி வரும் என்தாய், அந்த நம்பிக்கையைக் கொஞ்சம் கொஞ்சமாக இழந்து வருகிறாள்.

என் தம்பி மனம் திருந்தி தாயின் மகிழ்ச்சிக்குரிய வகையில் நடக்க வேண்டும் என்றும், வாழ்க்கையில் இதுவரையில் மகிழ்ச்சியையே கண்டிராத என் தாய், வாழவிருக்கும் சொற்ப காலத்தையாவது சிறிதளவு சந்தோஷத்துடன் கழிக்க வேண்டும் என்றும் இறைவனிடம் பிரார்த்திக்குமாறு குமுதத்தின் பிரத்தனை கிளப் உறுப்பினர்களை இரு கைகூப்பி மன்றாடுகிறேன். நல்ல உள்ளங்களின் பிரார்த்தனைக்கு இறைவன் செவிசாய்ப்பான் என்று மனமாற நம்புகிறேன்.

s.தனலட்சுமி, மேட்டுப்பாளையம் - நான்காவது தெரு, கோயம்புத்தூர்.

**த**ம்பி இன்னும் வீடு வந்து சேரவில்லை. மணி இரவு பதினொன்று ஆகிறது என்று ஆலையில் சங்கு ஒலித்து அறிவித்து விட்டார்கள். அவன் வழக்கமாய் வர இன்னும் குறைந்த பட்சம் ஒரு மணி நேரமாவது ஆகும். அரிக்கேன் விளக்கின் அரைகுறை வெளிச்சத்தில் வீட்டினுள்ளே திரும்பிப் பார்த்தபோது, அம்மா அரைப்பாயில் முடங்கிக் கிடப்பது தெரிகிறது. தினம் தினம் இதுமாதிரி அவன் வரும் வரை வாசலில் காத்திருப்பதும், அவன் வந்ததும், கெட்டுப் போகாமல் இருக்கும் பொருட்டு நீர் ஊற்றி வைக்கப்பட்ட சோறை அவனுக்குப்

பரிமாறிவிட்டுப் படுக்கப் போவதும் எனக்கு வழக்கமாகி விட்டது. "தம்பி இன்னும் வரலியாம்மா?" அம்மா தூக்கத்தில் முனகுகிறாள். அம்மாவும் அவனைத் தம்பி என்றுதான் அழைக்கிறாள். அப்பா எப்படி அவனை அழைப்பார்? எனக்கு நினைவில்லை. அவன் பிறந்து இரண்டு மாதத்தில், இப்போது சங்கு ஒலி கேட்ட அதே ஆலையில், இயந்திர விபத்தில் இறந்து போனார். தம்பி வந்தாலும், யாருடனும் பேசுவதில்லை. இப்போதுதான்… கடந்த ஆறு மாதமாகத்தான் இப்படி அடியோடு மாறிவிட்டான். சோறு பரிமாறியவுடன் பஞ்சத்தில் அடிபட்டவன் போல் சாப்பிடுவான். சாப்பிட்டு முடிந்ததும், "தம்பி… தினம் ஏன் லேட்டாகுது?" என்று கேட்டால், பதில் சொல்லாமல் பாயை எடுத்துக்கொண்டு திண்ணைக்குப் போவான். நிமிர்ந்து கூடப் பார்க்க மாட்டான். "இன்னிக்காவது ஸ்கூலுக்குப் போனியா?" என்றால், அதற்கும் பதில் தராமல் தலையணையைச் சரி செய்வான். வாசல் நிலைப்படியில் நான் சாய்ந்து கொண்டே, "ஏம்ப்பா, நானும் அம்மாவும் உம்மேல எவ்வளவு நம்பிக்கை வச்சிருக்கோம் தெரியுமா? எல்லாத்தையும் சிதற அடிச்சுடாதே" என்று ஆரம்பித்தால் போர்வையை இழுத்துக்கொண்டு மூடிக்கொண்டுவிடுவான்.

"நான் பாட்டுக்குக் கேட்டுக்கிட்டே இருக்கேன்… நீ சும்மா இருந்தா எப்படி? எங்களை எல்லாம் பார்த்தா மனுஷங்களாத் தெரியலையா?" என்று அழுத்திக் கேட்டால், "என்னைத் தொந்திரவு பண்ணினீங்கன்னா, பள்ளிக்கூடம் போறதை நிறுத்தினது மாதிரி வீட்டுக்கு வர்றதையும் நிறுத்திடுவேன்" என்று போர்வைக்குள்ளிருந்து கத்துவான். அது இரவின் நிசப்தத்தில் நாரசாரமாய்க் கேட்கும். இதற்காகவே இவனை எதுவும் இப்போதெல்லாம் கேட்பதில்லை. காலையில் நாங்கள் எழுந்திருப்பதற்கு முன்னால் அவன் எழுந்து போயிருப்பான். ரொம்ப நாளாக அவன் பள்ளிக்கூடம் போய்க் கொண்டிருக்கிறான் என்றுதான் நானும் அம்மாவும் நம்பிக்கொண்டிருந்தோம். ஒரு நாள், அவன் ஸ்கூல் வாத்தியார் வந்து விசாரித்தார். "ஏன் செல்வக்குமார் இப்பல்லாம் ஸ்கூல் வர்றதில்லை? படிப்பை நிறுத்திட்டீங்களா இல்லைன்னா அவனுக்கு உடம்பு கிடம்பு

சரியில்லையா?" அப்புறம் இன்னும் விசாரித்ததில், ஸ்கூல் பீஸ் கூடக் கட்டவில்லை என்று வாத்தியார் சொன்னார். ஸ்கூல் பீஸ்... அம்மா எவ்வளவு கஷ்டப்பட்டிருப்பாள், அந்தப் பணத்தைச் சேர்க்க? என்ன செய்தான், அவன் அந்தப் பணத்தை? இப்போதாவது நானும் அம்மாவும் மாறி மாறித் தையல் வேலை செய்கிறோம். எனக்குத் தையல் தெரியாத போது அம்மா மட்டும்தான் தைப்பாள். தையல் மிஷின் இயக்கி இயக்கி அவள் கால்களும் கைகளும் மரத்துப் போனது தம்பிக்கும் தெரியும். தெரிந்தும் ஏன் இப்படி இருக்கிறான்? இன்னொரு மிஷின் வாங்கினால் இரண்டு பேரும், நானும் அம்மாவும் தனித்தனியே தைக்கலாம்தான். ஆனால் இப்போதெல்லாம் இரண்டு ஆள்வேலை இருப்பதில்லை. எந்தப் பெண் இப்பொழுது வீட்டுபெண்களிடம் ரவிக்கை தைக்கக் கொடுக்கிறாள்? ரெடிமேட் என்றும் ஜீன், ஷர்ட் என்றும் எத்தனையோ போடுகிறார்கள். தீபாவளி சமயத்தில் மட்டும் கொஞ்சம் வேலைப்பளு அதிகமாக இருக்கும். அப்போதெல்லாம் இரவு பகலாக இரண்டு பேரும் மாறிமாறித் தையல் செய்திருக்கிறோம். அப்பா வேலை செய்து வந்த ஆலையிலிருந்து மாதம் நூற்றைம்பது கொடுத்து வருகிறார்கள். ஏதோ வண்டி ஒடிக்கொண்டிருக்கிறது. பதினொன்றாவது வகுப்பு வரை படித்தால், அப்பாவின் ஆலையில் இவனுக்கு வேலை கிடைக்கும். அப்பா வேலை செய்து வந்த நேரத்தில் இறந்தால், ஆலை விதிப்படி அவரது வாரிசுக்கு வேலை உண்டு. ஆனால் குறைந்தபட்சப் படிப்பு பதினொன்று. இவனுக்கு இன்னும் ஒன்றரை வருடம் இருக்கிறது. அதற்குள் சண்டி அடிக்கிறானே. எனக்குக் கல்யாணம் பண்ணி வைக்க வேண்டும் என்று அவன் கவலைப்பட வேண்டாம். ஆனால் எவ்வளவு நாள்தான் நானும் அம்மாவும் மட்டுமே இந்தப் பளுவைச் சுமந்து கொண்டிருப்போம்? குடும்பத்தில் இவனும் ஒருவன்தானே? இவன் சுமக்க மாட்டானோ? அடேய், என்றாவது ஒரு நாள் நாங்க ஒடிஞ்சு போய்டுவோம்டா. அன்றைக்குத் தெரியும்டா உனக்கு. அதுவரை ஊரை மேய், கெட்ட சகவாசத்தோடு அலை. முன்பெல்லாம் அக்கம் பக்கத்துக் குடிசைகளில் உள்ள கல்யாணம் ஆன பெண்களைப் பார்த்து நான் ஏக்கப் பெருமூச்சு விடுவதுண்டு.

அவர்கள் தங்கள் கணவன்மார்களுடனும் குழந்தைகளுடனும் செல்லும்போது எனக்கும் அது மாதிரி ஒரு காலம் வரும் என்று எண்ணிக் கொள்வதுண்டு. அந்த நம்பிக்கை நசிந்து போய் நாளாகிறது. என் வாழ்க்கை இதுதான்... இதற்குமேல் கிடையாது என்றாகி விட்டபின், நான் ஆசைப்படுவதைக் கூட நிறுத்திவிட்டேன். ஆசைப்படக் கூடத் தகுதி வேண்டும் போலிருக்கிறது. விரும்பியது கிடைக்காவிடில், கிடைத்ததை விரும்பத்தான் வேண்டும். ஏமாற்றங்களும், ஏக்கங்களுமே என் போன்றோர்களுக்குச் சொந்தம் என்றாகிவிட்ட பின் ஆசைப்படுவதில் அர்த்தமில்லைதான். என்போல் எத்தனை பெண்கள்... எத்தனை ஆசைகள்... எத்தனை எதிர்பார்ப்புக்கள்... எத்தனை ஏமாற்றங்கள்... எனது வாழ்வின் அர்த்தம்தான் என்ன? இப்படி ஏங்கி ஏங்கி மாய்ந்து போகவா நான் பிறந்தேன்? அம்மா தூக்கத்தில் முனகுவது கேட்டது. அம்மா... அரைப்பாயில் சுருண்டு கிடக்கும் அம்மா... எலும்புக்கூட்டுக்குச் சேலை உடுத்தியதுபோல் தோற்றமளிக்கும் அம்மா... நீ எதற்காகப் பிறந்தாய் அம்மா...? இதுவரையில் உன் வாழ்க்கையில் வசந்தம் வந்திருக்கிறதா அம்மா? இனியாவது வரும் என்கிற நம்பிக்கையாவது இருக்கிறதா அம்மா? பூக்களுக்கும் மரங்களுக்கும் கூட வருடத்திற்கொரு முறை வசந்தம். ஆனால் சில மனிதர்களுக்கு வாழ்க்கையில் ஒரு முறை கூட அது வருவதில்லையே, ஏன்? உனது ஒரு பெண் கல்யாணமாகாமலேயே நின்று உன் கண் முன்னால் அவதிப்படுகிறாள். உனது ஒரு மகன் தறுதலையாய் அலைகிறான். இதையெல்லாம், நீ பார்த்துப் பார்த்துத் துயரப்பட வேண்டும்... இதுதானா அம்மா, உன் வாழ்க்கை? இதெல்லாம் உன் கண் முன்னால் நடந்தாலும், உன்னால் எப்படி அம்மா அழாமல் இருக்க முடிகிறது? உனது இதயம் அந்த அளவு இறுகிப் போய் விட்டதா அம்மா? அல்லது, இயந்திரத்திற்கிடையே அகப்பட்டு ஷணத்தில் நசுங்கி, ரத்தமும் சதையுமாய் மாறிவிட்டான் உன் கணவன் என்ற செய்தி கேட்டவுடனேயே மொத்தமாய் அன்றே அழுது தீர்த்துவிட்டாயா அம்மா... ஒன்று புரியவில்லை அம்மா... எவர் பொருட்டு இவ்வளவு வேதனைகளை நீ தாங்கிக் கொண்டிருக்கிறாய்? உன் பிள்ளைகளின் பொருட்டா? தாய்

என்கிற ஸ்தானத்திற்கு வந்தவுடன் அத்தனை பெரிய தியாக மனம் வந்து விடுமா அம்மா? எனக்கும் அது மாதிரி மனம் வருமா அம்மா? எனக்கு அந்த சந்தர்ப்பம் வருமா? பக்கத்துக் குடிசையில், தூக்கத்தில் குழந்தை அழுகிற சப்தம் இரவின் அமைதியைக் கிழித்துக் கொண்டு கேட்கிறது. சில நிமிடங்களில் அது அடங்கிப் போய்விடுகிறது. அதன் தாய், அதற்குப் பால் புகட்டி விட்டிருக்கலாம். எனக்கும் அதுமாதிரி காலம் வருமா? என் கற்பனை விரிகிறது... என் குழந்தை அழுகிறது... நான் அதற்குப் பாலூட்டி விட, பசியடங்கிய காரணத்தால் குழந்தை தன் பொக்கைவாய் மலர்ந்து என்னைப் பார்த்துச் சிரிக்கிறது. ஆனால் நான் சிரிக்கவில்லை. காரணம், இது கற்பனை என்று எனக்குத் தெரியும். வானத்தில் கோடிக்கணக்கில் நட்சத்திரங்கள் கொட்டிக் கிடக்கின்றன. ஆனாலும் ஏன் அந்த ஒரு நட்சத்திரம் மட்டும் ஒற்றையாய் தனித்து நிற்கிறது? ஓ... வானத்திலும் என் போன்ற தனலட்சுமிகள் உண்டோ...

அம்மா எனக்காக மாப்பிள்ளை தேட ஆரம்பித்த சமயம் சிலர் வாய் கூசாமல் வரதட்சணை கேட்டனர். பாங்கில் பியூன் வேலை பார்க்கிற ஒரு பிள்ளை வீட்டுக்காரர்கள், ஐயாயிரம் ரூபாய் கேட்டனர். அடேங்கப்பா, பேங்க் வேலை என்றால் அவ்வளவு உசத்தியா? அம்மா எங்களைப் போல் ஏழைப்பட்ட குடும்பங்களில்தான் மாப்பிள்ளை பார்த்து வந்தாள். இருந்தாலும் அவர்களும்தான் எவ்வளவு கேட்கிறார்கள்? பணக்காரர்கள்தான் ஏழையின் வயிற்றில் அடிக்கிறார்கள் என்பதில்லை. ஏழைகளே ஏழைகளின் வயிற்றில் அடிக்கிறார்கள். ஒரே ஒரு பையன் வீட்டுக்காரர்கள் மட்டும், எங்கள் மேல் இரக்கம் காட்டினர். பையனின் அம்மா, என் அம்மாவிடம் சொன்னாள், "நாங்களும் ஏழைங்கதாம்மா. அதனால உங்க கஷ்டம் நல்லாவே எங்களுக்குத் தெரியும். உங்க பெண்ணை எங்களுக்குப் பிடிச்சிருக்கு... ஆனாலும் பாருங்க, பையன் எவ்வளவு நாள்தான் இன்னொருத்தனுக்கு சலாம் போட்டுக்கிட்டு சம்பளத்துக்கு இருப்பான்? அவனுக்கு சின்னதா ஒரு பெட்டிக்கடை சொந்ததிலே வைக்கணும்னு ரொம்ப ஆசை. அதனாலே ஒரு இரண்டாயிரம் ரூபா கொடுத்தீங்கன்னா, கல்யாணத்தை முடிச்சிடலாம். உங்க

பொண்ணுக்கும் இது நல்லதுதானே?" அதன் பிறகு அம்மாவை நான் மாப்பிள்ளை தேட அனுமதிக்கவில்லை. முதலில் அவள் மிகவும் கவலைப்பட்டுத்தான் போனாள். ஒரு பெண்ணுக்குத் திருமணம் ஆகாமல் இருப்பது கூட அவமானகரமான விஷயம் இல்லை. ஆனால் அவளுக்கு கல்யாணம் ஆகவில்லையே என்று அவள் பெற்றோர்கள் வருத்தப்பட்டுப் புலம்புவதுதான் அந்தப் பெண்ணுக்கு அவமானம். அம்மாவை நான் அடக்கினேன். நடப்பது நடக்கட்டும். என்னுடைய இந்த நிலையை எண்ணிப் பலசமயம் நான் ஊமையாய் அழுவதுண்டு. எல்லோரும் எங்கோ, ஏதோ ஒரு பாதையில், எதை நோக்கிச் செல்கிறோம் என்ற எண்ணமே எழாமல் சென்று கொண்டிருக்கிறார்கள். ஆனால் என் போன்றோர்களுக்குத்தான் பாதை தெரிவதில்லை. தெரிந்த பாதைகளும் பாதங்களுக்குக் கீழ் நழுவிப் போகின்றன. ஆர்ப்பரித்து வருகின்ற அழுகையை அடக்கி இருக்கிறேன். அழவே கூடாது. அம்மாவிடம் நான் கற்ற பாடம் இது. அம்மா நான் பார்த்து அழுததில்லை. அழுவதால் பயனும் இல்லை. அழுதால் மட்டும் பிரச்சனைகள் தீர்ந்து விடுமென்றால் ஆயுள் முழுவதுக்கும் அழத்தயார்.

அந்தச் சமயத்தில் தம்பி, என் காலைக் கட்டிக்கொண்டு ஏக்கத்துடன் கேட்டிருக்கிறான், "அக்கா, உனக்கு எப்பக்கா கல்யாணம் நடக்கும்?" அந்தப் பாசம் கொண்ட தம்பிதான் இன்று பாதை தவறியிருக்கிறான். இதுதான் பெரிய வேதனை. குருடனாகவே பிறந்துவிட்டால் கூட வேதனை இல்லை. பார்வை இருக்கிறவன், குருடனாகிப் போகிற போதுதான் அதிக வேதனை. அதுமாதிரிதான். இவன் அயோக்கியனாகவே ஆரம்பத்திலிருந்து இருந்திருந்தால், கவலையில்லை. இதுதான் விதி என்று எண்ணிக் கொள்ளலாம். மலராக இருந்தவன், இப்படி மாசு படிந்து போனதால்தான் இந்த அளவு வேதனை. ஆரம்பத்தில், தம்பியின் போக்கு திசைமாறிய போதுகூட அம்மா அவனைப் பற்றித் தவறாக நினைக்கவில்லை. யாரைப்பற்றித்தான் அம்மா தவறாக எண்ணி இருக்கிறாள்? நான் சின்ன வயதாக இருக்கும் போது அம்மாவைக் கேட்டிருக்கிறேன். "அம்மா, அப்பா எப்படிம்மா இருப்பார்?

அப்பா நல்லவராம்மா?" என் தலையைத் தடவிக் கொடுத்தபடி, வறட்டுச் சிரிப்பை உதிர்த்து, "இந்த உலகத்திலே எல்லோருமே நல்லவங்கதாம்மா கண்ணு" என்று சொல்லியிருக்கிறாள் அம்மா. எல்லோரையும் நல்லவிதமாகப் புரிந்து கொள்வதில்தான் எத்தனை மகிழ்ச்சி அடைகிறாய் அம்மா. எப்போதும் அம்மா வளமையாகச் சிரித்ததில்லை. வறட்சியாகத்தான் சிரிப்பாள். ஆனால் அந்தச் சிரிப்புதான் எத்தனை அழுகைகளுக்குச் சமானம்.... உள்ளே திரும்பிப் பார்க்கிறேன். அம்மா முடங்கிக் கொண்டு தூங்குகிறாள். தூங்குகிறாளா? எப்படித் தூக்கம் வரும் அவளுக்கு? அவள் தூங்குவது மாதிரி பாசாங்கு செய்கிறாள், அவ்வளவுதான். வாழ்க்கையே ஒரு பாசாங்குதானே... முடிகிறவர்கள் மற்றவர்களை ஏமாற்றி நல்லவர் மாதிரிப் பாசாங்கு செய்கிறார்கள். முடியாதவர்கள் தங்களையே ஏமாற்றிக் கொள்ளுகிறார்கள். இரவு பன்னிரண்டு இருக்கலாம். தம்பி இன்னும் வரவில்லை. இன்னும் வாசற்படியில் காத்திருக்கிறேன். காத்திருந்து காலங்கழிப்பதுதானே பெண்களின் தலையெழுத்து? ஒரு வழியாகத் தம்பி வந்து சாப்பாட்டுக் கடை முடிந்து நான் தூங்கச் செல்கிறேன். தினம் தினம், தூக்கத்தில், நான் அப்பாவுடன் பேசுவதுண்டு. அப்பாவின் முகம், எனக்கு முற்றிலும் நினைவில்லை. என்றாலும் அவருக்கு நான் ஒரு உருவம் செய்து வைத்திருக்கிறேன். அப்பாவுடன் நான், தம்பி, அம்மா என்று அனைவரும் ஒருவர் கையை ஒருவர் கோர்த்தபடி, கடற்கரையில் காற்று வாங்கியிருக்கிறோம். நான் சிறுபிள்ளையாக மாறி, அப்பாவின் மடியில் கொஞ்சி மகிழ்ந்திருக்கிறேன். கற்பனைக்கு எல்லை இல்லை. இன்று இரவும் அப்பா வந்தார்.

"அப்பா..."

"ம்...."

"அப்பா..."

"என்ன மகளே..."

"நம்ம கஷ்டம் எல்லாம் தீர்ந்துடுமாப்பா...?"

"கட்டாயம் மகளே…"

"நம்ம தம்பி திருந்திடுவானா அப்பா…"

"கடவுள் நம்மைக் கைவிட மாட்டார் மகளே…"

"கடவுளுக்கு நம்ம என்னப்பா துரோகம் செய்தோம்? ஏன் நம்மளை தண்டிக்கிறார்?"

"அப்படில்லாம் சொல்லக் கூடாதம்மா. கடவுளை விடாமல் கும்பிடும்மா."

"என் கை இரண்டுலயும், விலங்கு போட்டிருக்கும் போது எப்படிப்பா கடவுளைக் கையெடுத்துக் கும்பிட முடியும்?"

"அழாதே மகளே…"

அப்பா ஆதரவாக என் கண்ணீரைத் துடைத்து விடுகிறார். நான் தூங்கப் போகிறேன்.

**எ**ன்றைக்காவது ஒரு நாள், அந்த மௌன நாடகம் கலையத்தான் போகிறது என்று எனக்குத் தெரியும். அம்மா என்றைக்காவது ஆத்திரத்தில் வெடிக்கப் போகிறாள். தம்பியின் மேல் அந்தத் தாய்ப்புலி பாயத்தான் போகிறது. அம்மா எப்போதும் புன்னகை செய்கிறவள்தான். ஆனால் அந்தப் புன்னகைக்குப் பின்னால் ஒரு எரிமலை புகைந்து கொண்டிருக்கிறது. அந்த எரிமலை அன்றைக்கு அக்கினியைக் கக்கியது. தம்பி அன்று இரவும் தாமதமாக வந்தான். அதுவரை தூங்குவதாகப் பாசாங்கு செய்து கொண்டிருந்த அம்மா, விருட்டென எழுந்தாள்.

"எங்கேடா போய்ட்டு வர்றே."

தம்பி பதில் எதுவும் சொல்லாமல் சாப்பாட்டுத் தட்டை எடுத்துக் கொண்டு தரையில் உட்கார்ந்தான். அம்மா வெறி பிடித்தவள் மாதிரி அவனைக் கை நீட்டி அடிக்க ஓங்கியவள், பின்னர் கட்டுப்படுத்தி, "உன்னை அடிக்க எனக்கு என்னடா உரிமை இருக்கு… என்னையே நான் அடிச்சுக்கறேண்டா" என்று சொல்லிச் சாப்பாட்டுத் தட்டை எடுத்துத் தன் தலையில் மடேர்

மடேரென்று அடித்துக் கொண்டாள். பதறிப்போன தம்பி, "அம்மா" என்று அலறியவாறு அவளைத் தடுக்க, அம்மாவின் கண்கள் அக்கினியைக் கக்கின. "அம்மான்னா கூப்பிட்டே? தூ! அப்படிக் கூப்பிட உனக்கு வெக்கமாயில்லே? என்னை அம்மான்னு நினைச்சிருந்தா, என் மனசை நீ இப்படிக் கிழிச்சுக் குதறி இருக்க மாட்டேடா. இப்படிக் கெட்டுக் குட்டிச்சுவரா அலைஞ்சு என் தலையிலே மண்ணை அள்ளிப் போட்டிருக்க மாட்டேடா" என்று ஆக்ரோஷத்துடன் கூறி அம்மா மீண்டும் தன் தலையில் மடார் மடாரென அடித்துக் கொண்டு, "நான்தான்டா பாவி... நான்தான்டா பாவி..." என்று பைத்தியம் மாதிரி அலறினாள். நான் எல்லாவற்றையும் மூலையில் முட்டுக்கட்டிக்கொண்டு பார்த்துக் கொண்டிருந்தேன். அம்மாவைத் தடுக்கக் கூடாது. இன்றைக்காவது, அவளது அடக்கி வைக்கப்பட்ட உணர்ச்சிகள் பொங்கிவெளியேறட்டும். அடைத்துவைத்திருப்பது அபாயம்தான். தம்பி தடுக்கத் தடுக்க அம்மா அதிகம் ஆவேசம் கொண்டாள். தரையில் விழுந்து புரண்டாள். சுவரில் முட்டிக்கொண்டு, "கடவுளே, எனக்கு ஏன் இந்தச் சோதனை" என்று கத்தினாள். திடீரென தம்பி ஆக்ரோஷம் கொண்டு, "அம்மா!!" என்று அலறினான். அம்மாவின் கைகள் இரண்டையும் கெட்டியாகப் பிடித்துக்கொண்டான்.

"நான் சொல்றதைக் கேட்டுட்டு நீ முட்டு, மோது, கதறு!" என்று உரக்கச் சொன்னான். அம்மா இலேசாக அடங்கினாள். தம்பி கூரையைப் பார்த்துக்கொண்டு சொன்னான்.

"நீங்க ரெண்டு பேரும் நினைக்கறது மாதிரி நான் கெட்டு அலையலை. நான் ஸ்கூலுக்குப் போறதில்லைதான். ஸ்கூல் ∴பீஸ் கட்டலைதான். ஏன் தெரியுமா? நான் படிச்சு முடிக்க இன்னும் ஒன்றரை வருடம் ஆகும். அப்பறம், அப்பாவோட மில்லில் வேலைக்குச் சேர்ந்து பணம் சேர்த்து, எப்போ அக்காவுக்குக் கல்யாணம் பண்றது? இதான் என்னோட கவலை. அந்தச் சமயத்திலேதான் ஆறுமுகம், அக்காவைப் பெண் பார்க்க வந்தோர். ரெண்டாயிரம் ரூபாய் கொடுத்தா கல்யாணத்தை உடனே முடிச்சிடலாம்னு சொன்னார். அவர்கிட்டேயும் அவங்கம்மா

கிட்டேயும் மறுநாள் நான் போய்க் கெஞ்சி ஒரு ஆறுமாசம் டயம் குடுக்கச் சொல்லி வேண்டிக்கிட்டேன். அக்காவைப் பாக்க வந்தவங்கள்ளே இவங்கதான் ஏதோ சுமாராவாவது இரக்கம் காட்டினாங்க. நான் சொன்னதுக்குச் சம்மதிச்சாங்க. அக்காவுக்கும் வயசாகிக்கிட்டே போகுது. அதான், நான் படிப்பை விட்டுட்டு வேலை பாக்க முடிவு பண்ணினேன். வருஷம் ஆக ஆக, அக்காவுக்குக் கல்யாணம் ஆறது கஷ்டம். ஆனா நான், என்னைக்கு வேணும்னாலும் படிச்சுக்கலாம். ஒரு பீங்கான் தொழிற்சாலையிலே வேலைக்குச் சேர்ந்தேன். மாசம் இருநூத்தி ஐம்பது ரூபாய் சம்பளம். காலைல வீடு வீடா பேப்பர் போடறேன். ராத்திரி பக்கத்துத் தெரு ராம் தியேட்டர்ல நைட்ஷோ மட்டும் டிக்கெட் கிழிக்கற வேலை. இதெல்லாம் உங்ககிட்டே சொன்னா, நீங்க என்னை அனுமதிக்க மாட்டிங்களோன்னுதான் மறைச்சுவச்சேன்." சொல்லிக் கொண்டே வந்த தம்பி, ஆவேசம் வந்தவன்போல் சட்டைப் பாக்கெட்டிலிருந்து ஒரு சிறிய புத்தகத்தைத் தரையில் வீசி, "இந்தப் பாங்க் பாஸ்புத்தகத்தைப் பாருங்க… இன்னி வரைக்கும் ஆயிரத்துத் தொளாயிரம் ரூவா சேத்துட்டேன். இந்த மாசம் சம்பளம் வந்துட்டா அக்கா கல்யாணம்" என்றான்.

"இப்போ சொல்லும்மா. நான் அயோக்கியனா? அக்கா, நான் செஞ்சது தப்பா?" தம்பி தேம்பித் தேம்பி அழுகிறான். அம்மா அவனைக் கையெடுத்துக் கும்பிட்டுக்கொண்டு அழுகிறாள். நான் எப்போதோ அவன் காலில் சாஷ்டாங்கமாக விழுந்து கிடந்தேன்.

## குமுதம் பிரார்த்தனை கிளப்

என் பெயர் தனலட்சுமி. வயது இருபத்தி ஏழு. எனக்குத் திருமணம் செய்து வைக்கத் தந்தை இல்லை. இளம் வயதிலியே இறந்துவிட்டார். அம்மா தையல் வேலை செய்து என்னையும் என் ஒரே தம்பியையும் வளர்த்து வருகிறாள். நாங்கள் ஏழைப்பட்ட குடும்பம். எனது திருமணத்திற்குப் பணம் சேர்க்கும் பொருட்டு எனது தம்பி செல்வக்குமார், படிப்பையும் விட்டு விட்டு ஒரு பீங்கான் தொழிற்சாலையில் வேலை செய்து, பேப்பர் போட்டு உழைத்திருக்கிறான். உருக்கிய கண்ணாடியை, ஊதி ஊதி

வார்த்தெடுக்கும் வேலை செய்து வந்ததன் காரணமாக, என் தம்பியின் நுரையீரல்களில் ஏகப்பட்ட கண்ணாடித்துகள்கள் சேர்ந்து இப்போது சுவாசம் விடக் கூடக் கஷ்டப்படுகிறான். அவனைச் சோதித்த டாக்டர்கள், அறுவை சிகிச்சை செய்து உடனே கண்ணாடித் துகள்களை அகற்ற வேண்டும் என்றும், இல்லாவிடில் அவன் உயிருக்கு ஆபத்து என்றும் கூறுகிறார்கள். அறுவை சிகிச்சை செய்யும் அளவுக்கு எங்களிடம் பணம் இல்லை. இருப்பினும் நல்ல உள்ளம் படைத்த சில டாக்டர்கள், இதுவரை என் தம்பி சேர்த்து வைத்த பணத்திலேயே அறுவை சிகிச்சை செய்ய முன் வந்துள்ளார்கள். வருகிற வெள்ளிக்கிழமை அவனுக்கு அறுவை சிகிச்சை. எனது திருமணத்தைப் பற்றி நான் துளியும் கவலைப்படவில்லை. இப்படி ஒரு அருமையான தம்பியை நான் இழக்கக் கூடாது. கருணை உள்ளம் கொண்ட குமுதம் பிரார்த்தனை கிளப் அங்கத்தினர்கள், அறுவை சிகிச்சை வெற்றிகரமாக நடந்து என் தம்பி நல்ல முறையில் பிழைக்க வேண்டும் என பிரார்த்தனை செய்யுமாறு இரு கை கூப்பி மன்றாடுகிறேன்.

s.தனலட்சுமி, மேட்டுப்பாளையம், கோயம்புத்தூர்

முடிவுரை: உலகம் அதே உலகம்தான்.... மனிதர்கள் அதே மனிதர்கள்தான்.... ஆனால், பிரச்சனைகள்தான் மாறிக் கொண்டே வருகின்றன. அதனால் தான் பிரார்த்தனைகளும் மாறிக் கொண்டே வருகின்றன.

# பிரச்சனைகள்… பிரார்த்தனைகள்…

# 4

# கண்களுக்கப்பால்...
# இதயத்திற்கருகில்...

இப்போது மணி இரவு எட்டு முப்பத்தி ஏழு. ரம்யாவும் அவளது 'ஆறு மாத ஓல்ட்' கணவன் மனோகரும் அந்தப் பொருட்காட்சியில் ஒரு ரொமாண்டிக் மூடில் இருந்தனர். நேரம் 8.40. குடை ராட்டினத்தில் ஏறிவிட்டு, மிளகாய் பஜ்ஜி சாப்பிட்டார்கள்.

"குடை ராட்டினம் இறங்கும்போது... யம்மா, வயித்துல ஜில்லுன்னு ஆயிடுத்து!" என்றாள் கண்களைச் சிறகடித்த வண்ணம்.

"இங்கயா ஜில்லுனு இருந்துச்சு?"

"சீ! இதெல்லாம் வீட்டோட வச்சுக்கங்க... வெளியில வேண்டாம்" என்றாள் பொய்க் கோபத்துடன்.

"அப்போ வீட்டிலேயே இருந்திருக்கலாம்னு தோணுது."

அவள் அவனது உள்ளங்கையில் கிள்ளினாள். கிள்ளும் போது நேரம் 8.42. ஐஸ்கிரீம் பார்லரில் சாக்லேட் ஐஸ்கிரீம் சாப்பிட்டார்கள்.

பாதி சாப்பிட்டுக் கொண்டு இருக்கும் போது, "அதென்ன, உன் கப்பில் மட்டும் நிறைய ஐஸ் க்ரீம் வச்சிருக்காங்க" என்று கூறி ஐஸ்க்ரீம் கப்களை மாற்றிக்கொண்டான்.

"பொருட்காட்சியில வந்து ஸ்டால் பார்க்காம இப்படி ஒவ்வொரு இடமா வந்து திங்கறோம். அசிங்கமா இல்ல உங்களுக்கு?" என்றாள்.

"ஆமா, இந்த கோழிப்பண்ணை ஸ்டாலும் மாட்டுத்தீவன ஸ்டாலும் கட்டாயம் பார்த்தே ஆகணுமா?"

தூரத்தில் கூட்டம் கூட்டமாய்ப் போகிற இளம் ஜோடிகளை அவன் ஆர்வத்துடன் பார்த்தான். "ம்... அங்க என்ன பார்வை?" என்று உள்ளங்கையில் கிள்ளினாள்.

"நீதான் அழகுன்னு நினைச்சுக்கிட்டு இருந்தேன்... யப்பா, உன்னை விட டக்கர் எல்லாம் இங்க இருக்கு பாரு... அந்தா பாரு ஒரு ஸ்லீவ்லஸ்."

"டேய், என்ன காரியம் பண்ற?!" என்றாள்.

டாய் ரயிலில் குழந்தையாய் இருவரும் மாறி பொருட்காட்சியை ஒரு சுற்றுச்சுற்றி வந்தார்கள்.

"இந்த ரயிலுக்குக் கூடப் பாருங்க.. சின்னதா ரயில்வே ஸ்டேஷன்... இதுக்குக்கூட பிளாட்பார்ம் டிக்கெட் உண்டோ என்னவோ..."

கார்டு ஒருவர் கடைசிப் பெட்டியில் வந்தார்.

"இப்போ டைம் என்னங்க?" என்று கேட்டு அவளே அவனது மணிக்கட்டைத் திருப்பி "8.50" என்றாள். அவனது கடிகாரம் ஒரு நிமிடம் ஸ்லோ. சரியான நேரம் 8.51.

"எம்மாடி... கால் வலிக்கிறது. வாடி கண்ணு ஒரு காப்பி சாப்டுட்டு, கர் ஜாயேங்கே" என்றான், அவள் தோளை அணைத்த வண்ணம்.

"காப்பியா... இப்பதான ஐஸ்க்ரீம் சாப்பிட்டோம்" என்ற வண்ணம் நின்றுவிட்டாள்.

"நீ குடிக்க வேண்டாம் தாயே. அடியேனைக் குடிக்கவிடு. நீ சும்மா கம்பெனி குடுத்தா போதும்" என்று அவளை விடாப்பிடியாக

இழுத்துக்கொண்டு சென்றான். "யப்பா, தேரை இழுத்துட்டுப் போற மாதிரி இருக்கு!" நேரம் எட்டு ஐம்பத்தி மூணு.

எதிரும் புதிருமாக உட்கார்ந்து கொண்டார்கள். 'இன்றைக்கு இவள், இந்த நீல நிற சேலையில், பொருட்காட்சி விளக்குகளின் பின்னணியில் ஒரு இரவு தேவதை மாதிரி இருக்கிறாள்'. எதிரே உட்கார்ந்திருந்த அவளின் ஈர இதழ்களை உஷ்ணக் கண்களுடன் பார்த்தான். அவளுக்கு அவன் பார்வை புரிந்தது. "என்ன சார், நீங்க முழிக்கிற முழி சரியில்லை. ராத்திரி கலாட்டா பண்ணாதீங்க!" என்று கண்களை உருட்டி எச்சரித்தாள். அவள் வேடிக்கையாக சொன்ன விதமே, 'கலாட்டா பண்ணு' என்று சொல்கிறமாதிரி தோன்றிய நேரம் எட்டு ஐம்பத்தி ஆறு.

அவன் சர்வருக்கு, "ஒரே ஒரு காப்பி... நல்லா ஸ்ட்ராங்கா, சுகர் ஜாஸ்தி போடாம" என்று விவரமாக ஆர்டர் கொடுத்து கொண்டிருந்த போது நேரம் 8.59. மூன்று டேபிள்கள் தள்ளி உட்கார்ந்திருந்த ஒரு இளைஞனின் மேல் அவள் பார்வை பட்ட போதுதான், அவள் சற்றுமுன் குதூகலமாய்க் கணவனிடம் கொஞ்சிக் கொண்டிருந்த ரம்யாவாக இல்லாமல், முற்றிலும் மாறி சப்த நாடிகளும் அடங்கி ஒடுங்கிப்போனவளாய் அவனைப் பார்த்தாள். 'அவன் எப்படி இங்க மெட்ராசில்?' மீண்டும் அவன்தானா என்று உறுதி செய்து கொண்டன அவள் விழிகள்.

அவனும் அப்போது அவளைப் பார்த்தான்.

அதிர்ச்சியில், சாப்பிட்டுக் கொண்டிருந்தவன், விருட்டென எழுந்து ஐந்து ரூபாயை வைத்துவிட்டு சில்லறையைக் கூட எதிர்பார்க்காமல் வெளியேறிப் பொருட்காட்சிக் கூட்டத்தில் கலந்தான்.

சில வினாடிகளே இருவரது விழிகளும் அந்த சமயத்தில் சந்தித்துக் கொண்டாலும், அவனது விழிகளில் ஏக்கமும் சோகமும் மிஞ்சிக் கிடப்பதை அவள் உணர்ந்தாள். 'இதற்கு நான் காரணம் ஆகி விட்டேனா?' என்று நினைத்த மாத்திரத்தில் நெஞ்சில் இறுக்கம் ஏற்பட்டுவிட்டது. 'இதற்கு முன் இந்தக்

கண்களில் உற்சாகத்தையும் நம்பிக்கையையும் மட்டுமே பார்த்திருக்கிறேன். இதற்கு நான் காரணமாக இருந்திருக்கலாம். ஆனால் நான் குற்றவாளி இல்லை சிவா!' என்று அவன் போன திசையைப் பார்த்து மனதுக்குள் மெளனமாய்க் கத்தினாள்.

"ஹேய் ஹனி, என்ன ஆச்சு அம்மாவுக்கு?" என்று அவள் கன்னத்தைத் தட்டினான் மனோகர். "ஆமா, அப்படி யார பாக்குற வெளியிலல?" என்று சொல்லித் திரும்பி வெளியே பார்த்தான்.

"ஒண்ணும் இல்ல, ஒன்பதாகப் போகுது. இன்னும் கூட்டம் பொருட்காட்சில குறையல" என்றாள்.

பெண்கள்தான் எவ்வளவு எளிதில் ஆண்களை சமாளிக்கிறார்கள்.

பிறகு வீட்டுக்கு வந்த பிறகும் கூட, 8.59 ரம்யாவாக இல்லை. ஒரு அன்பு இதயத்தை நசுக்கி மிதித்த குற்றவாளியாய் உணர்ந்தாள் ரம்யா. திடிரென்று அவள் நிலை மாறிப் போனது கண்டு வியந்தான் மனோகர். உடைகளைக் களைந்து விட்டு லுங்கிக்கு மாறிக்கொண்டு, "எனக்கு சாப்பாடு வேண்டாம் தாயே, வயிறு கம்முனு இருக்கு" என்று கூறிய வண்ணம் கட்டிலில் தொப்பென்று விழுந்தான். அவளும் தனக்கு சாப்பாடு வேண்டாம் என்று கூறி அவன் அருகில் மெளனமாய்ப் படுத்துக் கொண்டாள். அவளது மேவாயை நிமிர்த்தி, "ஹேய் ஸ்வீட்டி, வாட்ஸ் ராங் வித் யூ? பொருட்காட்சியில் பார்த்தப்ப கலாட்டா பண்ற மூட்ல இருந்த… இப்ப கம்ப்ளீட்டா மாறிட்டியே… என்ன ஆச்சு?" என்றான்.

"கண்டதையெல்லாம் சாப்பிட்டு, குடை ராட்டினத்துல சுத்தினதால வயிற்றைப் புரட்டிக் கொண்டு வர்ற மாதிரி இருக்கு மனோ" என்று சொல்கையில் நெற்றியில் வியர்த்திருந்தாள்.

"ஈசி… ஈசி" என்று அவளது புடவைத் தலைப்பாலேயே வியர்வையைத் துடைத்துவிட்டான். "டேக் ரெஸ்ட்." மின்விசிறியை அதிக வேகத்தில் சுழல விட்டு விளக்கை அணைத்தான்.

அந்த இருட்டில் கூட அவளால் பொருட்காட்சியில் பார்த்த சிவாவின் அந்தக் கண்களைப் பார்க்க முடிந்தது. அவற்றில் மிஞ்சி இருந்த சோகத்தை உணர முடிந்தது. அந்தப் பார்வையையும் ஏக்கத்தையையும் புரிந்துகொள்ள முடிந்தது. தனியாய் அவன் வந்திருந்ததைப் பார்க்கும் போது அவனுக்குத் திருமணம் ஆகவில்லை என்று பட்டது. விருட்டென்று அவன் தன்னைக் கண்டதும் எழுந்து சென்றதன் மூலம் அவனுக்குத் தன்மேல் உள்ள வெறுப்பின் அளவு தெரிந்திருந்தது.

'நியாயம்தான் சிவா... உன் அந்த சில வினாடிப் பார்வைகளால், உனது ஏக்கத்தை, ஏமாற்றத்தை, வெறுப்பைப் பூரணமாக புரிந்துகொண்டேன். ஆனால் நான் உன்னை ஏமாற்றவில்லை என்பதுதான் நிஜம். ஏமாற்ற நினைக்கவில்லை. மாறாக, ஏமாற்றப்பட்டேன் என் நண்பா... இதை நீ புரிந்து கொள்வாயா தோழா... அந்த நெருக்கடியான சூழ்நிலையில் எப்படி என் திருமணம் நிச்சயிக்கப்பட்டது என்பது உனக்கு தெரிந்திருக்காது. உனது இரண்டு மாத அலுவலக சுற்றுப் பயணத்தை முடித்துவிட்டு மீண்டும் நீ பம்பாய் வந்திருக்கலாம். எனது வீட்டில் விசாரித்திருக்கலாம். அப்போது என் பெற்றோர்கள் உனக்கு, நான் திருமதி ரம்யா மனோகராக ஆனது பற்றித் தெரிவித்திருக்கலாம். அந்த சூழ்நிலையில், உனது அன்பான மனம் கிழிக்கப்பட்டு இருக்கலாம். அதில் படிந்த குருதியையும் யாரும் பார்க்காமல் இருந்திருக்கலாம். ஆனால் அந்த வேதனை எனக்குப் புரியும். அந்த நிலையை என்னால் உணர முடியும்.

நான் மணமாலை சூடும் போது என் இதயம் பட்ட வேதனை, உனது அந்த சூழ்நிலை வேதனையை விட அதிகம் என்று சொன்னால் நம்புவாயா நண்பா? பிளீஸ்... நீ நம்பித்தான் ஆக வேண்டும்.

அதற்குப் பின்னர்தான், கொஞ்சம் கொஞ்சமாக என்னை நான் மாற்றிக் கொள்ள ஆரம்பித்தேன். உன்னை மறக்கவும் ஆரம்பித்தேன். இதோ என் அருகில் படுத்திருக்கிற என் துணைவர்... இவர் என்மேல் கொண்டுள்ள உண்மையான அன்பிற்கு என்னை அர்ப்பணித்துக் கொள்ள ஆரம்பித்தேன்.

இனி என்னைப் பொறுத்தமட்டில் நீ யாரோதான்... எனக்கு மனோகர்தான் எல்லாம். அவரைதான் நான் விரும்ப வேண்டும். விரும்பவும் செய்கிறேன்.

இப்படிப்பட்ட ஒரு நல்ல துணை எனக்கு கிடைத்தது எனது மனத்தின் காயங்களை விரைவில் ஆற்றியது. ஆனால் உன் பார்வை ஈட்டிகள் அந்தக் காயத்தைக் குத்திக் கிழிப்பது ஏன்?

நான் குற்றவாளி இல்லை. இது சத்தியமாக சந்தர்ப்பம்தான். நீ என் வாழ்வின் இறந்தகாலம் என்று ஒதுக்கி வைத்து ஓரம்கட்டி வெகு நாட்களாகின்றன.

இன்றைக்கும் அதே நிலை தான்.

நீ எனக்கு அன்னியன். ஆனால், உன் பார்வை என்னை குற்றம் சாட்டியதைத்தான் என்னால் பொறுத்துக்கொள்ள முடியவில்லை. உன்னிடம் ஐந்தே நிமிடம் பேசி ஆக வேண்டும். என் திருமண சந்தர்ப்பத்தை உனக்கு உணர்த்த வேண்டும். அதை நீ புரிந்து கொண்டு, என்னை வாழ்த்த வேண்டும். அதற்காகவாவது, அதற்காக மட்டுமே நான் உன்னைத் தேடியாக வேண்டும்.

சிவா, நீ எங்கிருக்கிறாய்? மெட்ராஸுக்கு எப்போது வந்தாய்? பம்பாயிலிருந்து மாற்றலாகி வந்தா? அல்லது டூரில் வந்தாயா? உன்னை எப்படிக் கண்டுபிடிப்பேன்? உன்னிடம் சொல்லியே ஆக வேண்டும். அதுவரை எனக்கு நிம்மதி இல்லைதான்... தூக்கமில்லைதான்... உற்சாகமில்லைதான்...'

பக்கத்தில் படுத்திருந்த கணவனை பெட்ரூம் விடிவிளக்கு வெளிச்சத்தில் பார்த்தாள். 'குழந்தையாய்த் தூங்கும் என் இனிய கணவன்... இன்றைக்கு இவன் உற்சாகத்தின் உச்ச கட்டத்தை உருத்தெரியாமல் அழித்துவிட்டேன். இதற்கு நான் பொறுப்பு இல்லை சிவா, நீதான்... உனது அந்த குற்றப்பார்வை தான் காரணம். அதற்கு நான் விடை சொல்லியே ஆக வேண்டும்.' கொஞ்ச நேரம் சூனியமாய் உட்கார்ந்து கொண்டு நைட் லாம்பை வெறித்துப் பார்த்தாள். 'நியாயமாகப் பார்க்கப் போனால், இவன் இருக்கிற இடத்தில் நீ இருந்திருக்க வேண்டும்... அப்படித்தான்

இருவரும் நினைத்துக் கொண்டிருந்தோம்.' எல்லாம் ஒழுங்காக நடந்திருந்தால் அவள் இன்றைக்கு சிவாவுடன் மிளகாய் பஜ்ஜி சாப்பிட்டு இருக்க வேண்டும். இப்படி அவள் நினைத்தபோது, மனோகரை ஒரு நிமிடம் பார்த்துக் கொண்டாள். 'இப்படியெல்லாம் நான் ஏன் நினைக்கிறேன்' என்று எண்ணிய போதும், அப்படி நினைக்கும் படியான சூழ்நிலை தனக்கு வந்து விட்டதை எண்ணிய போதும், அவளால் அழுகையை அடக்க இயலவில்லை. வாய்விட்டு அழுது விடுவோமோ என்று பயந்து மெதுவாகக் கட்டிலை விட்டு எழுந்து பால்கனியில் வந்து நின்றாள். 'இங்கு கொஞ்சம் சுதந்திரமாக அழலாம்.. சிவா எங்காவது ஓடிப்போ. என் வாழ்வில், என் எண்ணத்தில் மீண்டும் வராதே. என் நினைவுகளைப் பாதிக்காதே. என் இனிய வாழ்வில் சிந்தனைச் சிக்கல்களை ஏற்படுத்தாதே. உன்னை இன்று நான் சந்தித்து இருக்கவே கூடாது. உன் விழிகள் மொழிந்த குற்றச்சாட்டு அர்த்தமற்றது. அது எனக்குத் தெரியும். அதை எப்படியாவது நீ கண்டுபிடித்து, உணர்ந்து கொள். உன் குற்றம் சாட்டும் விழிகளை மாற்று. புதிய கண்களைப் பொருத்திக் கொள். ஒரு முடிந்து போன நிகழ்ச்சிக்காக, என் வாழ்க்கையை வீணாக நான் அழித்துக் கொள்ள வேண்டுமா... அவன் என்னைக் குற்றவாளி என்றுதான் நினைக்கட்டுமே... நான் அவனை மோசம் செய்துவிட்டதாக, துரோகம் செய்துவிட்டதாகத்தான் அவன் நினைத்துக் கொள்ளட்டுமே... அதனாலென்ன? இதனால் என் குடும்ப வாழ்க்கை பாதிக்கப் படுவதை என்னால் ஏற்றுக்கொள்ள முடியாது' என்று உறுதி செய்த வண்ணம் மீண்டும் படுக்கை அறைக்குள் விழிநீரைத் துடைத்துக் கொண்டு நுழைய எத்தனித்த போது, 'ஆஃப்டர் ஆல் தானுண்டு தன் வேலை உண்டு என்று பம்பாயில், எதிர்வீட்டில் ஒரு கட்டுப்பாடான வாழ்க்கை வாழ்ந்து கொண்டிருந்த சிவாவின் மனதில், நான் தானே ஆசை எண்ணங்களை விதைத்து அவன் நட்பைப் பெற நினைத்தேன்' என்ற எண்ணம் நிமிடத்தில் தோன்றவே, சற்று முன் எடுத்த உறுதி அடியோடு சிதைந்து போய் மீண்டும் பால்கனிக்கு வந்தாள். மீண்டும் அந்த விழிகள்... 'நான் காரணம் தானோ?' என்று பதைபதைத்துப் போனாள். 'இது என்ன இம்சை'

என்று துடித்துப்போய் ஆற்று நீராய் விழிகள் ஊற்றெடுத்து பால்கனியிலேயே உட்கார்ந்து விட்டாள். கீழுதட்டைப் பற்களால் அழுத்திக் கடித்தாள். பால்கனியின் இரும்புச் சட்டங்களை இறுகப் பிடித்தாள்.

'ஸ்டாப் இட்...

நான் உனக்கு பதில் சொல்லியே ஆக வேண்டும். என் நிலை நீ உணர வேண்டும். நான் உனக்குத் துரோகம் செய்யவில்லை என்று நீ சொல்லவேண்டும். அப்போது தான் எனக்குத் தூக்கம். அதுவரை நானாக நான் இல்லைதான்.'

கொஞ்சம் மனசை அமைதிப்படுத்திக் கொண்டாள். இருட்டு வானத்தின் அரை நிலவையும் நட்சத்திரப் பூக்குவியல்களையும் வெறித்தாள். அசைவற்று நிற்கும் தோட்டத்து மரங்களை உற்றுப்பார்த்தாள். 'கொஞ்ச நேரம் மனோகரை மறக்கலாம்.. மெட்ராஸில் இருந்து, நான் வளர்ந்த பம்பாயில் பிறந்த வீட்டுக்குச் செல்லலாம். சேலை கட்டியிருக்கும் ரம்யாவை மறந்து, தாவணி- இரட்டைப் பின்னல் ரம்யாவாக மாறலாம்...'

❧

**த**மிழர்கள் அதிகம் வாழும் மாதுங்காவின் பாபா சாகேப் தெருவின் பத்தாம் நம்பர் வீட்டின் முதல் மாடி. அதற்கு எதிரே கீழ் வீட்டில் பார்வதி அம்மாள் என்கிற தமிழ்க் குடும்பம் இருப்பது ரம்யாவுக்குத் தெரியும். அதன் முக்கியத்துவம் அவ்வளவுதான், சிவா அந்த வீட்டு மாடியில் ஒற்றை அறையை வாடகைக்கு எடுத்துத் தங்கும் வரை.

அவன் எப்போது குடிவந்தான் என்பது தெரியாது. ஒரு இனிமையான விடிகாலை ஐந்தரை மணி. தற்செயலாய் உறக்கம் கெட்டு அவள் எழுந்து ஜன்னல் வழியாய், எதேச்சையாய் எதிர் வீட்டு மாடியைப் பார்த்தபோது, அந்தப் புதியவனைப் பார்த்தாள். அரைகுறை விடியலில் அரைக்கால் சட்டையுடன் அவன் உட்கார்ந்து எழுந்த வண்ணம் உடற்பயிற்சி செய்து கொண்டிருந்தான். 'ஒண்ணு... ரெண்டு... மூணு... அம்பது...

எம்மாடி இவ்வளவு தடவை செய்கிறானே... கால் வலிக்காதா?' கொஞ்ச நேரம் அவன் உலவினான். பின்னர் அவன் படுத்துக் கொண்டிருக்க வேண்டும். மாடி தடுப்புச்சுவர் மறைத்தது. ரம்யா தனது வீட்டின் இரண்டாவது மாடிக்குச் சென்றாள். மெதுவாக மாடிக் கதவைத் திறந்து, எதிர்வீட்டு மாடியை நோக்கினாள். அவன் தண்டால் எடுத்து முடிக்கிறான். பின்னர் சுவர் ஓரமாக உடம்பை சாய்த்துக்கொண்டு தலை கீழாக நின்று சிரசாசனம் செய்தான். கொஞ்ச நேரம் சுவாரசியமாக பார்த்துவிட்டுக் கீழிறங்கினாள். சீக்கிரம் எழுந்து விட்டதால் போரடித்தது. வாசலில் பேப்பர்காரன் பேப்பரை விசிறியடித்துச் சென்றுவிட்டான். அவள் அதை சேகரித்து விட்டுத் திரும்பும்போது எதிர்வீட்டு 'அவன்', வெள்ளை ஷார்ட்ஸ், டி ஷர்ட், ஸ்போர்ட்ஸ் ஷூ சகிதம் கீழிறங்கினான். 'ஜாகிங் செய்யப் பக்கத்துக் கிரெளண்டுக்குப் போகிறானே...? மூஞ்சியைப் பார்த்தா தமிழ் மூஞ்சியாட்டமா தெரியுது. இருக்கலாம்... இல்லனா பார்வதியம்மா எப்படி வேற ஆளுக்கு வாடகைக்கு விடுவா.'

அவள் குளித்துவிட்டு ஜன்னலில் மாட்டி இருந்த கண்ணாடியில் முகம் பார்த்து, தலை வாரிக்கொண்டு தலைமுடியை ரப்பர் பேண்டில் அடக்கிக்கொண்டு வெள்ளைப் பூப்போட்ட அரக்கு கலர் தாவணியை சரி செய்துகொண்டே ஜன்னலில் அவன் தெரிவதைப் பார்த்தாள். கையில் பிரீப்கேஸூடனும் நடையில் பரபரப்புடனும் அவன் ∴பார்மல் உடையில் அலுவலகம் செல்வது தெரிந்தது. மணி ஏழரை. இது ஒரு சாதாரண நிகழ்ச்சியாகவே இருந்திருக்கலாம். ஆனால் தினம் தினம் சொல்லி வைத்தார்ப் போல் சரியாக 5:30 மணிக்கு 1,2,3,4,...50 தண்டால், ஜாகிங் என்றும் பின்னர் சரியாக 7:30 மணிக்கு சுத்தமாகவும், கண்ணியமாகவும் உடையணிந்து அவன் அலுவலகம் செல்வதும் நேரம் தவறாமல் நடைபெறாது இருந்தால், அவள் அவனை அலட்சியம் செய்திருப்பாள். 'தினம் கரெக்டா டைம் படி பண்றானே, இவனுக்கு போர் அடிக்காதா?'

சிவா அவளை மௌனமாக மெல்ல மெல்ல பாதிக்க ஆரம்பித்தது அப்படித்தான்.

எதிர்த்த வீட்டில் இருக்கிற தமிழ்க் குடும்பம் என்றாலும், ரம்யா வீட்டினருக்குப் பார்வதியைக் கண்டால் கொஞ்சம் அலர்ஜிதான். காரணம், பிடித்தால் குறைந்தது அரைமணியாவது பேசித் தள்ளி விடுவாள். எனவே அவள் குடும்பத்தினருடன் நெருக்கமான தொடர்பு வைத்துக் கொள்வதில்லை. ஆனாலும், பார்வதி அம்மாள் விடுவதில்லை. ஏதாவது ஒரு காரணம் காட்டி வம்பளக்க வீட்டுக்கே வந்துவிடுவாள். அன்றும், "லட்சுமி!" என்று ரம்யாவின் அம்மாவை அழைத்த வண்ணம் சமையல் கட்டுக்கு மதியம் வந்து விட்டாள். அம்மா அரிசி களைந்து போட்டுக் கொண்டிருந்தாள். ரம்யா காய்கறி நறுக்கிக் கொண்டிருந்தாள். "எங்க வீட்டு மாடி ரூமுக்கு குடி வைக்க நல்ல தமிழ் ஆளா இருந்தா பாருங்கன்னு சொன்னேனே லட்சுமி, அதுக்கு அவசியமே இல்லை. ஒரு தமிழ்ப் பையன் குடி வந்துட்டான்."

"அப்படியா" என்றாள் லட்சுமி அம்மா.

"டைம்ஸ் ஆஃப் இந்தியா பேப்பர்ல, இவர் பேச்சிலர் அக்காமடேஷன் கொடுத்திருந்தார். அதப் பாத்துட்டுப் பையன் வந்திருக்கான். என் மகன்தான் டிரான்ஸ்ஃபர்ல பெங்களூர் போயிட்டானே, அதான் ரெண்டு பேருக்கு எதுக்கு இவ்வளவு பெரிய வீடுன்னு சொல்லி இவர் வாடகைக்கு விட்ரலாம்னு சொன்னார்."

"வாடகை எவ்வளவு தருகிறான்?" கேட்க வேண்டுமே என்று லட்சுமி அம்மா கேட்டாள். "நானூறு" என்றாள், பார்வதி முகமெல்லாம் மலர்ச்சியாக.

ரம்யா குறுக்கிட்டாள். "ஒரு ரூம்க்கு நானூறு ரூபாயா? வாடகைக்கே இவ்வளவு தந்தார்னா சாப்பாட்டுக்கு எங்கே போவார்? இல்லாட்டி, அவ்வளவு சம்பளம் தர கம்பெனிலயா இருக்கார்?"

"அதென்ன அப்படிச் சொல்லிட்ட? பையன் ஷாலிமார் பெயிண்ட்ஸ்ல மார்க்கெட்டிங் டிவிஷன்ல எக்ஸிக்யூட்டிவ். பின்ன, இந்த சம்பளம் குடுக்க மாட்டாங்களா என்ன?"

ரம்யா விடவில்லை, "ஷாலிமார் மார்க்கெட்டிங் ஆபீசா? அடேங்கப்பா, அது இங்க இருந்து ரொம்ப தூரமாச்சே?" என்றாள். அவளுக்கு, அது எங்கே இருக்கிறது என்று தெரியாது. இருந்தாலும் பார்வதி அம்மாள் மூலம் தெரிந்து கொள்ளவே அவ்வாறு கேட்டாள்.

"தூரமா... நம்ம லிமிடெட் பஸ் ஸ்டாப்பில் இருந்து 19 எஸ் பிடிச்சுப் போனான்னா, நாலாவது ஸ்டாப். தேவ் நகர் பஸ் டிப்போக்கு எதிர்த்தாப்புலதான் அவன் ஆபீஸ் இருக்காம். எங்க வீட்ல இருந்து கிட்டக்க."

**அந்த** சில சம்பவ அறிமுகங்கள் மட்டும் காரணம் அல்ல. ரம்யா பலமுறை அதை உணர்ந்திருக்கிறாள். சிவாவைப் பார்க்கும் போதே ஒரு நல்ல அபிப்பிராயம் ஏற்படுகிறது. தவிர பார்க்கின்ற சில பேர்களில், ஓரிருவரைப் பார்த்தவுடன் மனதுக்குப் பிடித்து விடுகிறது. அதன் காரணமாக மனதில் அன்பும் ஏற்படுகிறது. அப்படிப்பட்டவர்களுடன் பழக வேண்டும் என்கிற உத்வேகம் ஏற்படுகிறது. சிவா இந்த ரகம் என்று தோன்றியது. சிலரைப் பார்க்கும்போது மட்டுமே, அன்பைக் கொட்டத் தோன்றுகிறது. பிரதிபலனாக, அவர்களின் அன்பை மேலும் மேலும் பெற வேண்டும் என்கிற ஏக்கம் மனதில் உண்டாகிறது. அது ஆழமாக, மனதின் அடித்தளத்தில் உருவாகிறது. இவனுடன் ஏதோ போன ஜென்மத்தில் ஒரு பந்தம் இருந்த மாதிரி, ஒரு மெல்லிய உணர்வு உள்ளத்தில் ஒரு இழையாய்ப் படர்கிறது. அவனுடன் பழகத் தனக்குச் சந்தர்ப்பம் கிடைக்காது என்று யோசித்துத் தெரிந்து கொள்கையில், மனதுக்கு இனம் தெரியாத கஷ்டமும் அதே சமயம் பழகியே தீர வேண்டும் என்கிற வேட்கையும் பிறக்கிறது. படுக்கையில் படுத்த வண்ணம் சம்பந்தமில்லாமல் சிந்தித்தாள்.

**இரவு** எட்டு மணி அளவில், ஏதோ ஒரு வாரப் பத்திரிகையைப் படித்துக்கொண்டிருந்தாள். அதில் யோகாசனத்தைப் பற்றிய சின்னக் கட்டுரை ஒன்று வெளியாகி இருக்கவே, அதை ஆர்வமாகப் படித்தாள். சிரசாசனம் உள்பட பல ஆசனங்கள் பற்றிய குறிப்பு இருந்தது. புத்தகத்தை மூடிவிட்டு எழுந்தாள்.

அம்மா சமையல் அறையில் இருப்பதையும், அப்பா ஈஸிச்சேரில் படுத்துக் கொண்டு ரேடியோ கேட்டுக் கொண்டிருப்பதையும் உறுதிசெய்துகொண்டு தன் அறைக்கு வந்தாள். ஒரு பேப்பரில் எழுத ஆரம்பித்தாள். பாதி எழுதி இருக்கும் போது, எழுதியவரை சரிதானா என்று ஆரம்பத்தில் இருந்து படித்துப் பார்த்தாள். எழுதி முடித்த பின் அதனை ஒரு வெற்றுக் கவருக்குள் வைத்துத் தலையணைக்கு அடியில் வைத்துக் கொண்டாள். மெதுவாக மாடியிலிருந்து கீழிறங்கித் தெருவில் வந்து, சின்னக் கற்கள் சிலவற்றை எடுத்துக்கொண்டு, மீண்டும் மேலே வந்தாள். கற்களைக் கடிதம் உள்ள கவரினுள் போட்டு மடித்துக்கொண்டு இரண்டாம் மாடிக்குச் சென்றாள். "துணி காயப்போட்டு இருந்ததை எடுத்துட்டு வரேம்மா."

கடிதமும் கற்களும் உள்ள கவரை எதிர்த்த வீட்டு மாடிக்கு வீச வேண்டும். அக்கம் பக்கம், கீழே மேலே, பார்த்துக் கொண்டாள். கவர் பத்திரமாக எதிர்த்த வீட்டு மொட்டை மாடியில் விழுந்தது.

காலையில் வழக்கம் போல் மாடிக்கு வந்த சிவா, சுருட்டி வைக்கப்பட்ட கவர் இருப்பதைப் பார்த்தான். லட்சியம் செய்யவில்லை. ஏதோ குப்பை என்று ஒதுக்கும்போது, உள்ளே கற்கள் இருப்பதை உணர்ந்தான். 'கவருக்குள் கல்லா?' கேள்விக்குறியுடன் எடுத்துப் பிரித்து பார்த்தபோது,

'அன்பு நண்பரே, காலை வணக்கம்.

தாங்கள் காலையில் உடற்பயிற்சியும் செய்கிறீர்கள். யோகாசனமும் செய்கிறீர்கள். சிரசாசனம் செய்யும் போது இதயம் அழுத்தம் அடைகிறது. அதற்குப் பதில் ஸர்வாங்காசனம் செய்யலாமாம். அது இதயத்திற்கு அவ்வளவு ப்ரஷர் தராதாம். இன்னொரு விஷயம். தற்போது ஷாலிமார் பெயிண்டின் விற்பனை குறைந்து போய் விட்டதாகத் தகவல். அதற்கு தங்களின் பங்கும் உண்டு என்று கிசு கிசு வருகிறதே, உண்மையா?'

சிவா குழப்பமாக, 'அதை யார் அதை எழுதி இருக்க முடியும்... எனக்கு பம்பாயில் யாரையும் தெரியாதே... ஆனால் என்னைப்பற்றி, எழுதியவர் தெரிந்து வைத்திருக்கிறாரே... அது

சரி, இப்படி அவர் திருட்டுத்தனமாக எழுதிக் கல்லை உள்ளே வைத்து அனுப்ப வேண்டிய அவசியம் என்ன?'

பல கேள்விகள் எழுந்தாலும், சிவா அதை அதிக சீரியஸாக எடுத்துக் கொள்ளவில்லை. வழக்கம் போல் தன் கடமையைச் செய்தான். ஜன்னலில் மறைந்திருந்து, அத்தனையும் பார்த்தாள் ரம்யா. இப்போதெல்லாம், அவள் சீக்கிரமே எழுந்து விடுவது வழக்கம். வழக்கமாய் எழும் ஆறரை மணிக்கு எழுந்து பார்த்தபோது, அவன் அதற்குள் உடற்பயிற்சி, ஜாகிங் முடித்து, குளித்து விட்டு நாற்காலியில் அமர்ந்த வண்ணம் அன்றைய ஆங்கில செய்தித்தாளைப் படித்துக் கொண்டிருப்பதைப் பார்க்கும்போது, அவளுக்குள் அவமான உணர்வு தோன்றும். 'சே, எவ்வளவு சோம்பேறி நான்.'

'யாரோ ஒரு முன் பின் தெரியாத எதிர் வீட்டுக்காரன் சுறுசுறுப்பாக, ஐந்தரை மணிக்கு எழுந்து விடுகிறான் என்பதற்காக நான் ஏன் வழக்கமான என் ஆறரை மணி திருப்பள்ளியெழுச்சியை சோம்பேறித்தனமாக நினைக்க வேண்டும்?' என்று அவளுக்குப் புரியவில்லை. சிவாவின் செயல்கள் அவளை மௌனமாக ஆக்கிரமித்தது அப்படித்தான்… ஆகர்ஷித்தது அப்படித்தான்…

கல்லூரிப்படிப்பை முடித்து வீட்டோடு கிடப்பது இப்போது ஏனோ எரிச்சல் ஏற்படுத்தியது. ஒருவேளை அப்படிப்பட்ட வாழ்க்கைதான் தன்னை வெளி உலகுக்குச் செல்லவிடாமல் அவனுடன் பழகும் ஒரு வாய்ப்பை ஏற்படுத்த விடாமல் செய்கிறதோ என்கிற எண்ணம் அடி மனதில் ஏற்பட்டதும், அன்றைக்கு இரவு அப்பாவிடம் மேல் படிப்புக்கு கல்லூரியில் சேர்த்து விடும்படி கேட்டபோது, அவர் மெல்லச் சிரித்துவிட்டு, "சாப்பிட்டுவிட்டு தூங்கும்மா… காலையில் பேசலாம்" என்று மட்டும் சொல்லிவிட்டு வழக்கமான ஈஸிச்சேரை ஆக்கிரமித்துக் கொண்டார் அந்த ரிடயர்டு ஆசாமி.

அன்றைக்கு ராத்திரி, தான் ஏதோ ஒரு சிறைக்கைதி மாதிரி இருப்பதாக உணர்ந்தாள். பம்பாய் வந்தால் கூட இவர்கள் பரம்பரை புத்தி மாறாது என்று மனசுக்குள் திட்டினாள்.

தான் மட்டுமல்லாமல் இந்த நாட்டில் எத்தனை பெண் கைதிகள் என்று பெருமூச்சு விட்டாள்.

காரணமின்றி அன்று இரவு இனம் புரியாமல் மெளனமாக அழுதாள்.

காலையில் அப்பா அவளுடைய அறைக்குக் காப்பி கொண்டுவந்தார். முந்தினம் இரவு அவளுடைய கல்லூரி விண்ணப்பத்தை மனதில் கொண்டு, "ரம்யா நீ காலேஜுக்கு போகணும்னு சொன்னதை நினைச்சேன். உனக்கு வீட்டிலேயே கிடந்து போர் அடிக்கிறதாலே அப்படி ஒரு எண்ணம் தோன்றியிருக்கலாம். நம்ம நேரத்தைக் கொஞ்சம் பயனுள்ளதா நம்மால் அமைச்சுக்க முடியும். நம்ம தெருவில், பத்துப் பதினந்து தமிழ் குடும்பங்கள் இருக்காங்க. அவங்களை இணைச்சு, ஏதாவது செய்ய முடியுமான்னு பார். உதாரணமா நம்ம எல்லா குடும்பங்களும் சேர்த்து புத்தக லெண்டிங் லைப்ரரி மாதிரி ஒண்ணு ஏற்படுத்தலாம். மாதம் ஒரு முறை, எல்லோரும் ஒருத்தர் வீட்டிலே சந்திக்கிறதா வச்சுக்கலாம். சில சமயம் பிக்னிக் மாதிரி பஸ் அரேஞ்ச் பண்ணிப் போகலாம். இப்படி, இன்ட்ரஸ்ட் உள்ளவங்களா பார்த்து ஏதாவது பண்ண முடியுமா பாரேன். காலேஜ் ஏன் வேண்டாங்கறேன்? இன்னும் மிஞ்சி போனா ஒரு வருஷம்..." அதற்கப்புறம் கல்யாணம் என்று அவர் சொல்லாவிட்டாலும் அவளால் ஊகிக்க முடிந்தது. இப்போதைக்கு வெளி உலகத்தைத் தொடர்பு கொள்ள வாய்ப்புக் கிடைத்ததனால், "தேங்க்ஸ் அப்பா" என்றாள்.

"ஆனா அந்த பார்வதியை மட்டும் சேர்த்துக்காத... மத்த மெம்பர்ஸும் ஓடிருவாங்க!" என்று அப்பா சிரித்தார். அப்பாவின் யோசனையை விரைவாகவே செயல்படுத்த ஆரம்பித்தாள் ரம்யா. ஏழாவது வீடு தள்ளி இருக்கும் பதினைந்து வயது லலிதாவை துணைக்குச் சேர்த்துக் கொண்டு, நான்கைந்து வீடுகளில் ஒருவருக்கு சர்க்குலேசன் லைப்ரரிக்கு மாதம் ரூபாய் ஐந்து என்கிற கணக்கில் வதூல் செய்ய ஆரம்பித்தாள். 'சிவாவைப் பார்க்கும் போது மட்டும் லலிதாவைக் கட் பண்ணிவிட்டு செல்ல

வேண்டும்... அப்பா தங்களின் திருப்பாதங்களுக்கு வந்தனம், இது மாதிரி எனக்கு வாய்ப்பு ஏற்படுத்தித் தந்ததற்கு...'

"இப்படி யாராவது இழுத்துப் போட்டுக்கிட்டு செய்ய மாட்டாங்களான்னு நினைச்சுக்கிட்டு இருந்தேன். அதுசரி, மறக்காமல் கலைமகள் வாங்கிடுங்கோ!" என்றார் எட்டாம் நம்பர் வீட்டுக் கிருஷ்ணமூர்த்தி.

"இன்ட்ரெஸ்ட்டட் மெம்பர்ஸ் ஏதாவது ஞாயித்துக்கிழமை க்ரூப்பா, தமிழ் சினிமா கூட போகலாம்." சிலர் புதிய யோசனைகளும் சொன்னார்கள். 'அன்பர்களே இந்த சங்கத்தின் நோக்கமே வேறு. என் ஆர்வம் உங்கள் மீது அல்ல.'

மாலை ஆறரை மணி. சிவா, அலுவலகம் விட்டு வந்திருந்தான். பத்து நிமிடம் கழித்து அவன் வரவிற்காகவே காத்திருந்த ரம்யா, அவன் அறைக்கதவை நோட்டுப் புத்தகம் சகிதம் தட்டினாள்.

"உள்ளே வரலாமா சார்?"

சட்டையை மட்டும் கழற்றி பனியன் பேண்ட் சகிதம் முகத்தைச் சோப்புப் போட்டுக் கழுவி விட்டு ஹாயாக உட்கார்ந்திருந்தவன், "எஸ் பிளீஸ்" என்று குரல் கொடுத்தான். அவனைக் கிட்டத்தில் பார்க்கும் சந்தர்ப்பம் கிடைத்தது.

'அவன் முகத்தைப் பார்க்கும்போதே, ஏன் பரவசம் அடைகிறாய் மனமே...? டேய் சிவா, மரியாதையாய் சொல்... போன பிறவியில் நீ யார்... அண்ணனா, தம்பியா, தந்தையா, தோழனா, தோழியா அல்லது என் காதலனா...? ஏன் என் உள்ளத்தில் ஏற்படுகின்ற அன்பை மொத்தமாக எடுத்துக் கொள்கிறாய்...? மௌனமாய் ஒரு மலரைப் போல், ஒரு குழந்தையின் சிரிப்பைப் போல், நீலவானத்தின் வெண் பஞ்சு மேகத்தைப் போல் ஏன் நீ என்னை சத்தமில்லாமல் சந்தோஷப்படுத்துகிறாய்...?'

"நான் எதிர் வீட்டில் இருக்கிறேன். பெயர் ரம்யா. இந்தத் தெருவில் மொத்தம் பதினைந்து தமிழ் குடும்பங்கள் இருக்கு. அதிலே பத்துக் குடும்பங்கள் சேர்ந்து ஒரு சர்க்குலேஷன் லைப்ரரி

ஆரம்பிக்கலாம்னு இருக்கோம். மாதம் ஐந்து ரூபா. அப்புறம் மன்த்லி கெட்-டுகெதர், மூவீ இப்படி இன்னும் எக்ஸ்பான்ஷன் பிளான்ஸ் கூட இருக்கு." அவள் வாசலில் நின்று கொண்டே பேசினாள். மனசுக்குள் படபடப்பாக இருந்தது. அவன் அவளை உள்ளே வரச் சொல்லவுமில்லை, ஏறெடுத்துப் பார்க்கவுமில்லை.

"இதோ பாருங்க எனக்கு இதுக்கெல்லாம் நேரம் கிடையாது. ஆர்வமும் இல்லை. பிளீஸ் எக்ஸ்க்யூஸ் மீ" என்றான் மென்மையாக.

"அஞ்சு ரூபா தான் சார்."

அறையை நோட்டம் விட்டாள். அவனைப் போலவே அறையும் ஒழுங்காக இருந்தது. நாற்காலி, டேபிள்லாம்ப், மேஜை மேல் டெஸ்க் காலண்டர், அதில் அன்றைய தேதி, சில குறிப்புகள், புத்தக ஷெல்:பில் வித விதமான புத்தகங்கள்... 'கண்ணீர்ப்பூக்கள், Six Thinking Hats, ஒரு வீடு ஒரு மனிதன் ஒரு உலகம், கனவுத் தொழிற்சாலை, திருத்தி எழுதிய தீர்ப்புகள்'... சுவரில் 'யாமிருக்க பயமேன்' என்று தைரியம் சொல்லும் :போட்டோ முருகன். 'Love is God's Gift and those who possess it are beautiful' என்று இரு குழந்தைகள் முத்தமிட்டுக் கொண்டிருக்கும் வண்ணப் போஸ்டர், மற்றும் பேனா, குடை, சீப்பு எல்லாம் தனக்கென ஒதுக்கப்பட்ட இடங்களில் இருந்தன. முகம் பார்க்கும் கண்ணாடியில், "You see, I am a Genius" என்று ஒட்டப்பட்டிருந்தது.

"அஞ்சு ரூபா தானா... எனக்கு வேலை கிடைக்காமல் சும்மா இருக்குறப்போ, யாரும் எனக்கு அஞ்சு ரூபா கொடுத்தாங்களா? வேலை செய்ததுக்கு அப்புறம் தான் கூலி" என்றான்.

"என்ன சார், இவ்வளவு பிகு பண்றீங்க? ஏதோ ஆயிரம் மைல் தொலைவு நம்ம ஊரை விட்டு இங்கே குடிவந்திருக்கோம், இந்த சின்ன ஒத்துழைப்பு கூடத் தரமாட்டேங்கிறீங்களே?" ஏறக்குறைய அழுதாள். சேராமல் இருந்து விடுவானோ என்று பயந்தாள். 'சேர்ந்துவிடு சிவா... உன்னிடம் பேச, பழக, தரிசிக்க சில சந்தர்ப்பங்களை எனக்குப் பிச்சை கொடு.' நோட்டுப் புத்தகத்தைப் பிரித்தாள். "பாருங்க சார்... எவ்ளோ பேர் சேர்ந்துருக்காங்க."

நோட்டில் வீட்டு நம்பர், குடும்பத் தலைவர் பெயர், மாதத்தொகை என்று கட்டமிடப்பட்டு விவரங்கள் எழுதப்பட்டிருந்தன. அதனை ஏதேச்சையாகப் பார்த்தவன், இலேசாக அதிர்ந்தான். அவள் முகத்தைக் கூர்ந்து பார்த்தான். பின் மெல்ல வசீகரமாகச் சிரித்தான். "எனக்கு இதுக்கு டைம் கிடையாதுனு சொன்னேன். ஏன் தெரியுமா? நான் வேலை பார்க்கிற ஷாலிமார் பெயிண்ட்ஸ் கம்பெனியிலே, நான் சேர்ந்ததுக்கு அப்புறம் சேல்ஸ் கம்மினு சொல்லியிருக்காங்க. அதைப் பொய் என்று நிரூபிக்க நான் ராப்பகலா உழைக்கணும்."

அவள் துணுக்குற்றாள். 'அவனுக்குக் கடிதம் எழுதியது நான்தான்னு கண்டுபிடிச்ச மாதிரி இல்ல பேசுறான்?' அவனை அடிப்பார்வை பார்த்தாள். "போனாப் போகுது... என் பெயரையும் எழுதிக்குங்க" என்றான்.

"ரொம்ப நன்றி சார்!" அவன் அனுமதியின்றி அறைக்குள் வந்து மேஜை மேல் நோட்டை வைத்து அவன் பெயரை எழுதினாள். அவன், அவள் அருகே வந்து மார்புக்கு குறுக்கே கைகளைக் கட்டிய வண்ணம் அவள் எழுதி முடிக்கும் வரை காத்திருந்து பின் அமைதியாகக் கேட்டான், "ஆமா... எனக்கு ஏன் அப்படி ஒரு அட்வைஸ் கடிதம் எழுதினீங்க... ம்?"

அவள் அதிர்ச்சியுடன் அவனை நோக்கி, "கடிதமா... நானா... இல்லையே?" என்று தெம்பில்லாமல் மறுக்க முயன்று, மௌனமாய்த் தோற்று தரையைப் பார்த்து நின்றாள். கீழே பார்த்த வண்ணம், "எப்படிக் கண்டுபிடிச்சீங்க...?" என்றாள் ஆச்சரியத்துடன்.

அவன் சிரித்துக்கொண்டே, "டாப் சீக்ரெட்" என்றான். பின்னர் மெதுவாக, "உங்க கையெழுத்து காட்டிக் கொடுத்துருச்சே... நோட்டுக் கையெழுத்தும், கவரில் நீங்கள் எழுதிய கையெழுத்தும் ஒண்ணுதான், இல்லையா? நவ் டெல் மீ... ஏனப்படி எழுதினீங்க?" என்று வியப்புடன் கேட்டான். அவள் விலகி பதில் சொல்லாமல், வாசலுக்கு சென்று வெளியேறப் போக, "ஹேய், ஐந்து ரூபா வாங்கிக்க வேண்டாமா?" என்றவுடன் நின்றாள். அவன் அவளை

ஆழமாகப் புதிருடன் பார்த்தான். 'பெண்ணே… யார் நீ? உன் எண்ணம்தான் என்ன? நோக்கம் என்ன? எதை என்னிடம் எதிர்பார்க்கிறாய்?'

அவள் தரையைப் பார்த்த வண்ணம், "நல்லவங்களோட பழகணும்னு ஒரு ஆசை. அதான்" என்று அடிக் குரலில் சொன்னாள்.

"நான் நல்லவன்னு யார் சொன்னா?" என்ற வண்ணம் அவளிடம் ஐந்து ரூபாயை நீட்டினான். "அதான் உங்க நெத்தியிலே எழுதி ஒட்டி இருக்கே" என்று சொல்லிவிட்டு அவசரமாகப் படி இறங்கினாள்.

அதற்குப்பின், அவளுக்கு அவனிடம் பேச நிறைய சந்தர்ப்பங்கள் கிடைத்தன. அன்று மாலை அம்மாவும் அப்பாவும் கோவிலுக்குச் சென்றவுடன் ('எனக்குத் தலைவலிம்மா, நான் வரலை') சிவாவின் வீட்டில் விளக்கு எரியக் காத்திருந்தாள். பார்வதியம்மா இல்லாத சமயம், தன் வீட்டைப் பூட்டிக்கொண்டு சுற்றும் முற்றும் பார்த்துக் கொண்டு எதிர் வீட்டு மாடிப்படி ஏறினாள். அம்மாவும் அப்பாவும் வர இன்னும் ஒரு மணி நேரம் ஆகும். கதவைத் தட்டினாள். கதவு திறக்க, "சார், தொந்தரவு பண்றதுக்கு மன்னிக்கணும்…"

"அதெல்லாம் ஒண்ணுமில்லை."

"இந்த லேட்டஸ்ட் ஆனந்தவிகடன் குடுத்துட்டு உங்க கிட்ட இருக்குற கல்கியை வாங்கிட்டு போகலாம்னு வந்தேன்."

"உட்காருங்க… ஏன் நின்னுக்கிட்டே இருக்கீங்க?"

"பரவால்ல சார்…" என்று கோணலாகச் சிரித்தாள். "ஏன் சார், பொதுவா சாயந்தர வேலையில என்ன பண்ணுவீங்க? லீவு நாள்ல என்ன பண்ணுவீங்க? உங்க எக்ஸர்ஸைசுக்கு லீவே கிடையாதா?"

மனதுக்குள், 'சிவா, எனக்கு உன் ஒவ்வொரு நடவடிக்கை பற்றியும் தெரிந்து கொள்ள ஆசை… நீ எப்படி பொழுதைக் கழிக்கிறாய்… எந்த ஹோட்டலில், என்னென்ன ஐட்டம் சாப்பிடுகிறாய்… எந்த

சலூனில் முடிவெட்டிக் கொள்கிறாய்… நீ எப்போது ஷூ பாலிஷ் போடுகிறாய்… நகம் எப்படி வெட்டி கொள்கிறாய்… எப்படிப் படுத்துக் கொள்கிறாய்… எல்லாம் தெரிந்து கொள்ள ஆசை… சொல்வாயா சிவா? உன்னைப் பார்த்துக் கொண்டிருந்தால், ஒரு பரவசம் ஏற்படுகிறது. ஏன்டா சிவா அது? அடி வயிற்றில், ஒரு ஜில்லென்ற உணர்ச்சி உருவாகிறது… ஏன் அப்படி? உன்னைப் பார்க்கின்ற எல்லாப் பெண்களுக்கும் அப்படி இருக்குமா? இருக்கக் கூடாது…'

அதிகம் அறிமுகம் இல்லாமல் திடீரென எதிரே வந்து உட்கார்ந்து கொண்டிருக்கும் அந்த பெண்ணிடம் என்ன பேசுவது என்று அவனுக்குத் தெரியவில்லை. அவன் அவளது கேள்விகளுக்கெல்லாம் மேலெழுந்தவாரியாகப் பதில் சொன்னான்.

"சிவா, உங்க குடும்பத்தை பத்தி நான் தெரிஞ்சுக்கலாமா?"

சார் என்பதில் இருந்து சிவா என்று மாறியதைக் கவனித்தான். அவளை மென்மையாக பார்த்தான். பார்வையில் புதிர் இருந்தது. 'இதெல்லாம் எதற்கு உனக்கு?' என்று அந்த விழிகள் பேசியதை அவள் புரிந்து கொண்டாள். இவன் விழிகள் எவ்வளவு அற்புதமாய்ப் பேசுகின்றன என்று நினைத்துக்கொண்டாள். 'சிவா' என்று கூப்பிட்ட போது ஒரு இன்ப உணர்வு தோன்றியதை அனுபவித்தாள். சிவா ஜன்னலுக்கு வெளியே இருட்டாகிக் கொண்டு வருகிற மேகத்தைப் பார்த்துக் கொண்டே, தன் சிறிய குடும்பத்தை பற்றிச் சுருக்கமாகச் சொன்னான். இன்னும் ஒரு வருடத்தில் ரிட்டயர் ஆகப்போகும் அரசு அலுவலக அப்பாவைப் பற்றி… அவர் தனக்கு கொடுத்த சுதந்திரத்தைப் பற்றி… தன் அன்பான அம்மாவைப் பற்றி… தன்னுடைய தம்பி தஞ்சாவூர் மெடிக்கல் கல்லூரியில் படிப்பதைப் பற்றி…

'சிவா… உன் அம்மாவை நான் பார்க்க வேண்டும்… உன்னைப் பெற்றெடுத்த அந்தப் புண்ணியவதியை வாழ்த்த வேண்டும்.. அடுத்த ஜென்மத்தில் உன்னைக் கருவில் ஏற்றி வயிற்றில் சுமக்கும் வரம் கேட்க வேண்டும். இந்த ஜென்மத்தில்…?'

"ஆமா... வந்ததிலிருந்து நானும் பார்த்துக்கிட்டே இருக்கேன், என்னைப் பத்தியே கேட்டுட்டு இருக்கீங்களே, என்ன விஷயம்?"

"சும்மாதான்" என்ற வண்ணம் கல்கியை எடுத்துக்கொண்டு, 'என்னைப் பத்திக் கேக்கணும்னு உனக்கு ஆர்வம் வரலியே கண்ணா' என்று மனசுக்குள் அழுது விடைபெற்றாள். 'இந்த மாதிரி பிடிப்பில்லாமல், ஒட்டுதல் இல்லாமல், உரிமை இல்லாமல் எத்தனை நாள் பேசுவதோ... இவன் என்னைப் புரிந்து கொள்ளும் வரை, என் எண்ணங்களை ஏக்கங்களைப் புரிந்து கொள்ளும் வரை, இப்படித்தான் இருக்கப்போகிறது... கடவுளே, என்னை இவன் புரிந்து கொள்ள சந்தர்ப்பம் தா. உனக்குக் கோடி நமஸ்காரம்.' படி இறங்கினாள்.

**அ**வளுக்கு வசதியாக பம்பாய்த் தமிழ்ச்சங்கம், பம்பாயில் பத்மா சுப்பிரமணியத்தின் நடன நிகழ்ச்சி ஒன்றை ஏற்பாடு செய்திருந்தது. அடுத்த ஞாயிற்றுக்கிழமை காலை அந்த நிகழ்ச்சி நடைபெற இருக்கிறது. நான்கைந்து குடும்பங்கள் நிகழ்ச்சிக்கு புக்கிங் செய்ய விருப்பம் தெரிவித்தனர். பத்து ரூபாய் டிக்கெட் மொத்தமாக வாங்கிவிடுவது என்று முடிவு செய்யப்பட்டது. அவள் நோட்புக் சகிதம் ஒவ்வொரு குடும்பத்துக்கும் எத்தனை டிக்கெட் வேண்டும் என்று கணக்கெடுத்து பணம் வசூல் செய்ய ஆரம்பித்தாள். அன்றைக்கு மாலை வழக்கம்போல் திருட்டுத்தனமாய் சிவாவின் அறைக்கு வசூல் செய்யச் சென்றாள்.

"என்னங்க... ரொம்ப நாளா ஆளைக் காணோம்?" என்று சிவா கேட்டதில் அவளுக்கு ஓரளவு மகிழ்ச்சிதான். என்றாலும், அப்படி உள்ளபடிக்கே தன்னைக் காணோம் என்று அவன் வருத்தப்பட்டிருந்தால், இப்போது தன்னைக் காணும்போது முகத்தில் ஒரு வெளிச்சம் ஏற்பட்டிருக்க வேண்டுமே... வெறும் வார்த்தைகள்தான் வருகின்றன. பத்மா சுப்பிரமணியம் நிகழ்ச்சி பற்றி விவரம் கூறி டிக்கெட்டுக்கான பணம் வாங்கி இயந்திர கதியில் திரும்பி வரும்போது, ஜன்னல் அருகே **'சிவாவின் சிந்தனைகள்'** என்று நோட்புக் ஒன்றில் எழுதப்பட்டிருந்தது. நின்றாள். இதைக் கேட்டால், படிக்கக் கொடுப்பானோ மாட்டானோ

என்கிற சந்தேக மின்னல் தோன்றவே, அவன் மறுபக்கம் பார்த்துக் கொண்டிருக்கும்போது, விருட்டென்று அதனை உருவி தன் வசூல் நோட்டுக் அடியில் வைத்துக் கொண்டாள். தன் வீட்டில் தன் தலையணை உறைக்குள் வைத்துக் கொண்டாள். இரவு அம்மாவும் அப்பாவும் உறங்கிய பிறகு படிக்கத் தொடங்கினாள்.

அந்த நோட்புக்கில் முத்து முத்தாக சிவா எழுதியதைப் படிக்கப் படிக்க அவளுக்கு அவன்மேலிருந்த மதிப்பும் மரியாதையும் பன்மடங்கு உயர்ந்து கொண்டே சென்றன...

**'சிவாவின் சிந்தனைகள்'**

'ஒவ்வொரு பணக்காரனும் நினைத்தால், ஏழை என்ற இனத்தை இல்லாது ஒழித்துவிடலாம். ஒவ்வொரு ஆணும் நினைத்தால், விபச்சாரி என்ற குலத்தைத் தவிர்த்துவிடலாம். ஒவ்வொரு ஆணும், பெண்ணும் நினைத்தால், வரதட்சணை என்ற கொடுமையை அழித்துவிடலாம். நினைத்தால் நடக்கக் கூடிய, ஆனால் என்றுமே நடக்க இயலாத காரியங்கள் இவை.'

அடுத்த பக்கத்தில் **'ஏழ்மை'** என்ற தலைப்பில் சிவா:

'தானம், தர்மம் செய்து புண்ணியம் பெறவே ஏழை இருக்கிறான் என நினைக்கிறான் பக்தன். தனக்கு சேவைசெய்து தான் மகிழவே ஏழை இருப்பதாகப் பணக்காரன் எண்ணுகிறான். தாம் திட்டங்கள் பல தீட்டவே ஏழை இருக்கிறான் என்று அரசியல்வாதி எண்ணுகிறான்.

எல்லோருக்கும் பயன்படும் ஏழ்மை, ஏழைக்கு பயன்படவில்லையே...'

**'ஏன்'** என்ற தலைப்பில் சிவா:

'ஒவ்வொருவரும், ஒரு பெண்ணின் வழியே வெளிவருகிறார்கள். ஒவ்வொரு ஆணும், பெண்ணையே மணந்து இன்புறுகிறான். இவ்வுலகில் பாதிக்கு மேல் பெண்கள். இருந்தும், "பிறந்து விட்டதே பெண் குழந்தை" என்ற ஈன உணர்ச்சி நம்மை விட்டு இன்னும் மறையவில்லையே...'

**'மன்னியுங்கள் மகாத்மா'** என்ற தலைப்பில் சிவா:

"தீயதைப் பார்க்காதே, தீயதைக் கேட்காதே, தீயதைப் பேசாதே" என்று உணர்த்தும் மூன்று குரங்குகள் பற்றி மகாத்மாவின் புத்தகத்தில் படித்திருக்கிறேன். இப்படி எல்லோரும் இவைகளைக் கண்டு ஒதுங்கிவிட்டால், அவைகளைத் திருத்துவது யார்...? தடுப்பது யார்...? சாக்கடை என்று தெரிந்தவுடன், மூக்கைப் பிடித்துக்கொண்டு விலகிச் செல்பவன் புத்திசாலியாக இருக்கலாம். ஆனால் சாக்கடையில் இறங்காமல் அதனை சுத்தம் செய்வது எப்படி? இப்படி ஒதுங்கி இருப்பது சுயநலம் ஆகாதா?'

ரம்யா, ஒவ்வொரு குறிப்பையும் மீண்டும் மீண்டும் படித்தாள். இரவு படுக்கையில், டேபிள் லாம்பின் அந்த வட்ட ஒளியில் அவன் சிந்தனைகளைப் பலமுறை படித்தாள். பல்வேறு பொருள் பற்றி, இந்த இளம் வயதில் இவ்வளவு ஆழமாக சிந்தித்து எழுதக் கூடிய இவன், உண்மையில் அபூர்வ மனிதன்தான். அவனது சிந்தனைக் குறிப்புகள், அவளைப் பரவசப்படுத்தியது மட்டுமல்லாமல், அவன் மேல் இருந்த பக்தியையும் பல மடங்கு உயர்த்தியது. அந்த உணர்ச்சி வசப்பட்ட சூழ்நிலையில்தான், 'இவன் என் வாழ்க்கைத் துணையாக அமைந்தால் எவ்வளவு நன்றாக இருக்கும்' என்று எண்ணினாள்.

அது எண்ணமாகவே நின்று விடாமல், ஏக்கமாகவும் வளரத் தொடங்கியது. கணவன் என்றால் இப்படிப்பட்டவன் அமைய வேண்டும் என்று அடிக்கடி நினைக்கத் தொடங்கினாள்.

'இப்படி ஒருவனிடம் தன்னை முழுமையாக அர்ப்பணித்துக் கொள்ள வேண்டும் என்று ஏன் எனக்குத் தோன்றுகிறது? இது சரி தானா? ஏன் இவனிடம் மட்டும் அதிக அறிமுகம் இல்லாமல் அடிமையாக இருந்துவிட மனம் ஏங்குகிறது? இது பைத்தியக்காரத்தனம் தானோ... இருக்கலாம். ஆனால் அப்படி ஒரு எண்ணம் தோன்றுவது நிஜம். அந்த எண்ணம்

ஒரு சுகத்தை தருவது நிஜம். இந்த எண்ணம் என்னுள் யாரும் தூண்டி விடாமலே எழுந்தது நிஜம். இந்த எண்ணத்தை என்னால் கட்டுப்படுத்த முடியாமல் நான் தோல்வி அடைகிறது நிஜம். இந்த நிஜங்கள் கேவலமானதாகத் தோன்றலாம். ஆனால் எத்தனையோ பொய்களை விட நிஜங்கள் நிச்சயமாக உயர்ந்தவைதான்.'

இரவு ஒன்பது மணிக்கெல்லாம் தலை வலிக்கிறது என்று சொல்லிப் படுத்துக்கொண்டாள்.

தலை வலி அல்ல… இதய வலி…

'கடவுளே எனக்கு என்ன ஆயிற்று?

நான் ஏன் என்னையே இழக்கிறேன்…? அவனும், அவனைப்பற்றிய எண்ணங்களும், ஏன் என்னை இப்படி ஆட்கொள்கின்றன…? அலைக்கழிக்கின்றன…?' மிகவும் இம்சைப் படுத்தப்பட்டவளாக இருட்டில் கட்டிலில் உட்கார்ந்துகொண்டு முட்டுக்கால் கொடுத்து கால்களுக்கிடையில் முகம் புதைத்து மெல்லிசாக அழுதாள்.

'நான் ஏன் இவ்வளவு பலகீனமானவளாக இருக்கிறேன்…? அவனைப் பார்க்கும் போதே ஒரு பரவசம் ஏற்படுவது ஏன்…? அவனிடம் பழக ஏக்கமாய் ஏங்குவது ஏன்…? எனக்குள் ஏதோ ஒரு சக்தி புகுந்துகொண்டு ஆட்டி வைக்கிறது மாதிரி உணர்கிறேன். நான் ஏன் நானாக இல்லாமல், என்னைக் கட்டுப்படுத்திக்கொள்ள இயலாமல், தவிக்கிறேன்…? இது இனம் தெரியாத இதய வலி தான்.

அந்த கற்பனைப் பூக்கள் ஏற்படுத்தும் கண்ணீர் பூக்கள்…

அவனைக் கடவுள், எனக்காகவே சிருஷ்டித்து எதிர்வீட்டுக்கு அனுப்பியிருக்கிறார். பரலோகத்தில் இருக்கிற எங்கள் பிதாவே, உமது நாமம் ரட்சிக்கப்படுவதாக.' கொஞ்சம் நேரம் குலுங்கிக் குலுங்கி அழுதாள்.

ஆனாலும் இப்படி தான் இயக்கப்படுவதாக உணர்கிற போது, 'இது கடவுள் சக்திதான் என்றும் தோன்றுகிறது. இந்த வேதனை… இந்த துன்பம்… அன்பினால் ஏற்படுவது அல்ல… அதை

வெளிப்படுத்த இயலாமல் போவதால் ஏற்படுகிற வேதனை. அந்த அன்பைக் காட்டிக் கொள்ளாமலும், கட்டுப்படுத்த முடியாமல் இருக்கும் நிலை காரணமாக தோன்றுகிற வேதனை. அந்த அன்பை வெளிப்படுத்த சுதந்திரம் இல்லை என்று ஏற்படுகிற வேதனை. கடவுளே, எப்போது பெண்களுக்கு ஆகஸ்ட் 15?' அவள் சோர்வுடன் சாய்ந்துகொண்டு கண்களை இறுக மூடினாள்.

தூக்கத்தில் தொடர்ச்சி இல்லாத கனவுகள்... ஒரு கூண்டுக்குள், கிளி ஒன்று அகப்பட்டுக்கொண்டு எல்லாத் திசைகளிலும் பறப்பதற்கு முயற்சி செய்து, பின் இயலாமல் சிறகை மட்டும் அடித்துக்கொண்டது.

கழுத்தில் சங்கிலி போட்டு, ஒரு நாயை சிலர் இழுத்துக்கொண்டு சென்றனர். எதிரே ஒரு சவ ஊர்வலம் வந்தது. ஒரு பெண்ணின் சவ ஊர்வலம். யாரோ சிலர் யேசுநாதருக்குப் பதில், அன்னை மேரியை சிலுவையில் அறைந்தனர். ஒரு பெரிய சிறைச்சாலைக் கதவுகளுக்குப் பின் ஆயிரம் ஆயிரம் பெண்கள்... அவர்களைக் காவல் காத்துக்கொண்டு இருக்கும் ஆண்கள் அவர்களை நோக்கி, "பெண்களே, நீங்கள் படைக்கிறதால், தெய்வத்திற்குச் சமானம். நீங்கள் இன்றி நாங்கள் இல்லை" என்று பெண்களைக் கும்பிட்ட கையோடு சிறைக் கதவுப் பூட்டு பத்திரமாக இருக்கிறதா என்று இழுத்துப் பார்த்துக் கொண்டனர்.

"கைதி நம்பர் 58 ரம்யா!" என்று யாரோ கூப்பிட்டார்கள்...

"அதிகம் சிரிக்காதே... உரக்கப் பேசாதே... மெதுவாக மூச்சு விடு" என்று ஒரு தாய், தன் மகளுக்கு உபதேசித்து கொண்டிருந்தாள்.

சிவா, விடிகாலையில் ஆரஞ்சு நிறமான வானத்தின் பின்னணியில், கடற்கரை ஓரத்தில், வெள்ளை ஷார்ட்ஸ், பனியன் அணிந்து ஓடிக்கொண்டிருக்க, பின்னால் அவனை ரம்யா துரத்திக்கொண்டு கடற்கரை மணலில் கால்கள் சிக்கித் தடுமாற, அவனுக்கும் அவளுக்கும் இடைவெளி அதிகமாக...

திடிரென திடுக்கிட்டுத் தூக்கத்தில் இருந்து விழித்துக்கொண்டாள்.

முகம் வியர்த்து இருந்தாள். இருட்டில் தடுமாறி படுக்கையிலிருந்து எழுந்து, தண்ணீர்க்குவளை இருக்கும் மேஜையைத் தடவிப் பிடித்துத் தண்ணீரை அண்ணாந்து குடிக்க, பாதி தண்ணீர் வெளிப்புறமாகக் கழுத்தை நனைக்க, சில்லிட்ட காரணமாகப் பூரணமாய் உறக்கம் விழித்தாள். மேஜையில் இருந்த ரேடியம் ரிஸ்ட் வாட்சில் மணி 12:10 என்று பார்த்தாள். மெதுவாக எதிர்ப்புறம் வந்து, ஜன்னல் வழியே எதிர் வீட்டைப் பார்க்க, லேசாக ஆச்சரியப்பட்டாள். சிவாவின் வீட்டு ஜன்னலில் டேபிள் லாம்ப் ஒளிர்வது தெரிந்தது.

'என் இனிய சினேகிதா, என்ன எழுதுகிறாய்...? என்ன படிக்கிறாய்...? எனக்குச் சொல்லக்கூடாதா... உன் ஆபீசில், உன்னுடன் வேலைபார்க்கும் பாக்கியசாலிகள் எத்தனை பேர் தோழா... என் அன்பில் நூற்றில் ஒரு பங்காவது நீ என்மேல் வைத்திருப்பாயா...'

கால்கள் வலிக்க, ஜன்னல் கம்பியைப் பிடித்துக்கொண்டு எதிர் வீட்டையே வெறித்துப் பார்த்துக் கொண்டிருந்தாள், அவன் விளக்கை அணைத்த பிறகும் கூட.

ஞாயிற்றுக்கிழமை காலை 10:30 மணிக்கு, பம்பாய்த் தமிழ்ச்சங்கம், பத்மா சுப்ரமணியம் நாட்டியத்திற்காக ஏராளமான தமிழர்களைக் கொண்டிருந்தது. பாபா சாகேப் தெருவின் கிளப் மெம்பர்ஸ் அனைவரும் ஒரே வரிசையில் சுமார் 30 சீட்டுகளை ஆக்கிரமித்திருந்தனர். சிவா இன்னும் வரவில்லை. ரம்யா திரும்பித் திரும்பி வாசலைப் பார்க்க, "இந்த மாதிரி புரோகிராம் பார்த்து எவ்ளோ நாளாச்சு தெரியுமோ!" என்றார் ராமகிருஷ்ணன் அப்பாவிடம். முன்வரிசையில் உட்கார்ந்திருந்த அம்மாளின் பட்டுச் சேலையை லட்சுமி அம்மா கவனித்துக்கொண்டிருந்தாள். கையில் டிக்கெட்டை வைத்துக்கொண்டு எந்த வரிசை என்று சிவா தேடிக் கொண்டிருக்கையில், ரம்யா எழுந்து நின்று தனக்குப் பக்கத்தில் உள்ள சீட்டைக் காண்பித்து, 'இங்க இருக்கு உங்க சீட்' என்று சொல்ல நினைத்தாள். சிவா அவர்களைக் கடந்து போகும் போது, ரம்யாவை பார்த்துக் கண்களால் சிரித்தான்.

'இவன் கண்கள் எவ்வளவு கச்சிதமாக பேசுகின்றன' என்று வியந்தாள் ரம்யா.

நாட்டிய இடைவேளையின் போது சிவா எழுந்து வெளியே செல்வதைக் கவனித்தாள். "அம்மா நான் ரெஸ்ட்ரூம் போயிட்டு வரேன்." லவுஞ்சில், கூட்டத்தில் சிவாவைத் தேடினாள். அவன் ஓரத்தில் நின்றிருக்க, அவனருகே சென்று, "ஹலோ" என்றாள். பதிலுக்கு அவனும் "ஹலோ". அவன் முகத்தைக் கூர்மையாக நோக்கினாள். அவன் சுற்றும் முற்றும் பார்த்து நேர்ப்பார்வை தவிர்த்தான். "மிஸ்டர் சிவா" என்று அழுத்தமாக ஆரம்பித்தாள். "உங்களுக்கு நண்பர்கள் யாரும் இருக்கிறார்களா?"

'எதற்குக் கேட்கிறாள்…? ஏன் என்னைத் துரத்துகிறாள்…?' கண்களில் கேள்வியுடன் சங்கடமான சூழ்நிலையில் கூட்டத்தில் யாரும் தங்களைப் பார்க்கிறார்களா என்று பார்த்துக்கொண்டு, "நண்பர்கள் உண்டு. இங்க இல்லை. ஆனால் மெட்ராஸில்" என்று செயற்கையாகச் சிரித்துவிட்டு அந்த இடத்தை விட்டு நடக்க முயற்சிக்கும்போது அவள் அடிக்குரலில், "என்னை உங்கள் நண்பர்களில் ஒருவராக நீங்கள் ஏன் ஏற்கக்கூடாது? என்னை ஏன் ஒதுக்குகிறீர்கள்? நானே வலிய வருவதால் நான் இகழ்ச்சியாகப் போய்விட்டேனா? அல்லது என் நட்பு மலிவாகிப் போய்விட்டதா? மனிதர்களின் அன்பு நாம் நினைக்கிற நேரத்திலெல்லாம் கிடைக்கிறதில்லை" என்று தரையைப் பார்த்து சொல்லிவிட்டு வேகமாகத் திரும்பி ஹாலுக்குள் நுழைய, அவன் ஸ்தம்பித்துப்போய் திடீரெனத் தாக்கப்பட்டு, அவள் போன திசையை வெறித்தான். அவள் உணர்ச்சிகளைப் புரிந்துகொண்டு அதிர்ந்து போனான். அவளைப் பற்றி முதன்முறையாக அவன் தீவிரமாக சிந்திக்க ஆரம்பித்தது அப்போது முதல் தான்.

ரம்யா கடந்தகாலத்தில் இருந்து நிகழ்காலத்திற்கு வந்தாள். தனது படுக்கையறையை எட்டிப் பார்த்தாள். தன் கணவர் மனோகர் தூங்கிக் கொண்டிருப்பது தெரிந்தது. பால்கனியில் இருந்து எழுந்து, கதவை மூடிக்கொண்டு மனோகர் அருகில் படுத்துக் கொண்டாள். கொஞ்ச நேரம் பழசு எல்லாம் மறந்து விட்டு, மனம் குழம்பாமல் இருக்கலாம். அவள் படுக்கும் போது

ஏற்பட்ட படுக்கை அசைவு காரணமாகக் கண் விழித்த மனோகர், "டேய் இன்னுமா தூங்கல்? ரொம்ப வயிறு வலிக்கிறதாம்மா? ஷேல் ஐ கால் த டாக்டர்?" என்று துடித்துப்போய் அவள் நெற்றியில் கைவைத்துப் பரிவுடன் தடவினான்.

"சே சே... இப்பதான் முழிச்சேன்... தண்ணி குடிச்சுட்டு வந்தேன். இப்போ சரியாப் போச்சு" என்ற வண்ணம் அவன் கழுத்தைத் தன் முகத்துக்கு அருகே கொண்டுவந்து, கன்னத்தில் ஈரமான முத்தத்துடன், "குட்நைட்" என்று இழைந்தாள். "நேரங்கெட்ட நேரத்தில், நீ இப்படி குட்நைட் சொன்னா உருப்படியா தூங்கின மாதிரிதான்!" என்ற வண்ணம் போர்வையை மூடிக்கொண்டு, "முருகா சரணம்!" என்று போர்வைக்குள் இருந்து சற்று உரக்கவே சிரிப்புடன் சொன்னான். சற்றுமுன் தான் பட்ட துயர எண்ணங்களிலிருந்து முற்றிலும் விடுபட நினைத்த ரம்யா, போர்வையை விலக்கி மெதுவான கீச்சுக் குரலில், "என்ன வாத்தியாரே... கலாட்டா பண்ணலாமா?!" என்றாள்.

"லாம்!" என்றான் ஆர்வத்துடன்.

**கா**லையில் எல்லாம் தெளிவாக இருந்தது.

'நியாயமாய்ப் பார்க்கும் போது, சிவாவை என் அன்புக்கு நான் இழுத்து வந்திருப்பது புரிகிறது... ஆனால் என் திருமணம் நிச்சயிக்கப்பட்ட சமயமோ, திருமண நேரத்திலோ சிவா பம்பாயில் இருக்கவில்லை. அதற்குப்பின் என்னைப் பார்க்கவும் இல்லை. எனவே அவன் பார்வைக் குற்றச்சாட்டுக்கு அர்த்தமிருக்கிறது. எனக்கு அப்போது தன் நிலையை அவனுக்கு விளக்கிச் சொல்லும் வாய்ப்பு ஏற்படவில்லை'. இப்போதும் அவனைப் பார்த்திராவிட்டால், அவனை முற்றிலும் மறந்துதான் போயிருப்பாள். 'என்னை அவன் குற்றம் சாட்டும் போது, கண்டிப்பாக நான் பதில் சொல்லியே ஆக வேண்டும். ஆனால் இந்த பழைய விஷயங்கள் மனோகருக்கு முற்றிலும் தெரியக்கூடாது. வீண் குழப்பம் ஆகி விடும். சிவாவைக் கண்டுபிடிக்கும் முயற்சியில் கூட அதிக எச்சரிக்கையுடன் செயல்பட வேண்டும். நான் உண்மையிலேயே ஏமாற்றியவளாக

இருந்தால், கடவுள் எனக்கு இப்படி ஒரு சிறந்த கணவரைக் கொடுத்திருப்பாரா?' என்று சமாதானம் செய்து கொண்டாள்.

மனோகர் வழக்கம் போல் எழுந்து (சற்று சோர்வுடன்) காப்பி குடித்துக்கொண்டே ஹிந்து படித்துவிட்டு, குளித்து ஆபீசுக்கு தயார் செய்து கொண்டு, சமையலறையில் திடீரென நுழைந்து, இரண்டு நிமிடம் அவளிடம் கொஞ்சிவிட்டு, டிபன் சாப்பிட்டுவிட்டு, சில முத்தப் பரிமாற்றங்கள் செய்துவிட்டு, அலுவலகம் புறப்பட்டான். தன் வழக்கமான காலை வேலைகளை முடித்துவிட்டு மார்க்கெட் சென்று, காய்கறி வாங்கிவிட்டு வீடு வந்து தானும் சாப்பிட்டு, சிவாவை எப்படிக் கண்டுபிடிப்பது என்ற யோசனையில் மூழ்கினாள் ரம்யா. திடீரென ஒரு மின்னல் தோன்ற, டெலிபோன் டைரக்டரியைப் புரட்டி 'எஸ்' பக்கத்தில் பார்த்தாள். 'ஷாலிமார் பெயிண்ட்ஸ்... பம்பாயில்தானே அவன் வேலை பார்த்தான்? இங்கு அவன் சென்னைக்கு, அலுவலக விஷயமாக வந்திருந்தால், ஷாலிமர் பெயிண்டின் மெட்ராஸ் கிளைக்கு ∴போன் செய்யலாமா?' செய்தாள்.

"யாரு வேணும் உங்களுக்கு.... சிவாவா? அப்படியாரும் இங்க இல்லை... பம்பாயில் இருந்தா...? அப்படி யாரும் சமீபத்தில் வரலிங்க... விசாரிக்கிறதுக்கு அவசியமே இல்லைங்க... எனக்குத் தெரியாதா?"

'அப்படியானால் அவன் சென்னைக்கு வேறு ஒரு கம்பெனியின் விஷயமாக டூரில் வந்திருப்பானா, அல்லது இங்கேயே ஏதாவது கம்பெனியில் வேலை செய்கிறானா? எப்படித் தெரிந்து கொள்வது? முதல் முயற்சியே தோல்வியா? இந்த மெட்ராஸின் அறுபது லட்ச ஜனத்தொகையில், உன்னை எப்படித் தேடுவேன் சிவா? ஒருவேளை நான் அனாவசியமாக அலட்டிக் கொள்கிறேனா...? இது தேவையில்லாத வேலையா...?' அவளால் தெளிவாகத் தன் நிலைமையைப் புரிந்துகொள்ள முடியவில்லை. 'இது வேண்டாத வேலை... விவகாரத்தில் மாட்டிக் கொள்ளப் போகிறாய்...' என்று உள்ளுணர்வு சொன்னது. சோர்ந்துபோய் சோ∴பாவில் உட்கார்ந்தபோது, அவள் அவனுக்கு கொடுத்த வாக்குறுதிகள் நினைவுக்கு

வந்தன. 'அந்த வாக்குறுதிகள் பொய் இல்லை சிவா… தேவைப்பட்டபோது உன் நட்பை நாடி விட்டு பின்பு நல்ல இடத்தில் வாழ்க்கைப்பட்டவுடன், சொல்லாமல் கொள்ளாமல் வந்துவிட்டதாக நீ எண்ணலாம்… அவ்வளவு கீழ்த்தரமானவள் அல்ல நான்… அதை நான் உனக்கு உணர்த்தியே ஆக வேண்டும்… ஏன் இந்தக் கோணத்தில் பார்க்கக்கூடாது? ஒரு பழகிய நண்பன் என்கிற முறையில் உன்னை ஏன் நான் சந்திக்கக் கூடாது? இவ்வளவு நாள் இல்லாத எண்ணம், இப்போது ஏன் என்கிறாயா? இவ்வளவு நாளாக நான் இருக்குற இடத்திற்கு நீயும் வந்து விட்ட சந்தர்ப்பம் இருக்கவில்லை. இப்போது கிடைத்திருக்கிறது.' பேசாமல் பம்பாயில் அவன் வீட்டு அட்ரஸுக்கு, தான் கையெழுத்துப் போடாமல் குறிப்புக் கொடுத்து, தன் திருமண நிலை பற்றி விளக்கினால் என்ன? 'வேண்டாம்… நோ ரிஸ்க் அட் ஆல்… இம்மி அளவு கூட நான் என்னை சோதனைப் படுத்திக் கொள்ளக்கூடாது. அதுவும் தவிர அவன் பம்பாயை விட்டு காலி செய்திருந்தால் இந்த முயற்சிக்குப் பலன் இல்லை. பேசாமல் சிறிது காலம் பொறுத்திருந்து பம்பாயிலுள்ள அம்மா வீட்டுக்கு செல்வது போல் சென்றால் என்ன? அவன் பம்பாயிலேயே இல்லாதிருந்தால் என்ன பயன்?' பலவாறாகக் குழம்பியவாறு அடுப்பைப் பற்ற வைக்கும் போது அந்த யோசனை வந்தது. 'பேசாமல் பம்பாய் ஷாலிமர் கம்பெனிக்கே போனில் பேசித் தெரிந்துகொண்டால்? அவன் அந்த கம்பெனியிலேயே இருக்கிறானா அல்லது மாறிப் போய் விட்டானா? அப்படி என்றால் எங்கு சென்றான் என்ற சில விவரங்கள் கிடைக்கக்கூடும்.'

விருட்டென பம்பாய் ஷாலிமர் கம்பெனிக்கு ∴போன் செய்தாள். மறக்கக்கூடிய நம்பரா அது? பம்பாயில் இருக்கும் போது பலமுறை பப்ளிக் டெலிபோன் பூத்தில் இருந்து சுற்றப்பட்ட நம்பர்கள் அல்லவா அவை… ஐந்துநிமிட முயற்சிக்குப் பின், "எஸ், ஷாலிமார் பெயிண்ட்ஸ்… குட் மார்னிங்… ஆப்கோ கோன் சாஹியே?" என்றது ரிசப்ஷனில் இருந்த பெண்ணின் குரல்.

"சிவா சார் ஹே உதர்?"

"ஓ காட், சிவா...? ஆப் உன் கோ கியா ரிலேஷன்?" குரலில் கொஞ்சம் அனுதாபம். தான் அவனது சொந்தக்காரி என்று சொன்னாள்.

"உங்களுக்குத் தெரியாதா...? கம்பெனியில் இருந்து அவரை நீக்கிவிட்டார்கள்" என்று ஹிந்தியில் பதில் அளித்தாள்.

"ஏன்... எதற்கு?" என்றாள் ரம்யா பதற்றத்துடன். ரிசப்ஷன் பெண் சொன்னதிலிருந்து, சில மாதங்களாக அவன் சரிவர வேலை செய்யாத காரணத்தால், பலமுறை கம்பெனியிலிருந்து வார்னிங் செய்தும், சிவாவின் வேலையில் திருத்தம் இல்லாததால், அவனை நீக்கிவிட்டார்கள் என்று புரிந்தது. அவன் தற்போது எங்கே என்று கேட்டபோது அது தனக்குத் தெரியாது என்றாள் ஷாலிமர் பெண். ஒருவேளை அவன் தன் சொந்த ஊருக்குச் சென்று இருக்கலாம் என்று யூகமாகச் சொன்னாள்.

நிலை குலைந்து போனாள் ரம்யா.

தலையை பிடித்துக்கொண்டு உட்கார்ந்தாள்.

'கடவுளே... இது என்னால் தானா? ஷட்-அப்... அவனது பைத்தியக்கரத்தனமான காரியங்களுக்கு நான் எப்படி பொறுப்பேற்க முடியும்?' என்று மனசுக்குள் அடித்துப் பேசினாலும், அதற்கு அவ்வளவாக வலுவில்லாதது மாதிரி உணர்ந்தாள். காரணம், அவளின் வாக்குறுதிகள். மீண்டும் கடந்த காலத்தில் நுழைந்தாள்...

ஒருநாள், ரம்யாவின் விழி நட்சத்திரங்களின் ஜொலிப்பை சிவா தீவிரமாகப் பார்த்துக்கொண்டு, "ஹேய் கண்ணம்மா, உனக்கு ஒரு விஷயம் சொல்றேன். யூ நோ மீ... ஐ ஆம் அன் எமோஷனல் டைப். சும்மா இருந்த என்மேல அன்பு காட்ட நீ ஆரம்பிச்சப்பறம், நான் என்னையே இழந்துவிட்டேன். பனிக்கட்டி எவ்வாறு தன்னால் கரைகிறதோ அது மாதிரிதான். யாரும் என் மேல் அன்பா இருந்தா உருகிடுவேன். இது ஒரு வியாதின்னு கூட வச்சிக்கலாம். ஏன் இத உன்கிட்ட சொல்ல வரேன்னா, இப்ப ஏதோ ஒரு ஆர்வம் காரணமாக, அல்லது என்னிடம் காணப்பட்ட

ஒரு தனித்தன்மையின் மீது ஏற்பட்ட ஈர்ப்பு காரணமாக, அல்லது வேற ஏதாவது சொல்ல முடியாத உணர்வு காரணமாக, நீ என் மேல அன்பா இருக்க… இது ஒரு தற்காலிக உணர்ச்சியாக மட்டும் இருந்திடக் கூடாது… ஏன்னா, இந்த மாதிரி விஷயத்துல நான் என்னை எளிதில ஜக்கியப்படுத்திக்கிறது இல்ல… ஆனா ஆரம்பிச்சுட்டேன்னா, என்னை நானே கட்டுப்படுத்துவது கஷ்டம். நீ என் மேல வெச்சிருக்கிற அன்பு, எவ்வளவு அதிகமானதுன்னு எனக்குப் புரியுது. ஆனா, எவ்வளவு ஆழம் என்பதுதான் முக்கியம். ஒரு தற்காலிக இமேஜ் காரணமாகவோ, ஒரு உணர்வு காரணமாகவோ ஏற்படுகின்ற அன்பு ஆழமாக இருக்காது. நீண்டநாளாக நிலைக்காது. அது ஒரு தற்காலிக அன்புதான். சில மேலெழுந்தவாரியான காரணங்களுக்காக, பளிச்சென்று கண்களுக்குத் தெரியக்கூடிய விஷயங்கள் காரணமாக ஏற்படுகின்ற அன்பு மொமென்ட்டரிதான். ஒரு அன்பு தற்காலிகமானதா நிலையானதா என்பது அந்த மனிதன் என்ன காரணங்களால் அன்பு செய்யப்படுகிறான் என்பதைப் பொறுத்து அமைகிறது. நீ இப்போ எவ்வளவு சீரியசா என் மேல அன்பு வச்சிருக்கிறேங்கறது, உடனே தெளிவு செய்யப்பட வேண்டிய விஷயம். ஏன்னா, என்னையே நான் முழுசா இழந்துட்ட பிறகு என்னால என் சுயநிலைக்கு வர முடியாது. நான் சொல்ல வந்ததை, கரெக்டா சொல்லிட்டேனா, எனக்குத் தெரியல…" என்று வார்த்தைகள் இடறினான் சிவா.

"சிவா, நீங்க சொன்னது புரிஞ்சது மாதிரியும் இருக்கு, லேசா புரியாதது மாதிரியும் இருக்கு. ஆனா ஒண்ணு மட்டும் நிச்சயம். இது யாராலும் தூண்டப்பட்டு ஏற்பட்ட அன்பு இல்லை. தன்னால ஏற்பட்டது. எல்லோரையும் பார்க்கும்போது இவ்வளவு அன்பும் அபிமானமும் நேசமும் வர்றது இல்ல… சிவா எனக்கு சொல்லத் தெரியல… எனக்கு எப்பவும் உங்க கூடயே இருக்கணும்ன்னு தோணுது". கட்டுப்படுத்த முடியாமல் விக்கி விக்கி லேசாக அழுதாள். தரையைப் பார்த்துக் கொண்டு தொடர்ந்தாள். "இது விளையாட்டா ஏற்பட்டது இல்லை சிவா… உள்ளுணர்வா வந்தது… வந்தது மட்டும் இல்ல… வளர்ந்தது…" சற்று ஆவேசம் வந்தவள் போல் உரக்க "சிவா, பை சான்ஸ் உங்களுக்கு வேற இடத்துல

கல்யாணம் ஆனாகூட என்னை இரண்டாவது மனைவியா ஏத்துக்குவீங்களா சிவா?" என்று முகத்தை மூடிக்கொண்டு உடல் குலுங்க அழுதாள். பிறகு கொஞ்சம் நிதானித்துக்கொண்டு, "என்ன ஆனாலும் சரி. எப்படிக் கட்டாயப்படுத்தப்பட்டாலும் சரி. நீங்களா வேண்டாம்னு சொன்னால் தவிர இன்னொருத்தனுக்கு மனைவியாப் போக மாட்டேன். அது மட்டும் நிச்சயம் சிவா". கைகளை முகத்தில் இருந்து விலக்கிவிட்டு முகத்தை முழுங்காலுக்குள் புதைத்துக் கொண்டாள். ஒரு உணர்ச்சிகரமான சூழ்நிலையில் அவன் எழுந்து சென்றான். அதற்குப்பின்தான் எத்தனை அன்புப் பரிமாற்றங்கள்... எத்தனை புஷ்பங்கள்...

ரம்யா கடந்த கால நினைவுகளிலிருந்து மீண்டு, சிவாவை எப்படி சந்திப்பது என்று தீவிரமாக யோசித்தாள். அதிகம் கூட்டம் சேரும் இடங்களில் அவனைத் தேடலாம். தினம் தினம், அதற்காகத் திட்டமிடலாம். இதில் வெற்றி கிடைக்குமா என்பது பெரிய கேள்விக்குறியாக இருந்தாலும், முயற்சி செய்வதில் தவறில்லை என்று நினைத்தாள். அதற்குப்பிறகு ஒவ்வொரு மாலையும் வெளியே செல்ல வேண்டும் என்று ரம்யா திட்டமிட்டாள். தினம் தினம், மனோகர் வந்தவுடன் ஏதாவது ஒரு புரோகிராம்... சினிமா, டிராமா, பீச் என்று சுற்றிவிட்டு வருவதை வழக்கமாக்கிக் கொண்டாள். மனோகருக்கு ஆச்சரியமாக இருந்தது. "முன்னெல்லாம் உன்னை வீட்டை விட்டுக் கிளப்பறதே பெரும்பாடு. இப்ப என்னடான்னா எங்காவது போகலைன்னா போரடிக்குதுன்னு சொல்ற!" என்றான் மனோகர். அவள் பொய்க் கோபத்துடன், "கூட்டிட்டுப்போகக் கஷ்டமா இருந்தா வேண்டாம்" என்று முகத்தைத் திருப்பிக்கொள்ள, "கஷ்டமா...? கரும்பு தின்ன கூலியா...?! வேணும்ன்னா சொல்லு ஆபீஸுக்கு லீவு போட்டு பகல்ல கூட ஜாலியா எங்காவது வெளிய போயிட்டு வரலாம்!" என்றபடி அவளை அணைத்தான். "லீவு போடாமலேயே இப்படி... லீவு வேற போட்டா... யம்மாடி" என்று அவன் கை விலக்கினாள்.

எங்காவது பொது இடங்களில் சிவாவைப் பார்க்க மாட்டோமா என்று எண்ணித்தான் ரம்யா திட்டமிட்டிருந்தாள். ஆனால்

அவளால், இதுவரை சிவாவைக் கண்டுபிடிக்க முடியவில்லை. ஏறக்குறைய இரண்டரை மாதங்கள்... அவள் மனோகருடன் அலைந்ததுதான் மிச்சம்... மனம் கலைந்தது தான் மிச்சம்... நாட்கள் கரையக் கரைய, நம்பிக்கை நசித்துப் போக ஆரம்பித்தது. 'ஒருவேளை சிவா சென்னையில் இல்லாமலும் இருக்கலாம். நான் அவனை இனி பார்க்காமலே இருந்து விடுவேனோ? அந்த சந்தர்ப்பம் எனக்கு கிடைக்காதா? இந்தக் குறை, காலா காலத்துக்கும் மனசுக்குள் கிடந்து குற்ற உணர்வுகளாக நெருடிக்கொண்டுதான் இருக்குமா? கொஞ்சம் கொஞ்சமாக மனதில் மேலும் மேலும் ரணத்தை உண்டு பண்ணிக்கொண்டுதான் இருக்குமா? 'சிவா, இரண்டு மாத ஆல்-இந்தியா டூர் என்று அலுவலக விஷயமாக நீ பம்பாயிலிருந்து விடைபெற்றுக்கொண்டு கிளம்பியபோது உனக்கும் சரி எனக்கும் சரி, அது நிரந்தரமான பிரிவின் ஆரம்பம் என்று அப்போது தெரியவில்லை.

நீ சென்ற இரண்டு வாரங்களில் என் அப்பா திடீரென தன் நண்பனின் வீட்டுத் திருமணத்திற்கு என்று சொல்லி மெட்ராஸ் பயணம் சென்றார். ஒரு வாரம் கழித்து அம்மாவும் அப்பாவும் பேசிய ஜாடைப் பேச்சுக்களில் இருந்து, அப்பா மெட்ராஸ் சென்று வந்தது எனக்கு மாப்பிள்ளை பார்க்கத்தான் என்று தெரிந்தது.'

அம்மாவிடம் கேட்டபோது, அரிசியைக் களைந்து சட்டியில் போட்டுக் கொண்டு சிரித்தவாறு, "பையனை அப்பா பார்த்துவிட்டு வந்துவிட்டார். நல்ல இடமாம். பையன் மெட்ராஸ்ல என்னவோ கம்பெனி பேரு சொன்னாரு... மறந்து போச்சு... அதுல பெரிய எக்ஸிக்யூட்டிவ். நல்ல குடும்பம். அப்பாவுக்குத் தெரிந்த நண்பரின் குடும்பம். பையன் போட்டோ பாத்தா லட்சணமா இருக்கான். அவங்களுக்கு அவன் ஒரே பையன். உன் போட்டோவைப் பார்த்தே அவங்களுக்குப் பிடிச்சு போச்சு... தவிர அவங்க ஏதோ ஒரு கல்யாணத்துல இரண்டு மூணு வருஷத்துக்கு முன்னாடி உன்னைப் பாத்து இருக்காங்களாம்" என்று பையனின் போட்டோவைக் காட்டினாள்.

"அம்மா!!" அடிவயிற்றிலிருந்து தொண்டை கிழியக் கத்தினாள் ரம்யா. 'இது அடுக்களையிலிருந்து அரிசி களைந்து

போட்டுக்கொண்டு பேசுகிற சாதாரண விஷயமா...? எங்கே என் உணர்வுகள்...? எங்கே எனக்கு மரியாதை...? இந்த வீட்டுக்கு வெள்ளை அடிப்பதற்கு இவர்கள் எப்படி சுவர்களிடம் அனுமதி கேட்பது இல்லையோ, அது மாதிரித் தங்கள் பெண்களுக்குத் திருமணம் செய்வதற்கு அவர்கள் கலந்தாலோசிப்பது இல்லை. "பொண்ணு பிடிச்சிருக்கா?" என்று எல்லாப் பெற்றோர்களும் தன் பிள்ளைகளைக் கேட்கிறார்கள். "கொஞ்சம் சிவப்பா இருந்தா நல்லா இருக்கும். கொஞ்சம் உயரமா இருக்கணும்." என்றெல்லாம் இவர்களின் பிள்ளைகள் கூறுவதைக் கேட்கும் பெற்றோர்களில் எத்தனை பேர் தங்கள் பெண்களிடம், "இந்த இடம் பார்த்திருக்கிறோம், உனக்குப் பிடித்திருக்கிறதா?" என்று கேட்கிறார்கள்?'

பின் அம்மாவிடம் அமைதியாக, "இப்போதைக்கு எனக்குக் கல்யாணம் வேண்டாம்" என்று சொன்னபோது அம்மா செல்லமாக அவள் கன்னத்தில் தட்டிவிட்டு, "போடி அசடு... அப்பா பூ வச்சுட்டே வந்துட்டார்!" என்று சொல்லிப் பாத்திரங்கள் துலக்க ஆரம்பித்தாள். ஒரு உறுதியான வைராக்கியத்துடன், சிவாவைப் பற்றியும் அவனைத் திருமணம் செய்துகொள்ள முடிவு செய்ததைப் பற்றியும் அம்மாவிடம் சொன்னபோது, அம்மா அதிர்ந்து போனாள். கொஞ்சம் பயந்தாள். படபடத்தாள். ஏதோ சொல்லக் கூடாததை அவள் சொல்லி விட்ட மாதிரி முறைத்தாள். ஒரு நாள் முழுவதும் ரெட் லைட் ஏரியாவில் இருந்துவிட்டு வந்தவள் மாதிரி ரம்யாவைக் குற்றப் பார்வை பார்த்தாள். அவள் தலை குனிந்தபோது, அம்மா ஆவேசம் கொண்டு, "என்னடி இது... இப்படி ஒரு குண்டை தூக்கிப் போடற? இதை முன்னாடியே சொல்லித் தொலைச்சிருக்கலாமே?" என்று ஹிஸ்டீரியா பேஷன்ட் போல் கத்தினாள்.

"எனக்கு மாப்பிள்ளை பார்க்கிற விஷயத்தை நீங்க முன்னாடியே சொன்னீங்களா?" என்று திருப்பிக் கத்தினாள்.

"சீ! உனக்கு வெக்கமா இல்ல இப்படிப் பேசறதுக்கு? ஒரு பொம்பள பேசுற பேச்சா இது?" என்றாள்.

'பொம்பள'... எவ்வளவு கேவலமாக, இழிவாக உச்சரிக்கிறார்கள்? அதுவும், ஒரு பெண்ணே இப்படிப் பேசுவதா...

மாதா, தாய், சக்தி என்றெல்லாம் பெண்ணை ஒரு பக்கம் உயர்த்திப் பேசிவிட்டு, மறு பக்கம் 'பொம்பள' என்று பொட்டில் அடித்தபடி எவ்வளவு கேவலமாகப் பேசுகிறார்கள்?

அப்பா வந்ததும் அம்மா அழுதபடி அவரிடம் விஷயத்தைச் சொன்னாள். அப்பா, அம்மாவைப் போல் அதிகம் அலட்டிக் கொள்ளவில்லை. 'ஒருவேளை, என்னால் அவர்களை மீறி ஒன்றும் செய்துவிட முடியாது என்கிற எண்ணம் காரணமாக இருக்கலாம்.' "இப்ப ஒண்ணும் செய்ய முடியாது. பூ வச்சுட்டு வந்தாச்சு. அவங்க நாள் குறிச்சி எழுதுவதா சொல்லிட்டாங்க. கல்யாணத்தை மெட்ராசில்தான் வச்சிக்கணும்னு பிடிவாதம் பண்றாங்க." என்று அப்பா சாவதானமாக ஈஸிச்சேரில் சாய்ந்து கொண்டு ஹிந்து பேப்பரை எடுத்துக் கொண்டார். ரம்யாவிற்கு அவர்கள் இருவரையும் மெஷின் கன்னால், "ரட்டட்டட்" என்று சுட வேண்டும் போல் இருந்தது. 'அப்பா நினத்தது மாதிரி, என்னால் என்ன செய்ய முடியும் சிவா... எப்படித் தடுத்து நிறுத்துவேன்...? என் நிலையில் இருந்து யோசித்துப் பார்... நான் சாப்பிடாமல் இரண்டு நாள் இருந்தேன். அழுது புரண்டேன். இரண்டு நாள் கழித்துதான் தெரிந்தது, அப்பாவும் இரண்டு நாள் சாப்பிடவில்லை என்று. அப்பா டயபடிக் வேறு. துவண்டு போயிருந்தார். ஹாஸ்பிடலில் அவரை அட்மிட் செய்தோம். என்னைப் பார்க்காமல் கண்களை மூடியபடியே இருந்தார். பேசவில்லை. அவ்வப்போது கண்களிலிருந்து கண்ணீர் வந்துகொண்டே இருந்தது. மிகவும் பலவீனமாக இருந்தார். ரம்யாவிற்கு இது பெரும் வேதனையாக இருந்தது. அவரிடம் மீண்டும் சிவாவைப் பற்றியும், தனக்கு அவன்பால் உள்ள அன்பைப் பற்றியும், சிவாவின் நற்குணங்கள் பற்றியும் சொன்னாள். அவர் எதுவும் பேசவில்லை. மௌனமாகவே கண்மூடி இருந்தார். லட்சுமி அம்மாவிடம் மட்டும், தனக்குத் தேவையானதைச் சொல்லி மீண்டும் கண் மூடிக் கொள்வார். "பெரிய டாக்டர் வருகிறார்" என்று நர்ஸ் பட படக்க வந்தாள்.

அப்பாவைப் பரிசோதித்த டாக்டர், "பல்ஸ் கம்மியா இருக்கு. ஒரு இசிஜி எடுத்துறலாம்" என்றார். அவரை ஸ்ட்ரெச்சரில் மருத்துவ சோதனைக்கு அழைத்துச் சென்ற பின், அவரது தலையணை அருகில் நான்காக மடிக்கப்பட்ட பேப்பர் இருந்தது. அதனைக் கவலையுடன் பிரித்துப் பார்த்தாள் ரம்யா. அந்தக் கடிதத்தில் அவர் ரம்யாவிடம் மனம் திறந்து மன்னிப்புக் கோரியிருந்தார். தான் ரம்யாவிடம் முன்னதாகவே மாப்பிள்ளை பார்ப்பது பற்றி பேசியிருக்க வேண்டும் என்றும், மெட்ராசுக்குத் தன் நண்பன் அழைத்தபோது, ஜஸ்ட் பார்க்கலாம் என்றுதான் சொல்லியிருந்தார். ஆனால் மெட்ராஸ் சென்றபோது, அவருக்குப் பையனை மிகவும் பிடித்து போய் பையனின் குடும்பத்தையும் பிடித்து விடவே, அவர்கள் கேட்டபோது, ரம்யா மறுக்க மாட்டாள் என்று தோன்றவே அங்கு அவர்களிடம் சம்மதம் தெரிவித்து வந்துவிட்டார். ரம்யாவுக்கு இது மிகவும் பொருத்தமான வரன் என்பதாலும் பையன் மிகவும் நல்ல டைப் ஆகவும் தெரிந்ததால், சம்மதம் தெரிவித்துவிட்டதாக எழுதியிருந்தார். ரம்யாவின் மனதில் சிவா இருப்பது அவரால் அங்கு கற்பனை செய்யக் கூடத் தோன்றவில்லை. 'என்னை மன்னித்து விடு... உன்னால் மன்னிக்க முடியவில்லை என்றால், மரணம் என்னை மன்னிக்கட்டும்...'

செய்வதறியாது திகைத்து நின்றாள் ரம்யா. இது ஒரு எமோஷனல் பிளாக் மெயிலா? இதற்கு நான் ஒப்புக்கொள்ள வேண்டுமா? சோர்ந்து போய் தரையில் உட்கார்ந்து விட்டாள் ரம்யா. இசிஜி மற்றும் ஆஞ்சியோவில் அவருக்கு எழுபது பர்சென்ட் அடைப்பு இருப்பதாகத் தெரிய வந்தது. சீக்கிரம் அவருக்கு பை பாஸ் செய்ய வேண்டும் என்றார்கள். அப்பாவை ஸ்ட்ரெச்சரில் அழைத்து வந்தார்கள். அவர் ரம்யாவைக் கண் திறந்து பார்த்து, "நீ என்ன முடிவு வேண்டுமானாலும் எடுத்துக் கொள். என்னைப்பற்றிக் கவலைப்படாதே" என்று மட்டும் சொல்லி, மீண்டும் கண்களை மூடிக்கொண்டார். இதய அறுவை சிகிச்சையை, இரண்டு நாள் கழித்து செய்ய முடிவுசெய்தனர். அது வரையிலுமே அவர் ரம்யாவிடம் எதுவும் பேசவில்லை. ரம்யா மிகவும் மனம் ஒடிந்து செய்வதறியாது கலங்கி நின்றாள்.

'சிவா, நீ எங்கிருக்கிறாய்... எப்போது வருவாய்... எனக்கு என்ன முடிவு... இந்த நிலைமையில் நீ எனக்கு என்ன அறிவுரை சொல்வாய்?'

இரண்டு நாள் கழித்து, பை பாஸ் அறுவை சிகிச்சை செய்ய ரம்யாவின் அப்பா ஸ்ட்ரெச்சரில் ஆபரேஷன் தியேட்டருக்குச் செல்லத் தயாரானார். எல்லா பரிசோதனைகளையும் அவருக்கு செய்து முடித்து, பச்சை நிற கவுனை மாட்டித் தயாராக இருக்கும்போது, ரம்யா அவர் அருகில் வந்து, "அப்பா, உங்கள் விருப்பப்படி செய்யுங்கள். நீங்கள் நலமாக இருக்க வேண்டும். சந்தோஷமாக இருக்க வேண்டும். விரைவில் பூரண குணமாகி பழையபடி என்னப்பாவாக மாறவேண்டும்" என்று திக்கித் திக்கி அழுதவாறே ஸ்ட்ரெச்சரில் இருந்த அப்பாவிடம், அவரின் கையைப் பிடித்து அழுதாள். அப்பா மெல்லக் கண் திறந்து "ரம்யா..." என்று பரிவுடன் அழைத்தார். "நீ சொல்வதைக் கேட்டபோது மிகவும் சந்தோஷமாக இருந்தது. கடவுள் உனக்கு நல்லதையே செய்வார். என்னுடைய முயற்சியும் உனக்கு நல்வாழ்க்கையையே தரும். எல்லாவற்றையும் மறந்து தைரியமாகவும் சந்தோஷமாகவும் இரு. அப்பா ஆபரேஷன் முடித்துவிட்டு வந்தவுடன் நாம் மீண்டும் மகிழ்ச்சியாகப் பயணிப்போம். மனோகர் அற்புதமான மனிதர். உனக்கு ஏற்ற நல்ல துணைவர். நீ சம்மதம்னு சொன்னவுடனே எனக்குப் பாதி குணம் ஆயிருச்சி" என்று முகம் மலர்ந்தார். பின்னர் ஆபரேஷன் தியேட்டருக்குள் அழைத்துச் செல்லப்பட்டார்.

பித்துப் பிடித்தவள் போல் ரம்யா துவண்டு நின்றாள். அப்பாவின் நிலைகண்டு, தன்னிலை மாறினாளோ... 'மனமே மறந்துபோ... நீ, நீயாக இல்லை...' ஒரு கணம் தான் நிர்வாணமாக நிற்பதாக உணர்ந்தாள்... தன்னை சுற்றி ஏராளமான பெண்கள் நிர்வாணமாக இருப்பது போல் தோன்றியது.

**பழைய** நினைவுகளை நினைத்துக்கொண்டு இருந்தபோது குழப்பமான மன நிலையில் இருந்த ரம்யா, மாலையில் மனோகர் அலுவலகம் முடிந்து வந்த பின் அவன் மடியில் விழுந்து மயங்கிப் போனாள்.

விழித்துப் பார்த்தபோது, சுற்றுப்புறம் மாறி இருப்பது தெரிந்தது. அது ஒரு நர்சிங் ஹோம். எதிரே, மங்கலாக மனோகர். அவள் கண்விழித்ததைப் பார்த்ததும், கட்டில் அருகில் சென்று அவள் தலைமுடியை வருடியவாறே, "இப்போது எப்படி இருக்கிறாய் ரம்யா?" என்றான் கரிசனத்துடன். "லேசா டயர்டா இருக்கு" என்றாள், உலர்ந்த உதடுகளுடன். "நான் எப்படி இங்கே…" என்று எழுந்திருக்க முயன்றபோது தடுத்தான். "இனிமேல்தான் நீ ரொம்ப ஜாக்கிரதையா இருக்கணும்." அவள் கன்னத்தில் முத்தமிட்டு, "நம்ம குழந்தை உன் வயிற்றில் தூங்கிக்கிட்டு இருக்கு. டாக்டர் அம்மா சொன்னாங்க." அவள் வயிற்றில் தட்டிக் கொடுத்தான். அவள் தனக்கு அது முன்பே தெரியும் என்று ஜாடை காட்டினாள். "சொல்லவே இல்லையே!" என்றான் சந்தோஷமான ஏமாற்றத்துடன்.

அதன்பின், அவள் ஒரு வாரம் நர்சிங் ஹோமில், ஓய்வு எடுக்க வேண்டும் என்றும் அதன் பின் அவளை பம்பாய்க்குப் பெற்றோர் வீட்டுக்கு இரண்டு மூன்று மாதம் அனுப்ப வேண்டும் என்றும் திட்டமிடப்பட்டது. அவன் அவளைத் தட்டிக் கொடுத்துவிட்டு, "நீ ரெஸ்ட் எடு. நான் போய்ப் பழம், ஹார்லிக்ஸ், மாத்திரை எல்லாம் வாங்கிட்டு வர்றேன்" என்றான்.

ரம்யா அவனைப் பார்த்துக் கண் சிமிட்டிக் கொண்டே, "அய்யோ பாவம் சார் நீங்க" என்றாள். "இன்னும் கொஞ்ச மாசத்துக்கு நீங்க கலாட்டா பண்ண முடியாது."

"மொத்தமா பின்னாடி கவனிச்சுரலாம்!" சந்தோஷத்தின் உச்சியில் மனோகர் இருந்தான்.

**ப**த்தொன்பதாம் தேதி ரம்யா, மனோகருடன் பம்பாய் புறப்பட தாதர் எக்ஸ்பிரசில் டிக்கெட் வாங்கப்பட்டிருந்தது. இன்றைக்குத் தேதி பதினான்கு.

நர்சிங் ஹோமில் சும்மாவே படுத்துக்கொண்டு பழச்சாறு, குளுக்கோஸ், ஹார்லிக்ஸ் மற்றும் மருந்து மாத்திரைகள் சாப்பிட்டுக் கொண்டிருப்பது ரம்யாவுக்கு போர் அடித்தது.

அன்றைய ஹிந்து பேப்பரில் தற்செயலாக அந்த விளம்பரத்தைப் பார்த்தாள்.

'நாட்டின் முன்னணி நாளேடுகளிலும், பத்திரிகைகளிலும் விளம்பரம் செய்ய எங்களை அணுகவும் - சேகர் அட்வர்டைசிங் கம்பெனி.'

"ஹலோ... இஸ் இட் சேகர் அட்வர்டைசிங் கம்பெனி? விளம்பரம் கொடுக்கறதுக்கு எவ்வளவு சார்ஜ்?" என்று விவரங்கள் சேகரித்தாள். எல்லாப் பத்திரிகை மற்றும் செய்தித்தாள்களில் அடுத்த நாள் முதல், தினம் தினம் அந்த இரண்டு வரி விளம்பரம் வர ஆரம்பித்தது.

'கண்ணம்மா 19-ஆம் தேதி தாதரில் பம்பாய் பயணம்' என்பதே அந்த விளம்பரம்.

'கண்ணம்மா...' சிவா அவளுக்கு சூட்டிய திருநாமம் அது. நாட்கள் நகர மறுத்தன.

தேதி பதினேழு... பதினெட்டு... பத்தொன்பது... மெட்ராஸ் சென்ட்ரலில் காலை 9:00 மணிக்கு தாதர் எக்ஸ்பிரசைப் பிடிக்க மனோகரும் ரம்யாவும் வந்துவிட்டனர். லக்கேஜ்களை கம்பார்ட்மென்ட்டில் வைத்துவிட்டுப் பிளாட்பாரத்தில் இருவரும் நின்றார்கள். ரம்யாவின் பார்வை நுழைவாயில் பக்கம் பார்த்துக்கொண்டே இருந்தது. அவளருகே மனோகர் பேசியது எதுவும் ரம்யாவின் காதில் விழவில்லை.

'சிவா, அந்த விளம்பரத்தைப் பார்த்தாயா...? ஸ்டேஷனுக்கு வருவாயா...? நான்தான் விளம்பரம் கொடுத்தேன் என்று புரிந்ததா...? நீ வந்தாலும், எப்படி உன்னிடம் பேசுவேன்...? சந்தர்ப்பம் கிடைக்குமா...?'

அவள் வியர்த்திருந்தாள்.

இன்னும் பத்து நிமிடம்... அவன் வரவில்லை.

"ரம்யா... நீ ஏறிக்கோ..."

"இன்னும் டயம் இருக்கு மனோ..."

"மஞ்சள் விளக்கு போட்டு விட்டார்கள். இன்னும், நாலு நிமிடம்..."

கூட்டம் பரபரத்துக் கொண்டிருந்தது. சிவா இன்னும் வரவில்லை. 'வரமாட்டானோ? அந்த ஏக்கத்தின் நினைவு, காலா காலமாய் மனசில் நிற்க வேண்டும் என்பதுதான் சாபமோ...'

"ஏய், ஆம்பர் போட்டுட்டான். வண்டில ஏறு..." என்றான் மனோகர்.

"இன்னும் ஒரு நிமிஷம்... உள்ளே உக்காந்தா காத்து இல்லாம புழுக்கமா இருக்கும்..." அவளின் விழிகள் நுழைவுப் பாதையை ஆவலாய்த் தேடின. கூட்டம் பரபரத்தது.

கார்டு பச்சைக் கொடி காண்பிக்க, பச்சை விளக்கு எரிய வண்டிக்குள் அவள் ஏறும் முன் கடைசியாக வாசலைப் பார்க்க, அவன் ஓடி வந்தான்...

ரயில் புறப்பட்டது. வண்டிக்குள் அவர்கள் ஏறிக்கொள்ள, ரம்யா மீண்டும் திரும்பிப் பார்த்தாள்.

சிவா அவளைப் பார்த்து, லேசாக சோகமாய்ப் புன்னகைத்தான். ரம்யாவின் கூட இருக்கும் கணவனைப் பார்த்து விட்டால், தூரத்தில் யாருக்கோ கை அசைப்பது போல் கை அசைத்தான். அவள் அவசரமாகத் தன் இடத்திற்கு வந்து, ஜன்னல் வழியே அவனைப் பார்த்தாள். அவன் விழிகள் சொல்லும் மொழிகள்... 'இவ்வளவு தூரம் என்னைக் கண்டு பிடிக்க புத்திசாலித்தனமாய் நீ முயற்சி செய்ததில் இருந்து, நீ குற்றமற்றவள் என்பது தெளிவாகிறது. இல்லாவிடில், என்னைச் சந்திக்க உன் குற்ற உணர்வு இடம் கொடுத்திருக்காது.' அவன் விழிகள் சொற்ப வினாடிகளில் அவ்வளவும் பேசியதாக ரம்யா உணர்ந்து, பெரு மகிழ்ச்சி அடைந்தாள். சிவா தன்னைத் தேடி இவ்வளவு தூரம் வந்த போதே, அவன் தன்னை மன்னித்து விட்டதாக அர்த்தம் என்று சந்தோஷம் கொண்டாள்.

'நீயும் சுகமாய் பல்லாண்டு வாழ வேண்டும் சிவா' என்று ஆத்மார்த்தமாய்ப் பிரார்த்தித்துக் கொண்டாள்.

ரயிலின் வேகம் அதிகரிக்கவே, சிவா ஒரு புள்ளியாய் மாறினான்.

இருவரின் கண்களையும் கண்ணீர் மறைத்தது.

ரயில் மறைந்தவுடன் சிவாவின் சிரிப்பு மறைந்தது. சோர்வாகத் தளர்ச்சியுடன் இயந்திர பொம்மையாய் நடந்தான். சுற்றிலும் மனிதக் கூட்டம் இருந்தாலும், யாரும் இல்லாதது மாதிரி சூன்யமாய் உணர்ந்தான். அந்தப் பேரிரைச்சலிலும், மயான அமைதியை உணர்கிறான். மெல்லத் தடுமாறி, பிளாட்பாரத்தின் சிமெண்ட் மேடையில் உட்கார்ந்து கொண்டு ரயில் போன திசையை வெறித்துப் பார்த்துக் கொண்டேயிருந்தான். துக்கம் தொண்டயை அடைத்து மனம் கனத்தது. விழிநீர் பார்வையை மறைத்தது. குலுங்கிக் குலுங்கி அழுதான்.

# கண்களுக்கு அப்பால்...
# இதயத்திற்கருகில்...

# 5

# பாவம் பாரதி

"இன்னைக்கு கே.பி ஆர்ட்ஸ் புது ட்ராமா... கலைவாணர் அரங்கத்துல..."

"தெரியும். வர்றப்போ பார்த்தேன். கலைவாணர் அரங்கம் இருக்கற ரோடு முழுசும் ஒரே கூட்டம்!"

"உண்மைல சொல்றேன், எந்த விதமான சினிமா ஸ்டாருங்க இல்லாம இருந்தும் இவ்வளவு பப்ளிக் அட்ராக்ஷன் இருக்குதுன்னா, உண்மைல கிருஷ்ணமூர்த்தியையும் பாஸ்கரையும் பாராட்டதான்யா வேணும்!"

"பாஸ்கரை சினிமால விட்டாங்கன்னா எஸ்.வி.சேகரை முழுங்கிடுவான்யா!"

"கிருஷ்ணமூர்த்தி எப்படித்தான் ஒவ்வொரு டிராமாவையும், முழுசா காமெடி ட்ராக்ல கொண்டு போறானோ."

"அந்த ட்ராமா ட்ரூப்ல ரெண்டு பொண்ணுங்க இருக்கு பாரேன். அது இன்னும் அட்ராக்ஷன்!"

"என்ன பேரு... ஆ... கல்யாணி. அடேங்கப்பா... ஸ்டேஜிலே வந்துச்சின்னா என்ன அட்டகாசம்... அது மூக்கும் முழியும்... அம்பிகாவே தோத்துடும்!"

"ஏன் விமலா மட்டும் என்ன? டக் டக்னு என்னமா டயலாக் டெலிவரி! ஒரு ஜாடைல பாத்தா ராதா மாதிரி இருக்கறா."

"அவங்க ட்ராமாவை ரெண்டு மூணு சினிமாவா கூட எடுத்தாங்க. பாவம், இவங்களுக்கு சினிமாலயும் நடிக்க சான்ஸ் குடுத்திருக்கலாம்."

"குடுத்தாங்களாம்ப்பா... இவங்கதான் வேணாம்னுட்டாங்களாம்... நாங்க கமர்ஷியல் ஆர்ட்டிஸ்ட் இல்லைன்னுட்டாங்களாம்."

"பொழைக்கத் தெரியாத பசங்க."

"எல்லாரும் மெட்ராஸ்லயே ஏதோ கம்பெனில வேலை செய்றாங்களாம்."

"அட... அப்பறம் எப்படி டிராமா நடத்த முடியுது? ரிகர்ஸல் அது இதுன்னு பண்ணனுமே...?"

"அதெல்லாம் சாயங்காலம், ராத்திரி வெச்சுக்கறாங்களாம். தினம் தினம் சாயங்காலம் வாணி மகால் பின்னாலதான் ஒத்திகை பண்றாங்க. ஒரு வாட்டி நான் பாத்தேன்."

"பெல் அடிச்சுட்டாங்க... ட்ராமா ஸ்டார்ட் ஆகப் போவுது. வா, உள்ளாற போகலாம்."

**நா**டகம் நடந்து கொண்டிருந்தது. பாஸ்கர் டாக்டராக நடித்துக் கொண்டிருந்தான். விமலா ஒரு பத்திரிகை நிருபராக, அவனை பேட்டி எடுத்துக் கொண்டிருந்தாள்.

"டாக்டர், நீங்க டாக்டராகனும்னு சின்ன வயசிலேயே ஆசைப் பட்டீங்களா?"

"சேச்சே... சின்னப் பையனா நான் இருக்கும் போது இன்ஜினியராகணும்னுதான் ஆசைப்பட்டேன். ஆனா அது நடக்கலை."

"அதுசரி, சின்னப் பையன்களுக்கு இன்ஜினியரிங் காலேஜ்ல அட்மிஷன் குடுக்க மாட்டாங்களே..."

ஜனங்கள் சிரித்தார்கள், வயது வித்தியாசமின்றி.

"டாக்டர், சாதாரண டாக்டர்களை விட ஆபரேஷனுக்கு நீங்க அதிகமா சார்ஜ் பண்றீங்களாமே, ஏன்...?"

"சாதாரண டாக்டர்கள், ஆபரேஷன் பண்ணிட்டு சாதாரண தையல் போடுவாங்க. நான் எம்ராய்டரி தையல் போடுவேன், அதான்."

மீண்டும் அரங்கம் சிரிப்பலையால் சிதறியது. ஒவ்வொருவரும் ஒவ்வொரு விதமாகச் சிரித்தார்கள். நாடகம் பார்ப்பவர்களுக்கும் அதில் நடிக்கிறவர்களுக்கும் எவ்வித சம்பந்தமும் இல்லை. இருப்பினும் அவர்களால் இவர்கள் சிரிக்கிறார்கள். சந்தோஷமடைகிறார்கள். பாஸ்கர் இயந்திர கதியில் வசனம் பேசிக் கொண்டிருந்தான். மனசுக்குள், 'விமல், இன்று மாலை நாடகம் முடிந்தவுடன் உன்னுடன் பேசியே தீர வேண்டும்...' வெளியில் கோமாளித்தனமாக முகத்தைச் சுருக்கிக் கொண்டும் கண்களை உருட்டிக்கொண்டும் இருந்தாலும், உள்ளுக்குள் விமலாவை ஏக்கத்துடன் பார்த்துக் கொண்டிருந்தான். இப்போது டாக்டர் (பாஸ்கர்) கேள்வி கேட்டார். "ஏம்மா, ஊர்லே நிறைய டாக்டர் இருக்காங்களே, ஏன் என்கிட்டே பேட்டி வாங்க வந்தீங்க?" மேடையின் பிரகாசமான வெளிச்சத்தில் விமலாவை இன்னும் பிரகாசமாகப் பார்த்தான். 'விமலா என் முடிவுக்குச் சம்மதிப்பாளா?'

"மத்த டாக்டருங்க எல்லாம் பிஸியா இருப்பாங்க... அதான் உங்க கிட்டே..."

"கிண்டலா? அதுசரி, உங்க பத்திரிக்கை அட்டைப் படத்தில என் போட்டோ போடுவீங்கள்ல?"

"சும்மா இருங்க டாக்டர்... ஏற்கனவே எங்க பத்திரிகை சர்க்குலேஷன் கம்மின்னு எடிட்டர் புலம்பிக்கிட்டிருக்காரு..."

அடுத்த காட்சி ஆரம்பமாக, அவர்களுக்கு முன் திரை விழுந்தது.

"சீன் நம்பர் இரண்டு", என்று பின்னல் குரல் வர, அடுத்த காட்சியில் கிருஷ்ணமூர்த்தி கிராமத்தானாகவும், கல்யாணி சினிமா நடிகையாகவும் தோன்றினார்கள். ஸ்கிரீனுக்குப் பின்னால் விமலா தீவிரமாக அதற்கடுத்த காட்சிக்கான வசனத்தைப் பார்த்துக் கொண்டிருந்தாள். பாஸ்கர் அவளுக்குப் பின்னால். இதுதான் நல்ல சமயம். "விமல்..." என்றான்

அடிக்குரலில். மனசுக்குள், 'இவள் என்னுடன் இணைந்து வாழ சம்மதிக்க வேண்டும்' என்று பிரார்த்தித்துக் கொண்டு, "இன்னைக்கு டிராமா முடிஞ்சதும் நான் உன் கூட கொஞ்சம் பேசணும்…" அவன் முடிப்பதற்குள் விமலா, "பாஸ்கர், அடுத்த காட்சியில எல்லோரும் விழுந்து விழுந்து சிரிக்கப் போறாங்க!" என்று ஸ்கிரிப்டை ஆர்வத்துடன் புரட்டிக் கொண்டிருந்தாள்.

'இவள் அலட்சியப் படுத்துகிறாளா… அல்லது புரிந்து கொள்ள மறுக்கிறாளா?' பாஸ்கர் அவளை வெறுமனே பார்த்துக் கொண்டு 'ஒரு வேளை, இவளுக்கு என் மேல் ஆர்வமோ ஈர்ப்போ இல்லையோ' என்று யோசித்துக் கொண்டிருந்தான். 'கேட்டு விடலாம்… இன்றைக்கு எல்லாம் தெரிந்து விடும்… சரி என்றால் சந்தோஷம். இல்லாவிட்டால் கொஞ்சகாலம் தேவதாஸ் மாதிரி இருந்து விட்டு நிறைய சிகரெட் குடித்து விட்டு நாடகம் எழுதிக் கூத்தடித்து விட்டு எல்லாம் பாதி மறந்த பின், அம்மா அப்பா பார்த்த பெண்ணைக் கட்டிக்கொண்டு தீயை வலம் வந்து மணம் செய்யலாம்.'

அடுத்த காட்சிக்காக ஸ்கிரீனை மாற்றினார்கள். ப்ராம்ப்டர் ஓரத்தில் நின்று லைட் மியூசிக்காரர்களுக்கு ஏதோ சங்கேதக் குறிப்புகள் கொடுத்தார். கிருஷ்ணமூர்த்தி தனது காட்சியை முடித்துவிட்டு (கிருஷ்ணமூர்த்தியை ஏ.கே என்று அழைக்கிறார்கள். அப்பா பெயர் அழகப்பனோ என்னவோ…) "என்ன பாஸ்கர் டல்லடிச்சுக்கிட்டிருக்கே… நாடக டைரக்டரே இப்படி இருக்கலாமா?" என்று மின்சார வேகத்தில், "சந்தானம், மறந்துராத… கரெக்டா நான் 'லைட்ஹவுஸ் விலைக்கு வாங்கினா, லைட் இனாமா தருவாங்களா'ன்னு கேப்பேன். உடனே நீ ரெட் லைட் போட்டுரணும்… மறந்துராத" என்று சுறுசுறுப்பாக உத்தரவுகள் கொடுத்துக் கொண்டிருந்தான். முதல் தடவையாக இந்த நாடகம் அரங்கேறுவதால்தான் இவ்வளவு பரபரப்பு. இதுவே பலமுறை மேடை ஏறிய பிறகு, லைட் ஆப்பரேட்டருக்கு எல்லாம் மனப்பாடம் ஆகிவிடும். ஜனங்கள் எந்த ஜோக்குக்கு எப்படி சிரிப்பார்கள் என்று கூடத் தெரிந்து விடும். அடுத்த காட்சி ஆரம்பம். கிராம வாசியாக ஏ.கே (ஏ.கிருஷ்ணமூர்த்தி).

"இந்தாப்பா, சென்ட்ரல் ஸ்டேஷன் வாங்கிக்கறியா, இல்ல எக்மோரா?" என்று அவனிடம் ரியல் எஸ்டேட்காரர் கேட்க, "சென்ட்ரல் தாங்க வேணும். ஏன்னா ப்ராட்கேஜ் ஆச்சே... ஆனா ஒரு கண்டிஷன், காலைல எட்டு மணிக்குள்ளார வாங்கிரணும்... ஏன்னா தமிழ்நாடு எக்ஸ்பிரஸும், கோரமண்டலும் சேத்து வாங்கிரலாமே!"

நாடகம் முடிய ஒன்பது மணி. அனைவரும் தங்கள் சொந்த உடைகளில் ஏ.கே, ஏ.கேயாகவும், பாஸ்கர் பாஸ்கராகவும் மாறி தங்கள் இருப்பிடங்களுக்குக் கிளம்ப ஆயத்தமாயினர். ஏ.கே மாணிக்கத்திடம், அன்றைய கூட்டம் எவ்வளவு, பப்ளிக் ரியாக்சன் எப்படி, கலெக்சன் எவ்வளவு என்று கேட்டுக் கொண்டிருந்தான். கல்யாணியும், விமலாவும் தங்கள் உடைகள் அடங்கிய பையையும், ஹேண்ட் பேக்கையும் சேகரித்துக் கொண்டு தத்தம் வீடுகளுக்குச் செல்லவிருக்க, பாஸ்கர் புழுங்கிக் கொண்டிருந்தான். 'தனியாக விமலாவைச் சந்திக்க முடியலை... பாக்கலாம்... பஸ் ஸ்டாப் வரை வருவாள்ல...' ஏ.கே ரொம்பவும் சந்தோஷமாக இருந்தான். ஜனங்கள் பல இடங்களில் அவன் வசனத்துக்குச் சிரித்ததினாலா...? "சீன் நம்பர் டென், நம்ம எதிர்பார்த்தபடியே நல்லா வந்திருச்சி... கல்யாணி அசத்திட்டா!" என்றான் ஏ.கே அகலமான சிரிப்புடன். பாஸ்கர், தான் தனியாக இருப்பதாக உணர்ந்தான். இந்த ஷணத்தில், தான் ஒருவன் மட்டும்தான் காதல், காதல் என்று உருகிக் கொண்டு, கஷ்டப்பட்டுக் கொண்டு, சொல்ல ஆசைப்பட்டு, சொல்ல தைரியம் இல்லாமல், அவள் நிராகரித்து விடுவாளோ என்று சந்தேகித்து, அதை ஜீரணிக்க இயலாமல் போகுமோ என்று பயந்து...

ஒவ்வொருவர் செல்லும் பஸ்ஸும் வந்து விடவே, பெரும்பாலானோர் விடைபெற்றுச் சென்றனர். கல்யாணியும் விமலாவும் பாஸ்கரும் பாக்கி. பாஸ்கர், மனதுக்குள் 'விமலா செல்லும் பஸ்ஸும், தனது பஸ்ஸும் தற்போது வரக் கூடாது... கல்யாணி உடனே கிளம்பி விட வேண்டும்' என்று சின்னதாகப் பிரார்த்தித்துக் கொண்டான்.

பஸ் ஸ்டாப் அருகே, சின்ன வெற்றிலை பாக்குக் கடை. 'கருணாநிதி மீது ஜெயலலிதா கடும் தாக்கு' என்ற போஸ்டரை அசுவாரசியமாகப் பார்த்தான் பாஸ்கர். 'இன்றைக்கு இவளிடம் கேட்க முடியாது...' திடிரென ஒரு யோசனை வந்தது. "விமல், கூல்ட்ரிங்ஸ் சாப்பிடறியா? கல்யாணி, நீயும் வா" அதைச் சாக்கிட்டு விமலாவிடம் தனியாகக் கடைப்பக்கம் போகும்போது பேசலாம். அவனுக்குத் தெரியும், கல்யாணிக்குக் குளிர்பானம் என்றால் அலர்ஜி என்று. விமலா சரியென்று சொல்லவே, அவர்கள் இருவரும் கடைப்பக்கம் செல்ல கல்யாணி, "நான் வரல... என் பஸ் வந்தா நான் கிளம்பறேன்" என்றாள். லேசான நிம்மதிப் பெருமூச்சு விட்டான் பாஸ்கர்.

"இரண்டு கேம்ப கோலா."

விமலா அந்தக் கடையில் தொங்க விடப்பட்டிருந்த வார, மாதப் பத்திரிகைகளைப் பார்த்தாள். "அடேங்கப்பா! எவ்வளவு புதுப்புதுப் பத்திரிகைகள்..." என்று வியந்தாள்.

"ஆமா... இப்பல்லாம் எல்லாரும் கதை எழுதறாங்க... பத்திரிகை நடத்தறாங்க..." மனசுக்குள், 'மடையா... தமிழ்ப்பத்திரிகை உலகம்பற்றி பேசற நேரமா இது... சொல்லிரு.'

அவள் பாட்டிலை உயரத்தூக்கி மெல்லக்குடிக்க அவன், அவள் தொண்டையில் குளிர்பானம் இறங்க இறங்க ஏற்படும் அசைவுகளைப் பார்த்துக் கொண்டே இருந்தான். அவள் குடிக்கும் போது, இவன் மிடறு விழுங்கினான். 'இப்ப பேசாமக் கோட்டை விட்டுட்டு... அப்புறம் ஏங்கி ஏங்கி மாய்ஞ்சு போ...' என்று மனசாட்சி ஆக்ரோஷித்தது. 'எப்படி ஆரம்பிக்கலாம்...?'

"என்ன பாஸ்கர்... கொஞ்ச நாளாவே பாத்துக்கிட்டே வரேன். ஒரு மாதிரி டல்லா இருக்கீங்க... என்னன்னு தெரிஞ்சுக்கலாமா?" என்றாள் விமலா.

'கோழைப் பயலே இப்பவாவது சொல்...'

அதற்குள் அவளே தொடர்ந்தாள். "பாஸ்கர், ரொம்ப நாளா நான் உங்ககிட்டே தனியா பேசணும்னு இருந்தேன். சந்தர்ப்பம்

கிடைக்கலே. ஆனா... சொன்னா தப்பா எடுத்துக்க மாட்டிங்களே?” லேசான மின்சார அதிர்ச்சி அடைந்தவன்போலாகிப் பேச மறந்தான்.

“பாஸ்கர்... ஆனா நீங்க, என்னடா ஒரு பெண் இப்படிப் பேசறாளேன்னு சாதாரணவங்க மாதிரி நினைச்சிரக்கூடாது. அப்கோர்ஸ், நீங்க அது மாதிரி நினைக்கிற ஆள் கிடையாது. உங்க மேலே நிறைய மதிப்பு வச்சிருக்கேன்.”

“சேச்சே... நீங்க தாராளமா தைரியமா மனசு விட்டு சொல்லலாம்.” பாஸ்கர் எங்கோ உயரத்தில் மிதப்பது போல் உணர்ந்தான். 'நான் என்ன சொல்ல நினைத்தேனோ, அதையே இவள் சொல்ல விரும்புகிறாளோ... இதுதான் உண்மையான அன்பு... ஆத்மார்த்தமான அன்பு...'

விமலா பாட்டிலைக் காலி செய்து விட்டு, “சொல்றேன்... ஆனா இந்த இடம், ஆம்பியன்ஸ் சரிப்பட்டு வராது. நல்ல அமைதியான இடத்தில் அமர்ந்து சொல்லணும். வேணும்னா ஒண்ணு பண்ணலாம். நாளைக்கு சாயந்திரம் மவுண்ட் ரோடு ChitChat ரெஸ்டாரென்ட்டுக்கு, ஆபீஸ் முடிஞ்சதும் ஆறு மணிக்கு மீட் பண்ணலாம். உங்களுக்கு ஒண்ணும் பிராப்ளம் இல்லையே?”

“நோ நோ... நாட் அட் ஆல்!” அவசரமாக மறுத்தான் பாஸ்கர். “என் பஸ் வந்திருச்சி. அப்ப நான் வரேன். நாளைக்கு மீட் பண்ணலாம்” என்று சொல்லிக்கொண்டே பஸ் வரும் திசை நோக்கி விரைந்தாள் விமலா. அவள் பஸ் உள்ளே செல்வதைப் பார்த்தான். அவளுக்கு உட்கார இடம் கிடைக்கிறதா என்று பார்த்தான். அவள் உட்கார்ந்தாள். பஸ் புறப்பட்டவுடன், அவள் திரும்பிப் பார்த்துக் கை அசைப்பாள் என்று எதிர்பார்த்து ஏமாந்தான். 'பரவாயில்ல. அவ மனம் திறந்து பேச வர்றதே பெரிய விஷயம்... நான் முந்தியிருக்கணுமோ? இட்ஸ் ஆல் ரைட்... இப்ப விஷயம் ரொம்ப ஸிம்பிள்.'

“இன்னொரு கோலா குடுங்க” என்று ஆர்டர் செய்துவிட்டு, நாளை மாலை நடக்கவிருக்கும் சந்திப்பைக் கற்பனை செய்தான்.

'உனக்குத் தெரியுமா விமல்... நான்கூட உன்கிட்டே இதேதான் சொல்லணும்ணு நினைச்சேன். நீ முந்திக்கிட்ட...'

'சும்மா டுப் விடாதீங்க!' என்பாள். 'சத்தியமா விமல்' அவள் கையை மனசுக்குள் தொட்டு சத்தியம் செய்தான். அவன் செல்ல வேண்டிய பஸ் வந்தது. உற்சாகமாக பஸ்ஸில் ஏறிக் கொண்டு ஒத்திகையைத் தொடர்ந்தான்.

**கி**ருஷ்ணமூர்த்தி வீடு வரும் போது மணி இரவு 10:30 ஆகி இருந்தது (இரண்டு பஸ் மாறி வந்தான்). அவன் அம்மா ஹாலில் தற்காலிகமாகப் படுத்திருந்தாள். "நாடகம் நல்லா முடிஞ்சதாப்பா?" என்று அவனைக் கண்டதும் எழுந்தாள். அறையில் சின்ன விளக்கு மட்டும் எரிந்தது. மற்ற விளக்குகள் அணைக்கப்பட்டிருந்தன. மற்ற விளக்குகளை அம்மா ஒளிரச்செய்ய, "எல்லோரும் சாப்டாச்சா?" என்று லுங்கிக்கு மாறினான். அவன் வந்த சத்தம் கேட்டு அவன் தங்கை வசந்தா வந்தாள். அரைகுறைத் தூக்கத்திலிருந்து அவள் வந்ததை முகம் சொல்லியது. கை கால் கழுவி சாப்பிட உட்கார்ந்த பின், அம்மா பரிவுடன் சொன்னாள், "இன்னும் நீ பகல்ல ஆபீஸ், ராத்திரி ட்ராமா, ரிகர்ஸல்ணு கஷ்டப்படணுமா மூர்த்தி?" என்றாள். அவன் வெறும் ரசம் மட்டும் ஊற்றி சாதத்தைப் பிசைந்தான். அம்மாவே தொடர்ந்தாள். "இதுவரை நீ சேத்து வச்சதை வச்சி, வசந்தாவோட கல்யாணத்தை முடிச்சிரலாம். இன்னும் நீ அநாவசியமா இரண்டு இடத்துலயும் கஷ்டப்படணுமா?" அவன் மனசுக்குள், 'இப்பல்லாம் நான் ட்ராமா ட்ரூப்ல கலந்துக்கறது எல்லாம், பணத்துக்காகப் பிரதானமா இல்லை... அவளுக்காக...' அவன் பதிலேதும் சொல்லவில்லை. சாப்பிட்டபின் தன் அறைக்குச் சென்று டேபிள் லாம்பைப் போட்டுக்கொண்டு, மேஜை முன் உட்கார்ந்து அந்த விளக்கின் ஒளிவட்டத்தை வெறித்துப் பார்த்துக் கொண்டிருந்தான். பின் தன் டைரியை எடுத்து அன்றைய தேதியில் எழுதினான்.

'வீணையடி நீ எனக்கு, மேவும்விரல் நானுனக்கு;

காணுமிடந்தோறு நின்றன் கண்ணினொளி வீசுதடி!

மாணுடைய பேரரசே! வாழ்வு நிலையே! கண்ணம்மா!

வானமழை நீ எனக்கு, வண்ணமயில் நானுனக்கு;

பானமடி நீ எனக்கு, பாண்டமடி நான் உனக்கு;

ஞான ஒளி வீசுதடி, நங்கை நின்றன் சோதி முகம்;

ஊனமறு நல்லழகே! ஊறுசுவையே! கண்ணம்மா!'

எழுதியதை ஒரு முறை படித்தான். 'கிருஷ்ணமூர்த்தி' என்று தன் கையெழுத்தை இறுதி வரிக்கருகில் போட்டான். பின்னர், 'கண்ணம்மா... கண்ணம்மா... அல்ல... கல்யாணி' என்று வாய்விட்டுச் சொன்னான். முன்பெல்லாம் நாடகம் ஒரு ஆத்ம திருப்தியைத் தந்தது. அவன் வெறியாய் அலைந்தான். கடவுளைவிட நாடகத்தையும் ஒத்திகையையும் ஸ்கிரிப்டையும் மேடையையும் நேசித்தான். பூஜித்தான். இன்று நாடகம் என்பது கல்யாணியைச் சந்திக்க, பார்க்க, பேச, பழக ஒரு சந்தர்ப்ப மேடை. அவ்வளவுதான். ஆனால் மற்றவர்கள் சந்தேகப்படுவார்களேhiddenஓ என்பதற்காக முன்பு மாதிரியே நாடகத்தின் மேல் அக்கறை இருப்பதாக நடித்தான். ("சந்தானம், அடுத்த நாடகத்தில நாம லைட்டிங்ல புதுமை பண்ணிரணும்!") வேஷம்... எல்லாம் வேஷம். இந்த உலகத்தில் எந்த வஸ்துவும் நூற்றுக்கு நூறு நிஜமில்லை. எல்லாவற்றிலும் சிறிதளவாவது பாசாங்கு இருக்கிறது. 'கல்யாணி, என் தங்கை திருமணம் முடியும் வரை பொறுத்திருப்பாயா? என்னுடன் வாழ சம்மதிப்பாயா? இரு, உன்னை நேரில் கேட்டுவிடுகிறேன். உனது முடிவு தெரிந்து விட்டால், இது மாதிரியான இரக்கமில்லா இரவுகள் இல்லை... சொல்லத் தெரியாத வேதனைகள் இல்லை... அன்பை அடைத்து வைத்துக்கொண்டு அவஸ்தைப்பட வேண்டியதில்லை. உன்னிடம் நேரில் கேட்டு விடவா, அல்லது வேறு யாரிடமும் தூது அனுப்பவா? பாஸ்கரிடம் கேட்டு விசாரிக்கச் சொல்லலாமா? வேண்டாம். நானே கேட்கிறேன். காதலிக்கத் தயங்குவதில் தப்பில்லை. அதை வெளிப்படுத்தத் தயங்குவதுதான் தவறு.' ஒரு சில மணி நேரத்துக்கு முன் வேறொரு கிருஷ்ணமூர்த்தி... சுறுசுறுப்பாக இயங்கும் கிருஷ்ணமூர்த்தி... நாடகத்தில் தன்னை

ஐக்கியப் படுத்திக் கொண்ட கிருஷ்ணமூர்த்தி... அட்டகாசமாகச் சிரிப்பை ஏற்படுத்தும் கிருஷ்ணமூர்த்தி. ஆனால் இந்தச் சில நிமிடங்களாய் அவனுக்குள்ளே இன்னொரு கிருஷ்ணமூர்த்தி ஏக்கமாய் எட்டிப் பார்க்கிறான்.

'நின்னைச் சரணடைந்தேன், கண்ணம்மா... நின்னைச் சரணடைந்தேன்' என்று தன் பிரியத்தை, ஆசையை, அன்பை வெளிப்படுத்தத் துடிக்கும் கிருஷ்ணமூர்த்தி. இந்த இருட்டு அறையின் ஒளி வட்டத்தில் உட்கார்ந்து எங்கோ இருக்கிற ஒரு ஜீவனின் அன்புக்காக ஆயுள் முழுவதையும் பட்டயம் எழுதப் பரிதவிக்கும் கிருஷ்ணமூர்த்தி. 'காதலிக்காதவர்கள் பாக்கியவான்கள். ஏனெனில் அவர்கள் ரணத்தை உண்டு பண்ணும் இம்சைகளுக்கு ஆளாவதில்லை' என்று டைரியில் எழுதி வேதனையை வார்த்தைகளில் புதைத்துக் கொள்ளும் கிருஷ்ணமூர்த்தி. 'நானொருவன் மட்டிலும், பிரிவென்பதோர் நரகத் துழலுவதோ... இந்நேரம் கல்யாணி என்ன செய்து கொண்டிருப்பாள்? தூங்கியிருப்பாளா... குட்நைட் கல்யாணி.'

**ம**றுநாள் ரிகர்ஸல் இல்லை. அடுத்த நாடக அரங்கேற்றம் வர இன்னும் பத்து நாட்கள் உள்ளன. அதற்கு முன் ஐந்து நாட்கள் ரிகர்ஸல் இருக்கும். பாஸ்கர் நான்கு மணிக்கே பர்மிஷனில் ஆபீஸை விட்டு வெளியே வந்துவிட்டான். விமலா வரச்சொன்னது ஆறு மணிக்குத்தான். மவுண்ட் ரோட்டிலிருக்கிற தன் அலுவலகத்திலிருந்து எந்த பஸ் பிடித்துச் சென்றாலும் தேனாம்பேட்டையில் உள்ள ChitChat ரெஸ்டாரென்ட்டுக்குச் செல்ல அதிகபட்சம் அரை மணி கூட ஆகாது. இருப்பினும் பஸ் ப்ரேக் டவுன், எதிர்பாராத ஊர்வலம் போன்ற காரணங்களால் தாமதமாகி விடக்கூடாது என்பதால்தான் சீக்கிரம்... அவளைப் பார்த்தவுடன் ஏதாவது ஜோக் அடிக்கலாம். உடனே அவள் சிரிப்பாள்... அந்த சிரிப்பை மனம் குளிர ரசிக்கலாம்... 'என்ன ஜோக் சொல்லலாம்? இன்னிக்கி சாயந்தரம், இங்க வரப்போறதை நினைச்சு வேலை செய்யவே இல்லை. அதனால் நான் மத்த நாள்ல வேலை செய்யறேன்னு அர்த்தமில்லை! சிரிப்பாளா இதற்கு...?' ஆனால் கிருஷ்ணமூர்த்தி எப்படித்தான் சந்தர்ப்பத்திற்கு ஏற்ப ஏதாவது

ஜோக் அடித்துக் கொண்டே இருக்கிறானோ...' தனக்கும் அந்தக் கலை இருந்திருந்தால் எவ்வளவு நன்றாக இருக்கும்... பழைய ஆனந்த விகடன், குமுதம் ஆகியவைகளை மனதுக்குள் புரட்டி ஏதாவது ஜோக் நினைவுக்கு வருகிறதா என்று யோசித்தான். "தேனாம்பேட்டை எல்லாம் இறங்குப்பா." கண்டக்டரின் விசில் சத்தம். வழக்கம் போல் பல்லவன் பஸ் ஸ்டாப்பில் இருந்து பத்தடி தள்ளி நின்றது. மணியைப் பார்த்தான். 4:42. இன்னும் ஒரு மணிக்கு மேல் உள்ளது. ரெஸ்டாரென்ட்டுக்கு முன்னால் நின்று மவுண்ட் ரோட்டை வேடிக்கை பார்த்தான். ஆபீஸ் விட்டுப் போகும் கூட்டம் இல்லையென்றாலும், பஸ்கள் ஒரு பக்கம் சாய்ந்த வண்ணம் கூட்டத்தை ஏற்றிச் சென்றன. அவன் பக்கத்திலிருந்த ஆட்டோவை ஒருவன் வாடகைக்குப் பேசினான். "சாந்தி தியேட்டர் வரியா?" "வரேன், ஆனா மீட்டர் போட மாட்டேன். ஏழு ரூபா குடுப்பியா?" "ஏழு ரூபாயா...? நாலு ரூபாய்க்கு வருமா?" பேரம் சரிப்படாமல், வந்தவன் போனான். ஆட்டோக்காரன், "ஆட்டோல போற மூஞ்சியைப் பாரு. பஸ்ல போனால் இவன்லாம் டிக்கெட்டே வாங்க மாட்டான்." என்று பாஸ்கரிடம் முறையிட்டான். மணி 5:50. விமலா, எதிர்ப்பக்கமுள்ள பஸ் ஸ்டாப்பில் இருந்து வர, பாஸ்கர் பிரகாசமடைந்தான். அவன் மனதுக்குள் யாரோ மெலிதாக கிட்டார் வாசித்தார்கள்.

மங்கலான செயற்கை மஞ்சள் விளக்கொளியில், மெலிதான ஏசி காற்றின் இதமான குளிரில், ஆட்கள் குறைவான ஓரமான பகுதியைத் தேர்ந்தெடுத்து, இருவரும் எதிரெதிராய் அமர்ந்தனர். ஊதாப்பூக் கலர் சேலையில், ∴ப்ரீ ஹேருடன் அவள் இன்னும் அழகாய்த் தெரிந்தாள். அந்த சம்பவத்தின் இனிமை காரணமாக முக மலர்ச்சியுடன் அவள் எப்படி ஆரம்பிக்கப்போகிறாள் என்று ஆர்வத்துடன் பாஸ்கர், சேரின் நுனியில் உட்கார்ந்திருந்தான். ('இவள் எனக்கா...?') பாஸ்கர் மனம் பரவசமடைந்தது. லாண்ட்ரி சலவை மடிப்புக் கலையாத வெள்ளை உடைப் பேரர், பத்துப்பக்க மெனு கார்டை நீட்ட, விரைவில் ஆர்டர் செய்து விட்டு பேரரை விலக்கினான். ஆபீஸிலிருந்து வந்ததால் விமலா கொஞ்சம் கேசம் கலைந்திருந்தாள். கொஞ்சம் வியர்த்திருந்தாள்.

அவளை நேராகப் பார்ப்பதைத் தவிர்த்தான். மேஜை மேலுள்ள பூச்செடியினைப் பார்த்துக்கொண்டே (அத்தனையும் காகிதம்) விமலா ஆரம்பித்தாள். "பாஸ்கர்... தோட்டத்தில் உள்ள பசுவிடம் அதன் கன்றுக்குட்டி பால் குடிக்கிற காட்சியினைப் பார்த்திருக்கீங்களா?". அவன் பதில் சொல்லவில்லை. அவள் தொடர்ந்தாள். "அதப் பாத்தா ஏன் சந்தோஷம் வருது? கொத்துக் கொத்தா பூத்திருக்கிற பூக்களைப் பார்த்தா ஏன் பரவசமா இருக்கு? காரணம் தெரியலை... இருந்தாலும் அதெல்லாம் பாத்தா சந்தோஷம் தன்னால தடையில்லாம வருது. அது மாதிரிதான் பாஸ்கர், நாம பழகற சில மனிதர்களைப் பார்க்கும் போது, சொல்ல முடியாத சந்தோஷம் ஏற்படுது. அது ஏன்னு தெரியறதில்லை... அதுக்கெல்லாம் காரணமும் இருக்கறதில்லை... அவங்களோட பழகணும் போல ஒரு பைத்தியக்காரத்தனமான அன்பு, பக்தி, பாசம்... ஏன் வெறின்னு கூட சொல்லலாம்... ஏற்படுது." அவள் இன்னும் அவனை நேர்ப்பார்வை பார்க்கவில்லை.

"எனக்குக் கிருஷ்ணமூர்த்தியைப் பார்க்கும் போதெல்லாம் அப்படி ஒரு உணர்ச்சிதான் ஏற்படுது பாஸ்கர்..." என்றாள்.

பாஸ்கர் ஸ்தம்பித்துப்போய், உட்கார்ந்திருந்த நாற்காலியின் கைப்பிடியை இறுகப் பிடித்து அவள் சொன்னதை சுத்தமாக கிரகிக்க முடியாமல், முகம் சிவந்து, எதிர்பாராத ஏமாற்றத்துடன் அவளைப் பார்த்தான். சற்று நேரம் நின்று விட்டதாக உணர்ந்த இதயம், லேசாகத் துடிக்க ஆரம்பித்தது போல் உணர்ந்தான்.

"கிருஷ்ணமூர்த்தியை லவ் பண்றியா?" என்றான் செத்தவன் மாதிரி. இறந்து கூட போயிருக்கலாம்... இவள் இந்த வார்த்தையைச் சொல்வதற்கு முன் இறந்து போயிருந்தால் கூட நல்லதுதான்... மனசு பூரா கிழித்துப்போட்ட பேப்பர் மாதிரி சுக்கல் சுக்கலாக, சின்னச் சின்னத் துண்டுகளாகி விட்டது. "பாஸ்கர், ஐ வாண்ட் டு ஷேர் மை லவ் வித் ஏ.கே. அவருடைய எண்ணம் என்னன்னு எனக்குத் தெரியணும்... அதுக்கு நீங்க ஹெல்ப் பண்ணணும்."

பாஸ்கர் அவளை ஏக்கத்துடன் பார்த்தான். 'பெண்ணே நீ பேசுவது எதுவும் என் காதில் விழவில்லை. நீ பிணத்திடம்

பேசிக்கொண்டிருக்கிறாய்.' சற்று முன் மனதுக்குள் மீட்டிய கிட்டார் எங்கே? அதன் அத்தனை கம்பிகளும் இப்போது அறுந்து விட்டன. தன்னந்தனியாக ஒரு தீவில் உட்கார்ந்து கொண்டு, ஓ-வென்று கத்தி அழுதால் நன்றாக இருக்கும். 'நாலு மணிக்கே பர்மிஷன் போட்டியே ஆபீஸ்ல... இப்போது அவள் சொல்வதைக் கேட்டாயா... தோட்டத்தில் இருக்கும் பசு... கொத்துக் கொத்தாய் பூ... சபாஷ். இதையெல்லாம் பார்த்து ஆனந்தப்படு பாஸ்கர்.' அவன் மனதுக்குள் குழப்பமாய் ஆயிரம் குரல்கள். அவன் சரிந்து உட்கார்ந்து கொண்டு, அண்ணாந்து பார்த்து அலங்கார விளக்குகளை வெறித்துப் பார்த்தான்.

"என்ன பாஸ்கர்... பேசாம இருக்கீங்க... வில் யூ ஹெல்ப் மீ?"

'வாடி கண்ணே வா... என் காதலை உன்னிடம் தெரிவிக்கத் துடித்தேன். இன்று உன் காதல், அவன் மீது என்று துவண்டு போகிறேன்.'

"உதவி பண்றேன்" என்றான் உணர்ச்சியில்லாமல். அவனுக்கு அங்கேயே சத்தம் போட்டுச் சிரிக்க வேண்டும் போல் இருந்தது. "தாங்க்யூ பாஸ்கர்... போகலாமா...?" என்று எழுந்தாள். இது நடந்திருந்தால் எப்படி இருக்கும் என்று கற்பனை செய்வது இனிமைதான். அதற்கு நேர் எதிராக நடப்பதுதான் மிகவும் கொடுமை. ஆனால் அதுதான் இப்போதைய நிஜம். விமல் கிருஷ்ணமூர்த்தியைக் காதலிப்பதுதான் நிஜம். அதற்காக அவள் என்னைத் தூது போகச் சொல்லி இருப்பதும் இன்னொரு கொடூரமான நிஜம். 'நிஜங்கள் இவ்வளவு கடுமையானவை, கசப்பானவை என்றால், எனக்குப் பொய்களே போதும்...'

மறுநாள் காலை பாஸ்கர் எழுந்த போது, தலை கனத்தது. இரவு அவன் கண்ட கனவுகள் இன்னமும் துரத்தின... அந்த வார்த்தைகள், ஆயிரம் முறை விடாமல் எதிரொலித்தன.

'ஐ வாண்ட் டு ஷேர் மை லவ் வித் ஏ.கே. வில் யூ ஹெல்ப் மீ பாஸ்கர்?' அவன் மட்டும் தனியே ஓடிக்கொண்டிருக்கிற மாதிரி கனவு.... எவ்வளவு தூரம் ஓடுவான்? நிஜத்தின் நிச்சயத்தை ஜீரணிக்க முடியாமல், கனவில் ஓடி ஓடிக் கால்கள் வலிக்க...

பொழுது விடிந்தது. அந்தக் காலைப் பொழுதில் கிருஷ்ணமூர்த்தி வந்தான். லேசான அதிர்ச்சியும் சொல்லத் தெரியாத மெல்லிய வெறுப்பும் பொறாமையும் ஏற்பட, "என்ன ஏ.கே.. இந்த நேரத்தில்...? குளிச்சிட்டு நேரா இங்க வந்திருக்க?" என்று படுக்கையிலிருந்து எழுந்து உட்கார்ந்தான். "தோ வர்றேன்... கிவ் மீ ∴பைவ் மினிட்ஸ்."

அவன் வந்தவுடன், "பாஸ்கர், நீ குளிச்சிட்டு வா. டிபன் சாப்பிட்டு, ஆபீஸ் போகும் போது சொல்றேன்" என்றான் கிருஷ்ணமூர்த்தி.

**அது** ஒரு எதிர்பாராத இனிய அதிர்ச்சிதான். பாஸ்கர் சற்றும் எதிர்பாராத திருப்பம். காலையில் கிருஷ்ணமூர்த்தி, தான் சொல்லவந்த விஷயத்தைச் சொல்லத் தெரியாமல் கண்கலங்கி, பாஸ்கரின் கைகளைப் பற்றிக்கொண்டு, பாஸ்கரின் கண்களை நேராகப் பார்த்து வார்த்தைகள் தடுமாறி, "பாஸ்கர்... எனக்கு உதவிசெய்... எனக்கும் கல்யாணிக்கும் நீதான் எப்படியாவது திருமணம் செய்து வைக்க வேண்டும். நான் கல்யாணியைத் தீவிரமாக நேசிக்கிறேன். அவள் கிட்ட இதுவரை சொல்லத் தைரியமில்லை" என்று சொல்லிவிட்டு, அதற்குப் பிறகு கிருஷ்ணமூர்த்தி பாஸ்கரை நேராகப் பார்க்காமல் வானத்தைப் பார்த்துகொண்டு கமறும் குரலில் பேசினான். "பாஸ்கர் உனக்கு நான் சொல்வது சிரிப்பாக இருக்கலாம்... ஆனா உனக்கு அத என்னால புரியவைக்க முடியாது... கல்யாணி இல்லாத வாழ்க்கையை என்னால கற்பனை செய்யக்கூட முடியல... உனக்குத் தெரியுமா பாஸ்கர், அவள் எனக்குச் சொந்தமான ஏதாவது ஒரு பொருளைத் தொட்டால் கூட எனக்குப் பரவசமா இருக்கும்! இது பைத்தியக்காரத்தனமா உனக்குத் தோணலாம். அவள் உன்கூட பேசினாக் கூட இல்ல, விமலா கூடப் பேசினாலே என்னால தாங்கிக்க முடியல. அவ எனக்கு மட்டும்தான் சொந்தமா இருக்கணும்னு ஒரு வெறி... POSSESSIVENESS. அவ மேல பட்ட காற்று கூட இன்னொருத்தர் மேல படக்கூடாது. பட்டா, மனம் நோகுது பாஸ்கர். ப்ளீஸ் ட்ரை டு அண்டர்ஸ்டாண்ட் மீ. ஒரு வேளை நீயும் யாரையாவது காதலிச்சிருந்தா என் எண்ணங்கள், ஏக்கங்கள், உணர்ச்சிகள் புரியும். ப்ளீஸ் ஹெல்ப் மீ..."

ஆபீஸில் உட்கார்ந்துகொண்டு காலையில் கிருஷ்ணமூர்த்தியுடன் நடந்த சம்பாஷணைகளை நினைத்துக் கொண்டிருந்தான் பாஸ்கர். ஒருவகையில் அவனுக்குத் திருப்திதான். காரணம், தான் காதலிக்கும் விமலா, ஏ.கேவை விரும்ப, ஏ.கேயோ கல்யாணியை விரும்புகிறான். எனவே, விமலாவின் பாதை ஒன்வே ட்ராக். தற்போது தனது முதல் வேலை ஏ.கே - கல்யாணியிடம் பேசி அவர்கள் திருமணத்தை எப்படியாவது முடித்துவிட வேண்டும். காலையில் ஏ.கே அத்தனை தூரம் உருகிக் கேட்டான் என்பதற்காக அல்ல. தனது காதல் பாதையில் தடையேதும் இருக்காது என்பதால். கல்யாணியின் ஆபீஸ் போன் நம்பரைத் தேடிக் கொண்டிருக்கும்போது, அவனுக்கு அந்தக் கடிதம் வந்தது. கடிதத்தை யார் எழுதியிருக்கக் கூடும் என்று அவனால் யூகிக்கக்கூட முடியவில்லை. கடிதத்தைப் பிரித்த வண்ணம், 'இனிமே கல்யாணி கிட்ட கிருஷ்ணமூர்த்தி இருக்கும் போது பேசுவதைத் தவிர்க்க வேண்டும். அவன் மனம் என்ன பாடுபடும்னு எனக்குத் தெரியும்' என்று நினைத்துக் கொண்டான். கடிதத்தைப் பிரித்தவன் அதிர்ந்து போனான். ஒரு முழுப் பக்கம் முழுவதும், 'பாஸ்கர் பாஸ்கர் பாஸ்கர் பாஸ்கர் பாஸ்கர்' என்று எழுதப்பட்டிருந்தது. பாஸ்கர் ஒரு கணம் ஸ்தம்பித்துப் போனான். கடிதத்தின் பின்பக்கம்,

'என்னால் இதைவிட எளிதாக வெளிப்படுத்த முடியாது பாஸ்கர்.

உங்கள் பக்தை, கல்யாணி.'

'நீயா கல்யாணி... என் மேலே இவ்வளவு அன்பு... காதல்... வெறி... பக்தி...? கல்யாணி.... உனக்குத் தெரியுமா, இதே மாதிரி அன்பை உன்மேல் காட்டத் துடிக்கும் ஒரு ஜீவன் ஏ.கே... இன்று காலைதான் உன் அன்பை அடைய என்னிடம் கதறி அழுதான் கல்யாணி... ஆனால் நீ என் மேல்... நான் விமலாவை பூஜிக்கிறேன். விமலா, கிருஷ்ணமூர்த்தியை நேசிக்கிறாள். கிருஷ்ணமூர்த்தி கல்யாணியைக் காதலிக்கிறான். கல்யாணி என்னை.... இது என்ன கொடூரமான வேடிக்கை...? நீ இந்த அளவு என்னை நேசிப்பது தெரிந்தால், பக்கம் பக்கமாக பாஸ்கர் என்று எழுதி இருப்பது தெரிந்தால், கிருஷ்ணமூர்த்தி உடைந்து

விடுவான். அவனால் இதைத் தாங்கிக் கொள்ளவே முடியாது. நடக்கக் கூடியது இரண்டே கல்யாணங்கள். ஆனால் இருப்பதோ, நான்கு ஒரு தலைக் காதல்கள். இதில் என் நிலை என்ன? கல்யாணி, உன் சுத்தமான அன்பை இந்தப் பக்கத்தில் எழுதி இருக்கும் நூற்றுக்கணக்கான 'பாஸ்கர்கள்' பறை சாற்றுகின்றன. அதை உணர முடியாத இரும்பு மனம் இல்லை எனக்கு. உன்னை இதுமாதிரி எழுதத் தூண்ட வைத்த, துடிக்க வைத்த அன்பின் கொடுமையான சக்தியை என்னால் உணர முடிகிறது. ஆனால் உன்னையே பூஜிக்கின்ற ஏ.கே.யின் நிலை என்னாகும்? அவன் என்னிடம் இன்று காலை, அவ்வளவு தூரம் மனம் திறந்து கூறிய பிறகும், என்னால் உன்னை ஏற்க முடியுமா? அப்படிச் செய்தால் நிம்மதியாக என்னால் வாழ முடியுமா? ஒரு அன்பை வாழவைக்க இன்னொரு அன்பைப் படுகொலை செய்வது நியாயமா? இதற்கிடையில், எனது காதல் விமலாவின் மீது...' பாஸ்கரின் தலை சுற்றியது. விமலா, ஏ.கேயை விரும்புவதாகக் கூறியது நினைவுக்கு வர, காதல் எவ்வளவு பெரிய பாவம். அதனைச் செய்பவர்களுக்கு இவ்வளவு பெரிய தண்டனையா என்று எண்ணி வேதனைப் பெருமூச்சு விட்டான் பாஸ்கர். ஆபீஸுக்கு லீவு போட்டு வீடு வந்து சேர்ந்தான். 'இன்றைக்கு இந்த அவஸ்தை போதும். குழப்பங்கள் போதும். நாளை பார்க்கலாம்.'

**ம**றுநாள் காலை சூரிய உதயத்துடன் குழப்பங்களும் உதயமாயின. படுக்கையில் படுத்த வண்ணம் யோசித்தான் பாஸ்கர். 'இந்தப் பிரச்சனைக்கு முடிவு என்ன? இரண்டு காதல்கள் தியாகம் செய்யப் பட வேண்டும். அதிலும் ஒன்றை நான் தியாகம் செய்ய வேண்டிய சூழ்நிலை வரலாம். விமலாவை விட்டு விலக முடியுமா...? அதற்குப் பதில் என்னை பூஜிக்கும் கல்யாணி... கல்யாணியின் அந்தக் கடிதம்...

'பாஸ்கர் பாஸ்கர் பாஸ்கர் பாஸ்கர்...' நான் விமலாவை விட்டுக் கல்யாணியைக் கல்யாணம் செய்தால், அடுத்த தியாகம் ஏ.கே தான் செய்ய வேண்டும். கடவுளுக்குப் பதில் கல்யாணியைப் பூஜிக்கும் ஏ.கே... இங்கே, எது சரி, எது தவறு? அட்லீஸ்ட்

ஏ.கே இவ்வளவு தூரம் கல்யாணியை நேசிக்கிறவன் என்று எனக்குத் தெரியாதிருந்தால், என்னால் அவளைத் திருமணம் செய்வது பற்றி யோசிக்க முடியுமோ என்னவோ... இப்போது முடியாது... நிச்சயமாக முடியாது... ஏ.கே தாங்க மாட்டான்... சரி, ஏ.கே கல்யாணியைத் திருமணம் செய்தால், முதல் தியாகம் கல்யாணி செய்ய வேண்டும். இந்த நூற்றுக்கணக்கான பாஸ்கர்கள் கிழித்தெறியப்பட வேண்டும். எனக்கு விமலா கிடைப்பாள், அவள் தன் காதலைத் துறந்தால். பூக்களைப் பார்க்கிற பரவசத்தை ஏ.கேவைப் பார்க்கும்போது ஏற்படுவதாகக் கூறிய விமலா, இனி பூக்களைப் பார்க்கக் கூடாது. விமலா... அவள் பெயரை நினைத்தாலே ஏன் இந்த மனம் இப்படிப் பரவசம் அடைகிறது... ஒரு வேளை நான் கல்யாணியை மணம் செய்ய நேரிட்டால் கூட அந்தப் பரவசம் நிற்காதோ? அப்படியானால், நான் கல்யாணியை ஏமாற்றுபவன் ஆகிவிடுவேனே... கல்யாணியை மட்டுமா? என்னையே கூடத்தான். இரண்டு ஆண்கள் தியாகம் செய்ய வேண்டும். அல்லது இரண்டு பெண்கள் தியாகம் செய்ய வேண்டும். தியாகம்... நம்மை நாமே ஏமாற்றிக் கொள்வதற்குப் பெயர் தியாகமா...? ஒரு குழந்தையைக் கொன்று விட்டு, இன்னொரு குழந்தைக்குப் பெயர் சூட்டும் விழாவா...? ஒரு காதலைக் குழி தோண்டிப் புதைத்தால்தான் ஒரு கல்யாணம்... வேறு எப்படி இதை சமாளிப்பது?' தீவிரமாக யோசித்தான். அடுத்த ரிகர்ஸலின் போது எல்லோரிடமும் எல்லாவற்றையும் சொல்லி விட வேண்டும். ஆம். இப்படி நான் மட்டும் இப்படிச் சித்ரவதை அனுபவிப்பதில் அர்த்தமில்லை. ஒரு முடிவும் ஏற்படாது. எல்லோருக்கும் உண்மை தெரியட்டும். யார் யார், யார்யாரை விரும்புகிறார்கள் என்று தெரியத்தான் வேண்டும். தெரியப் படுத்தினால் பிரச்சனையின் தீவிரம் குறையுமா? குழப்பங்கள் அதிகமாகுமா? அவனால் யூகிக்க முடியவில்லை. ரிகர்ஸலுக்கு இன்னும் இரண்டு நாள் பாக்கி. பக்கத்திலிருந்த "பாரதியார் கவிதைகள்" புத்தகத்தைப் பார்த்தான்.

'காதலினால் மானுடர்க்குக் கலவியுண்டாம்.

கலவியிலே மானுடர்க்குக் கவலை தீரும்.

காதலினால் மானுடர்க்குக் கவிதையுடண்டாம்.

கானமுண்டாம், சிற்பமுதற் கலைகளுண்டாம்.

ஆதலினால் காதல் செய்வீர் உலகத்தீரே!

அஃதன்றோ இவ்வுலகத் தலைமையின்பம்.'

அந்தப் புத்தகத்தைப் பார்த்து, அதன் மேல் உள்ள தலைப்பாகை அணிந்த முறுக்கு மீசை பாரதியைப் பார்த்து பாஸ்கர் மனதுக்குள் பெருமூச்சுடன், 'உமக்கென்ன பாரதி... பதினைந்து வயதில் திருமணம் செய்து வீட்டீர். அதனால் இந்தக் காதலின் வலி, வேதனை உமக்குத் தெரியாமல் போனதோ... அதனால்தான் பாடினீர், 'ஆதலினால் காதல் செய்வீர் உலகத்தீரே, அஃதன்றோ இவ்வுலகத் தலைமை இன்பம்' என்று.'

திடிரென்று பாஸ்கரின் மனதுக்குள் ஒரு காட்சி. பாஸ்கர் நக்கீரராகி, பாரதியை வினவுகிறான்.

"எங்கே உமது பாடலைச் சொல்லும்."

"ஆதலினால் காதல் செய்வீர் உலகத்தீரே,

அஃதன்றோ இவ்வுலகத் தலைமை இன்பம்" என்கிறார் பாரதியார். பாஸ்கர நக்கீரர், பெரிதாகச் சிரிக்கிறார்.

"உமது பாட்டில் பிழை இருக்கிறது." மீண்டும் பெரிதாகச் சிரித்தான் பாஸ்கர். பாவம் பாரதி... புத்தக அட்டைக்குள் இருக்கும் அவருக்கு பாஸ்கர் சொல்வது புரியவில்லை.

**சிலரின் டைரிகளிலிருந்து:**

கிருஷ்ணமூர்த்தி: 'உன் கண்ணில் நீர் வழிந்தால், என் நெஞ்சில் உதிரம் கொட்டுதடி... கண்ணம்மா.'

விமலா: 'எத்தனையோ பேர் சாதாரணமாக இருக்கையில், என்னை மட்டும் ஏன் இறைவா அன்பைத் தேடி அலையும் அதிசய விலங்காகப் படைத்தாய்...'

பாஸ்கர்: 'தேனுக்குள் விழுந்து, திகைத்து எறும்பு...'

இனி, கல்யாணியின் டைரி:

பாஸ்கர் பாஸ்கர் பாஸ்கர் பாஸ்கர் பாஸ்கர் பாஸ்கர் பாஸ்கர் பாஸ்கர் பாஸ்கர் பாஸ்கர் பாஸ்கர் பாஸ்கர் பாஸ்கர் பாஸ்கர் பாஸ்கர் பாஸ்கர் பாஸ்கர் பாஸ்கர் பாஸ்கர் பாஸ்கர் பாஸ்கர்

# பாவம் பாரதி

# 6

# இணைகோடுகள் சந்திக்க வேண்டும்

அறிமுகம்

அவனைப் பின் தொடருங்கள்...

அழுக்கு மேனியும் பரட்டைத் தலையும் மண்டிக்கிடக்கும் தாடியும் கந்தல் உடையும் கொண்டு, தோளில் ஒரு பையைத் தொங்க விட்டுக் கொண்டு தன்னந்தனியாக அந்த காட்டுக்குள் இரவு பகலாக ஒரு பைத்தியக்காரனைப் போல் அலையும் அவனைப் பின் தொடருங்கள்...

இந்த 45 வயதில் இந்நிலைக்கு அவன் வரக் காரணம்?

அவன் நடையில் ஒரு தளர்ச்சி...

மழை, வெயில் இரண்டையும் அவன் லட்சியம் செய்வதில்லை. அவன் கண்களில் கரு விழிகளுக்குக் கீழ் மண்டிக் கிடக்கும் சோகத்தைப் பாருங்கள்.

அந்தப் பார்வையில்தான் எத்தனை ஏக்கம், எத்தனை விரக்தி, எத்தனை வெறுப்பு, எத்தனை வேதனை, எத்தனை... நில்லுங்கள்.

அவன் நிற்கின்றான். அந்த மரத்தின் கிளையில் எதனை இப்படி ஏக்கத்தோடு பார்க்கிறான்...?

ஓ... அந்த மரக்கிளையில் உள்ள ஜோடிக் கிளிகளை ஏக்கத்தோடு பார்க்கின்றானா...?

மெல்லப் பெருமூச்சு விடுகிறான்.

அந்த ஆண் கிளியையும் பெண் கிளியையும் கனிவோடு மீண்டும் மீண்டும் பார்க்கிறான்.

அவைகளின் கொஞ்சல்களை ஏக்கத்தோடு பார்க்கிறான். மனிதனாக இருப்பதற்குப் பதில், இப்படி ஆனந்தமான கிளிகளாகப் பிறந்திருக்கக் கூடாதா என்று அவன் ஏங்குகிறானா? பின் எதனால் இப்படிக் கண்ணீர் விடுகிறான்? காதலில் தோல்வி கண்டவனா இவன்?

தனது அழுக்குப் பையிலிருந்து சில கற்றைக் காகிதங்களை அவன் எடுக்கிறான்... படிக்கிறான்... கிளிகளைப் பார்க்கிறான்... ஊமையாய் அழுகிறான்... பின் மெல்ல நடக்கிறான்...

அப்படி என்னதான் எழுதப்பட்டிருக்கிறது, அந்தக் காகிதங்களில்...? பொறுங்கள்... அவன் உறங்கும் போது அவற்றைப் பார்க்கலாம். இதோ அவன் மரத்துக்கடியில் கைகளைத் தலையணையாக்கிக் கொண்டு, பையை ஒதுக்கி வைத்து விட்டுப் படுக்கிறான்.

மெல்ல வாருங்கள்... அவன் கண்ணயர்ந்து விட்டான்.

பையில் இருந்து காகிதங்களை எடுத்துப் படியுங்கள்.

அந்த காகிதங்களின் முதல் பக்கத்தில்:

'இணை கோடுகள் சந்திக்க வேண்டும்'

என்ன இவன்...? கணிதத்தின் அடிப்படைத் தத்துவத்தையே தகர்க்கப் பார்க்கிறானா இவன்? இவ்வாறு இவன் எழுதக் காரணம்...? இவன் வாழ்க்கையில் நடந்த சில யதார்த்தமான சம்பவங்கள் தான் இவனை இவ்வாறு எழுத வைத்தனவா...?

அடுத்த பக்கத்தைப் புரட்டிப் படியுங்கள்...

**இணை கோடுகள் சந்திக்க வேண்டும்...**

**சி**வராஜ் மில்லை அடைந்தபோது ஆயிரக்கணக்கான தொழிலாளர்கள் கேட்டுக்கு வெளியே காத்துக்கிடந்தனர். அவர்கள் கைகளில் கோரிக்கை அட்டைகள்.

'தொழிலாளர்களின் உணர்ச்சிகளை மதி'

'உழைப்புக்கேற்ற ஊதியம் கொடு'

'யூனியன் தலைவர் சிவராஜ் வாழ்க'

அந்த மாபெரும் கூட்டத்தைத் தூரத்தில் பார்த்தவுடனேயே சிவராஜுக்குத் திகில் பற்றிக் கொண்டது. இத்தனை பேரும் என் பேச்சைக் கேட்டு வேலை நிறுத்தம் செய்கிறார்கள்... இவர்களின் நம்பிக்கைகளை நான் காப்பாற்றி விடுவேனா? சிவராஜைக் கண்டதும் அவர்கள் கோஷம் போட ஆரம்பித்தார்கள்.

"தலைவர் சிவராஜ் வாழ்க! தொழிலாளர் ஒற்றுமை ஓங்குக!!" அந்த சமயத்தில்தான் ஜேம்ஸ் வந்தான்.

ஜேம்ஸ் சிவராஜின் சக தொழிலாளி. சிவராஜிடம் மிகுந்த நட்புடனும் பாசத்துடனும் பழகுபவன். ஜேம்ஸ் சிறிது முரட்டு சுபாவம் மிகுந்தவன். அவன் உடற்கட்டும் அதற்கேற்றார் போல் இருந்தது. அவன் இரத்தம் மற்றவர்களை விட, கொஞ்சம் சூடானதுதான். சிவராஜைக் கண்டதும், "வா வாத்யாரே! இன்னைக்கு ஒரு கை பாத்துரலாம். இந்தப் பணக்காரப் பசங்களுக்குப் பாடம் கத்துக் கொடுக்கணும். நீ கவலைப்படாதே வாத்யாரே!" என்று உற்சாகமாக சிவராஜின் தோள்களில் தட்டிக் கொடுத்துவிட்டு, பீடி ஒன்றினைப் பற்ற வைத்துக் கொண்டான்.

சிவராஜ் அவனைத் தனியே அழைத்து, 'இந்த ஸ்ட்ரைக் வெற்றி பெறுமா?' என்ற தனது அச்சத்தைத் தெரிவித்தான்.

"இன்னா வாத்யாரே இப்படி பயப்படறே? அந்தப் பசங்க ஏழெட்டு பேர். ஆனா நாம ரெண்டாயிரம் பேர்! தவிர நம்ம பக்கம் நியாயம் இருக்கு. நீ கவலைப்படாதே! எல்லாம் நல்லா நடக்கும். பாத்துக்கினே இரு!" என்றான் ஜேம்ஸ்.

எல்லாத் தொழிலாளர்களும் தொழிற்சாலைக்கு முன் புல்வெளியில் உட்கார்ந்து கொண்டு கோஷமிட ஆரம்பித்தனர். மணி பத்தை நெருங்கியது.

மில் டைரக்டர்கள் ஒவ்வொருவராகக் காரில் வந்து இறங்க ஆரம்பித்தனர். அவர்களின் காரைக் கண்டதும் கோஷம் பலமாகியது. "தொழிலாளர் ரத்தத்தை உறிஞ்சும் பண முதலைகள் ஒழிக!" அவர்கள் கோஷமிடும்போது அவர்கள் கழுத்து நரம்புகள் எப்படி விம்மிப் புடைக்கின்றன…

சரியாக 11 மணியளவில் மேனேஜிங் டைரக்டரின் செகரெட்டரி வெளியே வந்தான். "முதலாளிகளின் கைக்கூலி ஒழிக!" என்று அவனைக் கண்டதும் கோஷமிட்டார்கள். செகரெட்டரி, சிவராஜை மட்டும் தனியே டைரக்டர்கள் சந்தித்துப் பேச விரும்புவதாக அறிவித்தான். சிவராஜ், தொழிலாளர்களின் உத்தரவை எதிர்பார்த்தான். "போயிட்டு வா, வாத்யாரே!" என்றார்கள். அவன் போகும்போது, "சென்று வா தலைவா, நீதியை வென்று வா!" என்று கோஷமிட்டார்கள்.

இரண்டாவது மாடியிலுள்ள டைரக்டர்கள் அறையை அடைந்தான் சிவராஜ். மேலேயிருந்து கீழே பார்த்தபோது எண்ணற்ற தொழிலாளர்களின் தலைகள். சிவராஜுக்கு மீண்டும் உடல் சிலிர்த்தது. 'இத்தனை பேரும் நான் தங்களுக்காகப் போராடுவேன் என்று நம்பிக்கையுடன் என்னை அனுப்பியுள்ளார்கள். இத்தனை பேருக்கும் பிரதிநிதி நான்.'

சிவராஜ் அழைக்கப்பட்டான்.

டைரக்டர்களின் கான்பரன்ஸ் அறைக்குள் நுழைந்தான். ஏழெட்டு பேர் நீளமான மேஜைகளுக்குப் பின் அமர்ந்திருந்தார்கள். நடுவில் அமர்ந்திருப்பதுதான் மேனேஜிங் டைரக்டர் சதாசிவம். சிவராஜ் ஒரு முறை எல்லோரையும் தீர்க்கமாகப் பார்த்தான். அவர்களின் உடையும் கன்னத்துச் சதையும் பணச் செழுமையைப் பறைசாற்றின. 'இதில் எங்கள் வியர்வையின் பங்கும் உண்டு' என்று சிவராஜ் எண்ணிக்கொண்டான்.

சிவராஜை யாரும் உட்காரக்கூடச் சொல்லவில்லை. அந்தப் பண்பை சிவராஜும் எதிர்பார்க்கவில்லை. இவர்கள் ஒரு தொழிலாளியிடம், சமதர்மமாக உட்கார்ந்து பேசுவதை அவமானமாகக் கருதுபவர்கள்.

அந்த அறையில் 'கிர்'ரென்ற ஏசியின் சத்தம் மட்டுமே இருந்தது. 'இந்தக் காலை நேரத்தில் கூடவா இவர்களுக்கு ஏசி வேண்டியிருக்கிறது?' என்று சிவராஜ் அதிசயத்துக் கொண்டான். 'பணக்காரர்களாக இருந்து விட்டாலேயே சில காரியங்களை அவசியமில்லாவிட்டால் கூட படாடோபமாக இவர்கள் செய்ய நினைக்கிறார்கள். இது இவர்கள் பரம்பரை வியாதி'. தானாக ஒரு நாற்காலியை இழுத்துப் போட்டுக்கொண்டு உட்கார்ந்தான். சதாசிவம், மூக்குக் கண்ணாடிக்குக் கீழ் சிவராஜை உற்றுப் பார்த்தார். பிறகு மெல்ல ஆரம்பித்தார், "என்னப்பா சிவராஜ், என்னது திடீர்னு ஸ்ட்ரைக் அது இதுன்னு ஆரம்பிச்சிட்டீங்க? இது நல்லா யோசிச்சு செய்த முடிவுதானா?" அவர் முடிக்கும் முன் விருட்டென நாற்காலியைப் பின்னுக்குத் தள்ளிவிட்டு ஆக்ரோஷத்துடன் எழுந்தான் சிவராஜ். "வெட்டிப்பேச்சு பேச நேரமில்லை... யோசிக்காம ஸ்ட்ரைக் வரை வந்திருக்கமாட்டோம்." சதாசிவம் அவனை உட்காருமாறு சைகை காட்டினார். "அடேங்கப்பா... எவ்வளவு ஆத்திரம் வருது... நானும் டயத்தை வேஸ்ட் பண்ண விரும்பல. நேராவே கேட்கிறேன். உனக்கு என்ன வேணும்? பணமா வேணுமா? ப்ரமோஷனா வேணுமா? இல்லை ஷேர் போட்டுத் தரட்டுமா? யோசிச்சு சொல்லு. சொல்லிட்டு, 'ஸ்ட்ரைக் கேன்சல்'னு எல்லாத்துக்கிட்டையும் சொல்லிடு. இது நமக்குள்ள ரகசியமா இருக்கட்டும். நீ சொன்னா எல்லாப் பசங்களும் கேட்பாங்க. சொந்தப் புத்தியில்லாத ஆட்டு மந்தைங்க. என்ன சொல்ற சிவராஜ்?" அக்னி மலையானான் சிவராஜ். "உங்க பணக்காரப் புத்தியைக் காட்டாமல் இருக்க மாட்டீங்களே... பணத்தைவிட நிறைய பெரிய விஷயங்கள் இருக்குய்யா... என்னை விலைக்கு வாங்க உங்க பணத்தாலே முடியாது" என்று சொல்லிக்கொண்டு வந்தவனை, இடைமறித்தார் சதாசிவம். அவர் குரலில் உஷ்ணம் இருந்தது, கண்டிப்பு இருந்தது. "டேய் நிறுத்துடா... உபதேசம் பண்ண வந்துட்டான். நேரடியாவே கேக்கறேன். உனக்கு உன் மகள் மலர்விழி உயிரோட திரும்ப வேணும்னா, ஸ்ட்ரைக்கை நிறுத்திடு. அத்தோட பேச்சு முடிந்தது."

சிவராஜ் திடுக்கிட்டான். "அடப்பாவிகளா, என் மகள்… என் மகளை என்னடா செஞ்சீங்க? எங்கடா என் மகள்?" சிவராஜ் பரிதவித்துப் பைத்தியக்காரன் மாதிரிக் கத்தினான்.

சதாசிவம் குரூரமாகச் சொன்னார், "பள்ளிக்கூடத்திலே இருந்த அவ, இப்ப எங்க பாதுகாப்பில இருக்கா. நீ முரண்டு பிடிச்சா அவளைப் பயன்படுத்தலாம்னுதான் அப்படிச் செஞ்சேன். இப்ப சொல்லு… மகள் வேணும்ன்னா, ஸ்ட்ரைக் இல்லைன்னு அந்த முட்டாள் கூட்டத்துக்கிட்டே போய் சொல்லு. நீ என்ன சொல்லி அவங்களை சமாதானப்படுத்துவியோ எனக்கு தெரியாது. இன்னிக்கு முழுசும் உனக்கு டைம் தரேன். இன்னிக்கு ஸ்ட்ரைக்கை டோக்கன் ஸ்ட்ரைக்கா முடிச்சுக்க… நாளைல இருந்து எல்லாப் பசங்களும் வேலைக்கு வந்தாகணும்." சிவராஜ் தலையைக் குனிந்து கொண்டு அழுதான். மிகவும் கலங்கிப் போய் இருந்தான்.

சதாசிவம் ஏளனமாக, "போலீஸ்ல சொல்லணும்ன்னா, இங்கேயே போன் இருக்கு. 100-க்கு டயல் பண்ணு. ஆனால், உன் மகளோட டெட்பாடி தான் உனக்கு கிடைக்கும்" என்றார். "என் குடும்பப் பிரச்சனையை இதோட முடிச்சுப் போடறீங்களேடா பாவிகளா… உங்களுக்கு இதயமே இல்லையா?" சிவராஜ் ஆத்திரத்தில் கத்தினான்.

சதாசிவம் நிதானமாகப் பதில் சொன்னார், "நீ எல்லாம் என்னடா யூனியன் தலைவன்? என்னோட தத்துவம் தெரியுமா? THE END JUSTIFIES THE MEANS. அப்படின்னா என்ன தெரியுமா? முடிவை அடைய எல்லா வழிகளையும் கையாளலாம்னு. அதத்தாண்டா நான் இப்ப செய்திருக்கேன். ஏய்… இவனை வெளியே அனுப்புங்கப்பா!"

சிவராஜ் தடுமாற்றத்துடன் எழுந்து கொண்டான்.

வெளியே வந்து மீண்டும் மாடியிலிருந்து தொழிலாளர்களைப் பார்க்கையில் சிவராஜின் மனம் வேதனையடைந்தது. 'என் அன்புத் தொழிலாளர்களே, என் மகளின் பொருட்டு உங்கள் உரிமைகளுக்காக, என்னால் வாதாட முடியவில்லை. இது

பணக்காரர்களின் சூதுத்தனம். இருப்பினும், என்னால் செய்ய முடிவது ஒன்றுமில்லை. மலர்விழி, மகள் மட்டுமல்ல. மனைவியின் நினைவுச் சின்னமும் கூட. இன்றைக்கு நீங்கள் என் மேல் வைத்திருக்கும் நம்பிக்கைகள் நசிந்து போகப் போகின்றன.'

'இவர்களுக்கு என்ன சொல்லப் போகிறேன்?' என்ற கேள்வி ஒருபுறம் வாட்ட, 'மலர்விழி இந்நேரம் எப்படி, எங்கே இருக்கிறாள்?' என்கிற சிந்தனை மறுபுறம் அவனை வேதனைப்படுத்தியது. 'இந்நேரம் எத்தனை முறை அப்பா, அப்பா என்று ஏங்கி இருப்பாள்... ஏழைகளின் குழந்தைகளாய்ப் பிறப்பதில்தான் எத்தனை அவஸ்தை?' சிவராஜ் நிலைதடுமாறி, கண்கள் இருட்டிக் கொண்டுவர கால்கள் தள்ளாடி மெல்ல மெல்லப் படிகளில் இ...ற...ங்...கி...னா...ன். எதிரே வந்த ஜேம்ஸ் அவனைத் தாங்கிப் பிடித்துக் கொண்டான். "வாத்யாரே, என்ன ஆச்சு... ஏன் ஒரு மாதிரியா இருக்கே?"

சிவராஜ் மயக்கமாகப் படிக்கட்டில் உட்கார்ந்து கொண்டான். பிறகு எல்லாவற்றையும் ஜேம்ஸிடம் சொன்னான்.

**சி**வராஜ் எதிர்பார்த்ததற்கு மாறாக, ஜேம்ஸ் பொறுமையாகவே இருந்தான். ஒருவேளை இதில் மலர்விழி சம்பந்தப்பட்டிருப்பதால் அவன் தன்னைக் கட்டுப்படுத்திக் கொண்டிருக்கலாம். இருவரும் படிக்கட்டுகளில் அமர்ந்து தீவிரமாக, அமைதியாக யோசித்துக் கொண்டிருந்தார்கள். ("தொழிலாளர் நலம் காக்கும் யூனியன் தலைவர் சிவராஜ் வாழ்க!" என்று கீழே உரக்க கோஷமிட்டனர்) ஜேம்ஸ் ஒரு முடிவுக்கு வந்தவன் போல் எழுந்தான். "வாத்யாரே... இன்னிக்குத்தான், இந்த ஜேம்ஸ் யார்ன்னு தெரிஞ்சுக்கப் போறே... நீ கம்முனு வீட்டுக்குப் போ... உனக்கு உடம்பு சரியில்லைன்னு பசங்ககிட்டே சொல்லிடறேன். ஸ்ட்ரைக் பாட்டுக்கு இன்னைக்கு நடக்கட்டும். அதான் இன்னைக்கு பூரா டயம் இருக்கில்லே.... நீ வீட்டுக்கு போ, நான் சமாளிச்சுக்கிறேன்."

சிவராஜ் மருண்டான். இவன் ஒரு முரடன். ஏதாவது ஆவேசத்தில் இவன் செய்யப்போக, அதனால் மலர்விழிக்கு ஏதும்

ஆபத்து வந்துவிடக்கூடாது. "ஜேம்ஸ், நீ ஆத்திரப்பட்டு ஏதும் செய்துவிடாதே" என்றான். ஜேம்ஸ் உறுதியாகச் சொன்னான், "நான் முரடன்தான்... ஆனால் முட்டாளில்லை. உன் மகளுக்கு ஏதும் ஆவாது... நீ போய்க்கினே இரு."

இரவு மணி ஏழு. சிவராஜ் தனியாக இருட்டில் அவன் குடிசையில் தரையில் படுத்துக் கிடந்தான். கூரையை வெறித்துப் பார்த்துக் கொண்டிருந்தான். இன்னும் ஒரு தகவலுமில்லை. ஜேம்ஸ் என்ன செய்தான்? மலர்விழி மதியம் சாப்பிட்டிருப்பாளா? எல்லாவற்றையும் பறிகொடுத்தது மாதிரி பரிதவித்துக் கிடந்தான் சிவராஜ். அப்போதுதான் படபடப்புடன் குடிசைக் கதவைத் தள்ளிக் கொண்டு கையில் ஒரு அரிக்கேன் விளக்குடன் ஜேம்ஸ் உள்ளே வந்தான். "ஜேம்ஸ் என்ன ஆச்சு... மலர்விழி கிடைச்சிட்டாளா...?" என்றான் சிவராஜ் படபடப்புடன். ஜேம்ஸ் ஒன்றும் சொல்லாமல், "எல்லாத்துக்கும் ஒரு வழி கண்டுபிடிச்சிட்டேன். இப்ப என்னை ஒண்ணும் கேட்காதே. பேசாம சைக்கிளை எடுத்துக் கொண்டு, என்கூட வா. என் திட்டம் புரியும்" என்றான். சிவராஜ் இயந்திரம் போல் சொன்னதைச் செய்தான். முன்னால் அரிக்கேன் விளக்குடன் ஜேம்ஸ் செல்ல, பின்னால் சைக்கிளில் தொடர்ந்தான் சிவராஜ். இருவரும் பேசவில்லை. இருவருமே டென்ஷனுடன் காணப்பட்டார்கள். அது ஒரு நெடும் பயணம். ஊரை விட்டு விலகி அந்த பௌர்ணமி இரவில், காட்டு வழி ஒற்றையடிப் பாதையில், ஒன்றன்பின் ஒன்றாக இருவரும் சைக்கிளில் பயணமாகிக் கொண்டிருந்தார்கள். இருவரும் முக்கால் மணி நேரமாவது பயணம் செய்திருப்பார்கள். ஜேம்ஸ் என்ன செய்து விட்டு வந்திருக்கிறான் என்பது புரியாததால் சிவராஜ் அதிகக் குழப்பத்துடன் காணப்பட்டான். ஒரு பாழடைந்த மண்டபத்தை அடைந்தவுடன் ஜேம்ஸ் சைக்கிளை விட்டு இறங்கினான். "இறங்கு."

அந்த மண்டபத்தின் பழங்காலத்துக் கதவின் பூட்டைத் திறந்து விளக்குடன் ஜேம்ஸ் செல்ல, சிவராஜ் பின் தொடர்ந்தான். உள்ளே பதினெட்டு வயதில் இளம்பெண் ஒருத்தி பயத்துடன்

ஒரு மூலையில் இருட்டில் உட்கார்ந்து இருந்தாள். இவர்கள் உள்ளே நுழைந்ததும், அச்சத்துடன் எழுந்து கொண்டு, "என்னை ஒண்ணும் செய்துடாதீங்க… என்னை எதுக்கு இங்கே கடத்திட்டு வந்து அடைச்சு வச்சிருக்கீங்க? என்னை விட்டுடுங்க!" என்று கண்ணீருடன் அலறினாள்.

சிவராஜுக்கு ஒன்றும் புரியவில்லை. "ஜேம்ஸ், என்ன இது? யார் இவள்? ஏன் இவளை இங்க வச்சிருக்க?" ஜேம்ஸ் நிதானமாகச் சொன்னான். "வாத்யாரே, வக்கிர புத்தியை வக்கிர புத்தியாலேதான் சமாளிக்கணும். இது சதாசிவத்தோட பொண்ணு. காலேஜ் விட்டு வரும்போது, கடத்திக்கிட்டு வந்துட்டேன். சதாசிவத்துக்கு போன் பண்ணிச் சொல்லிட்டேன். நாளைக்கு காலைல ஏழு மணிக்குள்ளாற மலர்விழி நம்ம கைக்கு கிடைச்சாகணும். இல்லாட்டி உன் மகளை நீ உயிரோட பார்க்க முடியாதுன்னு சொல்லிட்டேன். போலீஸ் கீலீஸ்ன்னு போனா, உன் மகளை நீ மறந்து விட வேண்டியதுதான்னு க்ளீனா சொல்லிட்டேன்."

சிவராஜுக்கு அவன் சொல்வதை ஜீரணிக்க சற்று நேரம் பிடித்தது. பிறகு அரை மனதுடன், "என்ன இருந்தாலும் ஜேம்ஸ், இந்தப் பிரச்சனையில் சம்பந்தப்படாத இந்தப் பெண்ணை இந்த மாதிரி சித்ரவதை செய்யணுமா?" என்றான். ஜேம்ஸ் வெடித்தான். "மடத்தனமாகப் பேசாதே… மலர்விழி மட்டும் எந்த விதத்தில் இந்த விஷயத்தில் சம்பந்தப்பட்டிருக்கிறாள்? ஒரு ஏழு வயதுக் குழந்தையைக் கடத்தி பிளாக் மெயில் செய்து ஸ்ட்ரைக்கை வாபஸ் வாங்குன்னு பேடித்தனம் பண்றாங்க. அவங்க கிட்ட இந்த மாதிரி தான் நடக்கணும். இதை விட்டா என்ன வழி வச்சிருக்கே? அதைச் சொல்லு. உன் மகளுக்காக நம்ம கோரிக்கைகளை பலி கொடுக்கணுமா? அப்படிச் செய்தா, இந்த அதிகார வர்க்கத்திற்கு அகங்காரம் இன்னும் அதிகமாயிடும் சிவராஜ்." அந்தப் பெண்ணுக்கு இவர்கள் சம்பாஷனைகள் மூலம் நடந்த, நடக்கிற விஷயம் மெல்ல மெல்லப் புரிந்து விட்டிருந்தது. அரிக்கேன் விளக்கின் மங்கிய வெளிச்சத்தில் சிவராஜ் அந்த பெண்ணின் கண்களில் இன்னும் பயம் பதுங்கியிருப்பதைக் கண்டான்.

"இப்ப நம்ம என்ன செய்யணும்?" என்றான் சிவராஜ்.

"அப்படிக் கேளு. இவளை இங்கே அடைத்து வச்சிட்டுப் போவோம். நாளைக்கு காலையில ஏழு மணிக்குள்ள மலர்விழி கிடைச்சுட்டா, நானே இவளை வந்து அழைச்சுக்கிட்டுப் போறேன். ஸ்ட்ரைக் பாட்டுக்கு நடந்துகிட்டே இருக்கும். மலர்விழியை ஒப்படைக்கலைன்னா, இவள் இங்கேயே கிடக்க வேண்டியதுதான். சரி வா, நம்ம கிளம்பலாம்." ஜேம்ஸ் கிளம்ப எத்தனித்தபோது, அவள் மெதுவாகச் சொன்னாள், "என்னை இங்கேயே விட்டுவிட்டுப் போறீங்களா...? எனக்கு பயமா இருக்கு." ஜேம்ஸ் அமைதியாகச் சொன்னான், "உனக்கே இப்படி இருக்கே, இவனோட ஏழு வயது மகள் அப்பாவைக் காணாம எப்படி ஏங்கி அழுறாளோ...? அவளை எப்படி நடத்துறாங்களோ உங்கப்பனோட ஆளுங்க. நாங்க என்ன செய்ய முடியும்? உங்கப்பன் பண்ணின அயோக்கியத்தனத்துக்கு, நீ படணும்னு எழுதி வச்சிருக்கு."

அவள் அழும் குரலில் சொன்னாள். "என் டாடி - அப்பா செய்தது ராங்கா - தப்பா இருக்கலாம். அதுக்காக நான் மன்னிப்பு கேட்டுக்கறேன். உங்க திட்டத்துக்கு நான் உடன்படறேன். அந்த குழந்தை கிடைக்கிற வரைக்கும், நான் தலைமறைவா இருக்கத் தயார். ஆனா அதுக்காக இந்த இருட்டான காட்டுப் பிரதேசத்தில் தனியா விட்டுட்டுப் போயிராதீங்க." அவள் இருவரையும் கையெடுத்துக் கும்பிட்டுக் கொண்டிருந்தாள்.

ஜேம்ஸ் யோசித்தான். பின்பு தீர்மானமாகச் சொன்னான். "வாத்தியாரே, இந்த பொண்ணு சொல்றதும் சரியாத்தான் படுது. நம்ம இவளை இங்கே விட்டுட்டு போறது, அவ்வளவு 'ரீஜண்டான' செயலா இல்லை. அதனால நாமளும் இவளுக்குத் துணையா இங்கேயே தங்கிடுவோம். காலையில் நீ போய் உன் குடிசைல மலர்விழி இருந்தா, தகவல் குடு. நான் இவளை அழைச்சுக்கிட்டு ஊருக்கு வந்துர்றேன். இதுல இன்னொரு விஷயமும் இருக்கு. இந்நேரம் அந்தக் கிழவன் போலீசுக்குச் சொன்னாலும் சொல்லிருப்பான். போலீஸ் ஊர்ல நம்மளைத் தேடும். அதனால நாமளும் இங்கேயே இருக்கறதுதான் நல்லது. என்ன பொண்ணு, சரிதானே...?" அவள் தற்காலிகமாக விடுதலை

பெற்றதைப் போல் மகிழ்ச்சியடைந்தாள். சிவராஜ் அந்தத் திட்டத்தையும், அதனால் அவள் அடைந்த முக மலர்ச்சியையும் கண்டு சந்தோஷம் அடைந்தான். அவன் அவளிடம் சொன்னான், "அம்மா, நாங்க நியாயத்துக்காகப் போராடறவங்க. நாங்க ஏழையாக இருக்கலாம். ஆனால் அநாகரீகமானவங்க இல்ல." ஜேம்ஸ் இடையில் குறுக்கிட்டு, "ஆமா பொண்ணு, நாங்க ரொம்ப 'ரீஜண்டான' ஆளுங்க" என்று பெருமையுடன் சொல்லிக் கொண்டான். அவன் 'டிஸெண்ட்' என்பதைத்தான் அப்படிச் சொல்கிறான் என்று அறிந்து கொண்டு அவள் சிரித்தாள்.

இரவு மணி பத்து இருக்கலாம். அந்தக் காட்டு மாளிகைக்கு உள்ளே அவள் தூசு படிந்த சமதளமற்ற தரையில் தூங்க முயன்று கொண்டிருந்தாள். அது ஒரு புதிய சூழ்நிலை. ஒரு பாழடைந்த மண்டபத்தில், முன்பின் தெரியாத இரண்டு தொழிலாளர்கள் வாசலில் படுத்துக் கிடக்க அவள் உள்ளே... இது மாதிரியான ஒரு சூழ்நிலை, தனக்கு வரும் என கற்பனை கூடக் கண்டது கிடையாது. அந்த இடத்தின் வசதிக் குறைவாலோ அல்லது பசியின் காரணமாகவோ அவளுக்குத் தூக்கம் வரவில்லை.

'இன்றைக்கு ஏசி இல்லை. ஸ்ப்ரிங் மெத்தை இல்லை. அடேங்கப்பா! இவ்வளவு நாள் எனக்கு எவ்வளவு வசதிகள் இருந்திருக்கின்றன' என்று எண்ணி வியந்தாள். 'ஆனால் இவ்வசதிகள் ஏன் வெகுசிலருக்கு மட்டுமே கிடைக்கின்றன? இதோ வெளியில் படுத்திருக்கிறார்களே, இவர்களுக்கு என் அளவு வசதிகள் வாழ்க்கையில் ஏன் கிடைக்கவில்லை? பின் எனக்கு மட்டும் ஏன்? நான் எந்த விதத்தில் இவர்களை விட உயர்ந்தவள் என்று இத்தனை ஆடம்பரங்களுடன் பிறந்துள்ளேன்? இவர்கள் பாவிகளா? அல்லது நான் அதிர்ஷ்டசாலியா? அப்படியானால், நாட்டில் பாவிகளே அதிகம் என்று ஆகிறதே... இவர்களின் உழைப்பால்தானே நாங்கள் சந்தோஷமாகவும், வசதியாகவும் இருக்கிறோம்? பின் இவர்கள் மட்டும் ஏன் கஷ்ட நிலையில் இருக்க வேண்டும்?' என்று அந்த பதினெட்டு வயதுப் பெண்ணுக்குப் புரியவில்லை. திரும்பத் திரும்ப இதே சிந்தனைகள் மனதில் எழ, இவற்றில் இருந்து விடுபடும் பொருட்டு எழுந்தாள். பசி.

அகோரப் பசி. மதியம் சாப்பிட்டதுதான். வழக்கமாய் வீட்டில் மாலை சாப்பிடும் ஸ்வீட், காரம் இன்று இல்லை. அமர்க்களமான இரவுச் சாப்பாடும் இல்லை.

'பசி இவ்வளவு கொடூரமாகக் கூட இருக்குமா?' என்று எண்ணியவள், 'இதை எத்தனை பல்லாயிரக்கணக்கான மக்கள் அனுபவித்து அவதிப்படுகிறார்கள்' என்றும் எண்ணிக் கொண்டு வேதனைப் பெருமூச்சு விட்டாள். பசிக்கு உணவாகப் பசியை உட்கொள்கின்ற பரிதாபத்துக்குரிய பல கோடி மக்களை எண்ணிய போது, மீண்டும் அவளுக்குத் தான் எவ்வளவு வசதிகளுடன் இருந்திருக்கிறோம் என்பது தெரிய வந்தது. வெளியே வந்தாள்.

ஜேம்ஸ் வெளியே தரையில் அயர்ந்து தூங்கிக் கொண்டிருந்தான். காற்று சுகமாக வீசிக் கொண்டிருக்க, நிலவு பூரணமாக பால் போல் ஒளியை இறைத்திருந்தது. பிறிதொரு சமயமாக இருந்தால், அந்த சூழ்நிலையில் கவிதைகள் எழுதி இதயக் கருத்துக்களுக்கு விடுதலை தந்திருப்பான் சிவராஜ். இது ஏழு வயது மகளைப் பிரிந்திருக்கும் தருணம். அவளின் நிலை பற்றி அச்சமும், நிச்சயமற்ற தன்மையும் அடைந்திருக்கும் சமயம். சிவராஜ் அந்த நிலவு ஒளியில் குறுக்கும் நெடுக்குமாக உலவிக் கொண்டிருந்தான். நாளைக் காலை, மகள் மலர்விழி பத்திரமாகக் கிடைக்க வேண்டும் என்று பதட்டப்பட்டுக் கொண்டிருந்தான். வெளி வாசலில் வந்து நின்ற அவளைப் பார்த்தான்.

"நீங்க இன்னமும் தூங்கலையா... என்னமும் வேணுமா?"

"தூக்கம் வரலை... பசிக்கிறது."

"இங்க பக்கத்திலே எதுவும் ஹோட்டல் கிடையாதே"

அவள் சிரித்தாள். "உங்களுக்குப் பசிக்கலை...?"

சிவராஜ், "பசி எங்களுக்குப் பழக்கமான ஒன்று. உங்களை இங்கே சிறை வைத்துக் கஷ்டம் கொடுப்பதற்காக மன்னிக்க வேண்டும்" என்றான். அவள் அவசரமாக மறுத்தாள். "சேச்சே... அதற்காக

நான் வருத்தப்படவில்லை. காரணம், உங்கள் செய்கையில் நியாயம் இருக்கிறது."

"இப்போ என்ன செய்யலாம்...? நீங்க இங்கேயே இருங்க. நான் பக்கத்திலே ஏதும் பழம் கிழம் கிடைச்சா பறிச்சிட்டு வர்றேன்"

"அதுவரைக்கும் என்னால இங்க தனியா இருக்க முடியாது. உங்க ∴பிரண்டு கூட தூங்கிட்டார். எனக்கு பயமாயிருக்கும். நானும் உங்க கூட வரேன்."

இருவரும் நடந்தார்கள். பேசிக் கொள்ளவில்லை.

சிவராஜுக்கு என்ன பேசுவது, எதைப்பற்றிப் பேசுவது என்பதும் தெரியவில்லை. இது மாதிரி நிலை வந்தால், பேசாமலே இருப்பது உசிதம் என்பது அவன் எண்ணம்.

அவளே பேச்சை ஆரம்பித்தாள். "அப்பா என்பதற்காக, அவர் செய்தது சரி என்று நான் நினைக்கவில்லை. ஆனால் இதற்கெல்லாம் அடிப்படைக் காரணம் என்ன? ஐ மீன் ஸ்ட்ரைக் செய்ய நீங்கள் நிர்பந்திக்கப்பட்ட காரணம் என்ன?"

சிவராஜ் ஆரம்பத்திலிருந்து எல்லாவற்றையும் சொன்னான். அவள் அமைதியாக இருந்தாள். பின் மெதுவாகச் சொன்னாள், "நான் அப்பாகிட்டே எடுத்துச் சொல்லி என்னால் முடிந்ததைச் செய்யறேன்."

சில பெயர் தெரியாத பழ வகைகளைப் பறித்து, இருவரும் சாப்பிட்டார்கள். இன்னமும் அவர்கள் காட்டு மாளிகையை விட்டு விலகியே சென்று கொண்டிருந்தார்கள். அவள் அவனிடம் கேட்டாள் "நீங்கள் பணக்காரர்களை வெறுக்கிறீர்களா...?"

அவன் தீர்க்கமாக, தீர்மானமாகப் பதில் சொன்னான். "அடியோடு வெறுக்கிறேன்".

"ஏன்....? பணக்காரர்கள் என்றாலே, எல்லோரும் அயோக்கியர்களாக இருக்க வேண்டும் என்பது நியாயமல்லவே. உதாரணமாக, என்னை எடுத்துக் கொள்ளுங்கள். எனக்கு நீங்கள் நினைக்கிற மாதிரி இரும்பு இதயம் இல்லை." அவன் அமைதியாகச்

சொன்னான், "கொடுமைகள் செய்வதாலும், சுயநலம் பிடித்து அலைவதாலும் மட்டும் அயோக்கியர்கள் என்று நான் முடிவு கட்டவில்லை. நல்லது செய்ய வாய்ப்பு இருந்தும் அதைச் செய்யாதவர்களும் அயோக்கியர்கள்தான். ஒவ்வொரு பணக்காரனும் நினைத்திருந்தால், இந்த உலகில் ஏழை என்ற வர்க்கத்தையே ஒழித்துக் கட்டியிருக்க முடியும். ஒவ்வொரு பணக்காரனும் குறைந்தபட்சம் ஒரு ஏழையையாவது படிக்க வைத்து வாழ வகை செய்தால் போதுமே, அந்த ஏழையின் சந்ததி முழுவதும் வறுமையிலிருந்து விடுபட வாய்ப்புண்டல்லவா? எத்தனை பேர் உங்களில் அதனைச் செய்கிறீர்கள்? நாய்க்குட்டிக்கு, நாலு வித பவுடர் போட்டுக் குளிப்பாட்டி, விதவிதமான சாப்பாடு செய்து போடும் இதயம் உள்ளவர்களுக்கு, மனிதர்களின் துயரம் தெரியாது போவது ஆச்சரியம்தான். வேதனைதான்." அந்தப் பதினெட்டு வயதுப் பணக்காரப் பெண்ணுக்கு அவன் சொன்னதன் முழு அர்த்தமும் புரியவில்லை என்றாலும், அதில் நியாயம் இருப்பதாகப்பட்டது.

"அடடே... பேசிக்கொண்டே வெகு தூரம் வந்து விட்டோம். நேரமும் அதிகமாயிருக்கும்."

அவர்கள் திரும்பி வர எத்தனித்தார்கள்.

அவள் தீவிர சிந்தனையில் இருந்தாள்.

**காட்டு** மாளிகையை அடைந்தபோது, சிவராஜ் திடுக்கிட்டான். ஜேம்ஸ் நீல நிறமாக மாறிவிட்டிருந்தான். தூரத்தில் கருநாகம் ஒன்று விரைந்து புதருக்குள் சென்றது. ஜேம்ஸ் பாம்பு தீண்டி, மாண்டிருந்தான்.

**"ஜேம்ஸ்"** சிவராஜ் அடிவயிற்றிலிருந்து அலறினான். அமைதியைக் கிழித்துக்கொண்டு அவன் அலறியதால் அச்சங்கொண்ட பறவைகள், மரக்கிளைகளிலிருந்து படபடவென சிறகை அடித்துக் கொண்டு அபாய ஒலி எழுப்பிப் பறந்தன. செய்வதறியாது துடித்தான் சிவராஜ். 'என் மகளின் பொருட்டு இப்பெண்ணைக் கடத்தி இங்கு வந்த இந்த இனிய நண்பன் இறந்து விட்டான். இனி இவன் மனைவி குழந்தைகளுக்கு யார்

கதி? இவன் மரணம் சம்பவித்திருப்பதற்குக் காரணகர்த்தா நானா? இல்லை... இல்லை... ஆனால், இவன் என் பொருட்டல்லவோ இத்தனையும் செய்தான்...? எனக்கும் இதில் பங்கு உண்டா...? ஐயோ கடவுளே, இதென்ன கொடுமை... ஏன் தண்டிக்கப் பட்டவர்களே மீண்டும் மீண்டும் தண்டிக்கப்படுகிறார்கள்?' பிரம்மை பிடித்தவன் மாதிரிக் கொஞ்சநேரம் இருந்தான்.

போதும் இந்தக் குறுக்கு வழி... இனியும் இங்கிருப்பதில் பயனில்லை. இந்த வழியைக் கண்டுபிடித்தவனே, இப்போது உயிரில்லாமல் இருக்கிறான். சிவராஜ் துயரத்துடன் ஜேம்ஸைத் தோளில் சுமந்து கொண்டு ஊரை நோக்கி அந்த இரவு வேளையில் மெதுவாகப் பயணத்தை தொடங்கினான். அவள் அவனைப் பின் தொடர்ந்தாள்.

கால்கள் சோர்ந்து போய், அவன் சதாசிவத்தின் பங்களாவை அடைந்தபோது, விடிகாலை நான்கு மணி. ஜேம்ஸின் சடலத்தை வாசற்புறத்தில் வைத்து விட்டு, அந்தப் பெண்ணுடன் வீட்டினுள் நுழைந்தான். "**சதாசிவம்!**" வெறி பிடித்தவன் மாதிரிக் கத்தினான். சில நிமிடங்களுக்கு பின் வந்தார் சதாசிவம். மகளைக் கண்டதும் அவருக்கு மகிழ்ச்சிதான். ஆனால், சிவராஜின் தோற்றத்தையும் நிலைமையையும் கண்டவர் மிரண்டு போனார். "சதாசிவம்.... உம் மகளை கொண்டாந்து சேத்துட்டேன். மரியாதையா இப்போ என் குழந்தையை கொடுத்திரு." சிவராஜ் ஆவேசத்தில் உறுமினான். சதாசிவம் பயத்தில் மலங்க மலங்க விழித்தார்.

"சிவராஜ், நான் சொல்றதை ஆத்திரப்படாமல் பொறுமையாக் கேள்... நீ நல்லவன். அதனால நான் சொல்றதப் புரிஞ்சுக்குவே".

"கதை பேசாதடா... என் மகள் எங்கடா?" சிவராஜ் அந்த கிழவனின் கழுத்தை இறுக்கிக் கொண்டு வெறி பிடித்தவன் மாதிரிக் கத்தினான்.

"சிவராஜ், சொல்லிடறேன்... என்னை விட்டுடு. சரியான கவனிப்பு இல்லாததாலேயோ, அல்லது உன்னைப் பிரிந்த ஏக்கத்தாலேயோ, உன் குழந்தை ஜூரம் வந்து இறந்து போச்சு..."

சிவராஜின் சர்வ அங்கமும் பதறிப்போய் "அடப் பாவி, சண்டாளா! என் மகள் இறந்து விட்டாளா... இது உண்மையாக இருக்கக் கூடாது!" என்று எரிமலையாய் மாறி, முட்டிக்கால்களால் சதாசிவத்தின் அடிவயிற்றில் பலம் கொண்ட மட்டும் எத்தினான். சதாசிவத்தைச் சுவரில் ஆத்திரம் தீரும் வரை முட்டி மோத வைத்துப் பின்னர் தூக்கிப் பந்து போல் விசிறியடித்தான்.

கூரான மேஜை விளிம்பு, சதாசிவத்தின் அடிவயிற்றில் இறங்க சதாசிவம் சரிந்து போனார்.

"மலர்.... மலர்...." பைத்தியக்காரன் போல் சிவராஜ் அங்குமிங்கும் ஓடினான்.

அந்த அறையில் கசங்கிய பூச்செண்டு மாதிரி மலர்விழி தரையில் கிடத்தி வைக்கப்பட்டிருந்தாள்.

அந்தப் பிஞ்சுப் பூவுடலின் மீது குலுங்கிக் குலுங்கி முகம் புதைத்து அழுதான் சிவராஜ்.

இதயத்தின் ரத்தம், கண்ணீராகக் கசிந்தது.

கொஞ்ச நேரம் கழித்து காவல்துறை அதிகாரிகள் அவனைக் கைது செய்து அழைத்துச் சென்று விட்டார்கள்.

பதினைந்து கடினமான வருடங்களைச் சிறையில் கழித்த பின், சிவராஜ் விடுதலை செய்யப்பட்டான். சிறையை விட்டு வெளியே வந்ததும் எங்கு செல்வது என்று அவனுக்குத் தெரியவில்லை. வெளி உலகத்தை அந்நியமாகப் பார்த்தான். 'இனி எனக்கு என்ன இருக்கிறது...? யாருக்காக நான் வாழ வேண்டும்...? எவர் பொருட்டு நான் உயிர் வாழ வேண்டும்...? இது எனக்குச் சம்பந்தமில்லாத உலகம். இங்கு எனக்கு வேலையில்லை. என்னை விரும்பி வரவேற்கிறவர்கள் இனி இல்லை. என்னை எதிர்பார்த்து, என் அன்பைப் பகிர்ந்து கொள்கிறவர்கள் இங்கில்லை. என் ஆருயிர் மனைவி கண்ணம்மாவிற்குப் பின், என் வாழ்வாய், வாழ்வின் பொருளாய், அர்த்தமாய் இருந்த மலர்விழியும் போய்விட்டாள்.

இனி வாழ்க்கை சூனியம் தான்.'

அது முதல், சிவராஜ் பைத்தியக்காரன் மாதிரி இந்தக் காட்டினுள் அலைகிறான். கசங்கிய தலையும், அடர்ந்த தாடியும், கந்தல் உடைகளும், கண்களில் ஏக்கமுமாய் சிவராஜ் அலைகிறான்.

அந்த பட்டப் பகலில் பாறையில் வெற்றுடம்புடன் மல்லாக்கப்படுத்துக் கொண்டு உச்சி சூரியனை உறுத்துப் பார்க்கிறான்.

முதுகு சுடுகிறதா...

இல்லை.

'எனக்கு உணர்ச்சிகள் இல்லை... பசியில்லை... தூக்கமில்லை... எதுவும் இல்லை.'

சில நேரங்களில், சிவராஜ் சிந்திக்கிறான்...

'அமைதியாகச் சென்று கொண்டிருந்த, என் வாழ்க்கை இன்று சின்னாபின்னாமாக்கப்பட்டது ஏன்?

இதற்குக் காரணம் யார்? ஜேம்ஸ் மடிந்து போகக் காரணமானவர் யார்? மகள் மலர்விழி மறைந்ததற்கு யார் காரணம்?

சதாசிவம் என்கிற மனிதனா?

இல்லை.

சதாசிவம் என்ற பணக்காரனா?'

சதாசிவத்துக்கும், சிவராஜுக்கும் எந்தவிதப் பகைமையும் கிடையாது. அவரவர்கள் சார்ந்து இருந்த வர்க்கத்திற்கிடையேதான் பகைமை.

பணக்கார - பாட்டாளி வர்க்கங்களின் பகைமைக்கு இவர்கள் பலி. ஏன், இறுதியில் அந்த சதாசிவம் கூடக் கொலை செய்யப்பட்டானே...

அவனும் இந்தப் பகைக்குப் பலியானவன்தான்.

சதாசிவத்தின் ஒரே மகள்... அந்தப் பெண் என்ன ஆனாள்?

இதில் சம்பந்தமே இல்லாத மலர் விழி, அந்தப் பணக்காரப் பெண் - இவர்களுக்குக் கூட ஏன் இந்தக் கதி?

இவர்கள் செய்த பாவம்தான் என்ன?

அந்த பெண் போல், எத்தனை பெண்களோ… எத்தனை மலர்விழிகளோ… இதற்கெல்லாம் அடிப்படைக் காரணம் பாட்டாளி வர்க்கமும், பணக்கார வர்க்கமும் காட்டும் பகைமை உணர்ச்சிதானே…?

ஆனால், ஒரு உண்மை ஏன் இரு வர்க்கத்தினருக்குமே புரியவில்லை? பணக்கார வர்க்கம், பாட்டாளி வர்க்கத்தையும்,

பாட்டாளி வர்க்கம், பணக்கார வர்க்கத்தையும் சார்ந்து இருக்கின்றன.

ஒன்றில்லாவிட்டால் மற்றது இல்லைதான்.

இருந்தும், ஏன் ஒரு வர்க்கம் மற்றதை ஜென்ம எதிரியாகக் கருதுகிறது?

அதனால் ஏற்படுகின்ற இன்னல்கள் அல்லவா இவை?

இருவரும் ஒருவரையொருவர் புரிந்து கொள்ளவே மாட்டார்களா? இறுதிவரை வன்மம் பாராட்டியே தீர்வார்களா?

இருவரும் நான் இல்லையேல், நீ இல்லை என்று சுய கர்வம் பேசி பகைவர்களாகவே இருந்து விடுவார்களா?

சந்திக்க மறுக்கின்ற இரண்டு இணை கோடுகளா இந்த வர்க்கங்கள்?

சிவராஜ்கள் - ஜேம்ஸ்கள் - மலர்விழிகள் - சதாசிவங்கள் இப்படி எத்தனை பேருடைய வாழ்க்கை சீரழியப் போகிறது….?

இது நிற்க வேண்டுமானால் - இந்த இணை கோடுகள் சந்திக்கத்தான் வேண்டும்.

சிவராஜ் கண்களில் நீர் பெருக, இறைவனை வேண்டுகிறான் இறைவா...

இந்த இணை கோடுகள் சந்திக்கத்தான் வேண்டும்...

# இணை கோடுகள் சந்திக்க வேண்டும்

# 7

# இந்த ஸ்டேஷனில் எந்த ரயில் நிற்கும்

<hr>

அஜந்தா எண்டர்பிரைசஸ்

சென்னை

**விற்பனை அலுவலகம்**

FACTORY: அஜந்தா ஸ்டீல் டியூப் கம்பெனி

செம்பூர், பம்பாய்

வேலை நேரம் 10 AM TO 1PM; 1.30PM TO 5PM

சனி - ஞாயிறு விடுமுறை.

| | சேகர் |
|---|---|
| ராவ் | சிவராஜ் |
| TELEX ROOM | பானர்ஜி |
| | குப்தா |
| DINING ROOM | |
| | RECEPTION ரேவதி |
| மேனேஜர்: நாராயணன் | |

## சிவராஜின் பழைய டைரியிலிருந்து:

.........இன்று ஹைஸ்கூல் எக்ஸ்கர்ஷனில், இரண்டாவது கட்டமாக டெல்லியை நோக்கி ஜி. டி. எக்ஸ்பிரஸில் பயணம் செய்து கொண்டிருக்கிறோம். நேற்று இரவு 8:30 மணிக்கு, சென்னை சென்ட்ரலை விட்டுக் கிளம்பிய வண்டியில் இன்று முழுவதும் பயணம். நாளைக் காலை எட்டரை மணியளவில்தான் டெல்லி போய்ச் சேருமாம். நாள் முழுக்க பயணம். ரயில் இப்போது மத்தியப் பிரதேசம் வழியாகப் பாய்ந்து கொண்டிருக்கிறது. வழிநெடுகப் பொட்டல் நிலமும், வயல் பரப்பும் மாறிமாறி வருகின்றன. இடையிடையே சில்லறையாக ஆயிரத்தெட்டு ரயில்வே ஸ்டேஷன்கள். ஆச்சரியம்தான். இந்தச் சின்னச் சின்ன ஸ்டேஷன்களில் கூட ரயில் கடக்கும்போது பிளாட்பாரத்தில் நின்று கொண்டு பச்சைக்கொடி காட்டுகிறார்கள்.

இந்த ஸ்டேஷன்களைச் சுற்றி எந்த ஊரும் இருக்கிறதில்லை. ஒருவேளை உள்ளே தள்ளி இருக்குமோ...? எதற்கு இவ்வளவு ஸ்டேஷன்கள்...? இந்த சின்ன சின்ன ஸ்டேஷன்களை, எங்களது ரயில் கர்வத்துடன் அவைகளை ஒரு பொருட்டாகக் கூட மதிக்காமல், கடந்து சென்று கொண்டே இருக்கிறது. சென்னை டு டெல்லி மூன்று அல்லது நான்கு ரயில்கள்தான் ஓடுமாம். அவை யாவும் இந்த ஸ்டேஷன்களில் நிற்பதில்லையோ? மற்ற எந்தவிதமான பாஸஞ்சர் வண்டிகளையும், நான் கிராஸ் செய்து பார்த்ததில்லை. அப்படியானால், இவ்வளவு சின்ன ஸ்டேஷன்கள் எதற்காக..? இந்த ஸ்டேஷன்களில் எந்த ரயில் நிற்கும்? எனக்கு இந்த ஸ்டேஷன்களைப் பார்த்தால் பாவமாக இருக்கிறது.

இந்த ஸ்டேஷனில் எந்த ரயில் நிற்கும்...

**சிவராஜ்** ஆபீசில் வந்து உட்கார்ந்தபோது, மணி காலை ஒன்பதே முக்கால். அதுவரை யாரும் வந்திருக்கவில்லை, அட்டெண்டர் எல்லா டேபிள்களையும் துடைத்துத் தூசி தட்டிக் கொண்டிருந்தான். ("குட் மார்னிங் சார்") சிவராஜ் தனது இடத்திற்கு வந்து உட்கார்ந்தான். இன்னும் சிறிது நேரத்தில், நாராயணன் வந்துவிடுவார். மேஜை மேல் 'மன்த்லி ஸ்டேட்மென்ட்' பாதி வரை தயார் செய்யப்பட்ட நிலையில் இருந்தது. இன்றைக்கு, அதை முடித்து அனுப்ப வேண்டும். நாராயணன் அதற்குள் நாலு தடவை அனத்தி விடுவார். ஆனால், சேகர் மட்டும் சற்று தாமதமாகவே, அவனது மன்த்லி ஸ்டேட்மென்டைக் கொடுக்கலாம். நாராயணன் ஒன்றும் சொல்ல மாட்டார். சேகர் மாதிரியான ஆளின் மனக்கசப்பை, நாராயணன் சம்பாதித்துக் கொள்ள முடியாதுதான்.

### சேகர்

சேகர் திறமையானவன்தான். இதே ஆபீசில் ஐந்து வருடமாக இருந்து வருகிறான். ஆபீஸ் நிர்வாகம் முழுவதும் அவனுக்கு அத்துப்படி. இந்த சென்னை ரீஜனுக்குச் சொந்தமான, பெரும்பகுதியான விற்பனை ஏரியாக்களை அவன்தான்

கவனித்து வருகிறான். ஏதாவது பார்ட்டியிடமிருந்து பணம் வரத் தாமதமானாலோ, சேல்ஸ் டார்கெட்டை அதிகப்படுத்த வேண்டியிருந்தாலோ, நாராயணன் சேகரைத்தான் கலந்தாலோசிப்பார். அவரது அறைக்கு வெளியே வந்து, 'சேகர்!' என்று அவர் அழைப்பார். இருவரும் ஒரு மணி நேரமாவது ஆலோசிப்பார்கள். இதெல்லாம் எல்லோருக்கும் பழக்கமாகிப் போன விஷயங்கள். ஆனால் இதைப் பார்த்து குப்தா, பானர்ஜி, ராவ் இவர்கள் யாரும் அலட்டிக் கொள்வதில்லை. இவர்களெல்லாம் சேகரை விட பத்து வருடமாவது மூத்தவர்கள். சிவராஜ் மனதுக்குள்: 'சேகரும் என்னைப்போல் பிரம்மச்சாரிதான். என்னைவிட அவன் மூன்று அல்லது நான்கு வருடங்கள் மூத்தவனாக இருப்பான். இந்தக் கம்பெனியைப் பொறுத்தவரை அவன் எனக்கு இரண்டு வருடம் சீனியர். ஆனால் இன்னும் இரண்டு வருடத்தில், நாராயணன் சேகரிடம் வைத்திருக்கும் அளவு நம்பிக்கையை என்னிடம் வைப்பாரா? ம்ஹூம்.'

சேகர் எல்லோரும் வந்தபின் பத்தேகால் மணி அளவில்தான் வருவான். எல்லோரும் அவனிடம் மதிப்பும் நட்பும் வைத்திருந்தார்கள். சிவராஜின் சிந்தனை தடைபட்டது. நாராயணன் வந்து கொண்டிருந்தார். இந்த 55 வயதிலும் பழைய காலத்து தொளாதொளா பேண்ட் அணிந்திருந்தாலும், நாராயணனிடம் 'மேனேஜர்' என்கிற பர்சனாலிட்டி இருக்கிறதாக சிவராஜ் நினைத்துக் கொண்டான். ஒருவேளை 'மேனேஜர்' என்று நினைத்துக் கொண்டு பார்ப்பதினால் அப்படி இருக்கலாம்.

"குட் மார்னிங் சார்."

"குட் மார்னிங் சிவராஜ், என்ன நேத்து ராத்திரி இங்கேயே தங்கிட்டியா?!"

இப்போதெல்லாம் நாராயணன் கூட இது மாதிரி ஜோக் அடிக்க ஆரம்பித்து விட்டார். சிவராஜ் வந்து சேர்ந்த போது அப்படி அவர் இருந்ததில்லை. ஒருவேளை அது சேகரிடமிருந்து, அவருக்கு தொற்றிக் கொண்ட வியாதியாக இருக்கலாம். மீண்டும் சேகர்...!

வரும்போதே எல்லோரையும் சிரிக்க வைத்துக் கொண்டே வருவான்.

"நேத்து எங்க தெருவிலே ஒரே ஆர்ப்பாட்டம். ஒருத்தன் குடிச்சிட்டு, பொண்டாட்டி கையைப் பிடித்து இழுத்துட்டான்."

"இதிலே ஆர்ப்பாட்டம் செய்ய என்ன இருக்கு?"

"அவன் பிடித்து இழுத்தது, இன்னொருத்தன் பொண்டாட்டி கையை...!"

லஞ்ச் டயத்தில் சேகரின் டேபிளைச் சுற்றி ஒரு கூட்டம். அவன் ஹோட்டல் டிபனை பார்சல் செய்து வர, மற்றவர்கள் தங்கள் வீட்டுச் சாப்பாட்டை அவனுடன் பகிர்ந்து கொள்வார்கள். "ஏம்ப்பா, உங்க தண்டனையை என்னோட பகிர்ந்துக்கிறீங்களா?!"

சிவராஜ் சுயநினைவுக்கு வந்தான். பின்னாலிருந்து பவுடர் வாசனை வந்தது. அப்படியானால், ரேவதி வந்து கொண்டிருக்கிறாளென்று அர்த்தம். திரும்பிப் பார்த்தான். அவளேதான். "குட் மார்னிங் சிவா" பதிலுக்கு 'குட் மார்னிங்' சொல்லக்கூட மறந்து அவளையே பார்த்தான். பன்னீரில் குளித்து எழுந்த புத்தம் புது ரோஜா, இப்படித்தான் இருக்கும். அவள் அவனைக் கடந்து அட்டெண்டன்ஸ் ரிஜிஸ்டரில் கையெழுத்துப் போடச் சென்றாள். அவளது முதுகுப்புறத்தை வைத்த கண் வாங்காமல் பார்த்தான்.

## ரேவதி

ரேவதி சரியான ஓட்டை வாய். கொஞ்சம் அழகான ஓட்டை வாய். எப்பவும் லொடலொட. சேகர் அவளுக்கு 'ஆல் இந்டியா ரேடியோ' எனப் பெயர் வைத்திருக்கிறான். தனக்குக் கூட ஏதாவது ஒரு பெயரை சேகர் வைத்திருப்பான் என சிவராஜ் எண்ணிக்கொண்டான். என்னவாக இருக்கக்கூடும்...?

ரேவதியின் சுபாவத்தைப் பற்றி இந்தக் கம்பெனியில் வந்து சேர்ந்த புதிதில் சிவராஜுக்கு ஒன்றும் தெரியாது. அவன் புதிய ஆள் என்பதால், அவள் வலிய தானே வந்து, "இந்த ரிக்வசிஷன்

ஃபார்மில், உங்களுக்குத் தேவையான பேனா, பென்சில், பேப்பர் வெயிட், பஞ்ச், ஸ்டேப்ளர், கிளிப், ரஃப் பேட் ஆகியவை வாங்கிக் கொள்ளலாம்" என்றாள். "நீங்க ஞாயிற்றுக்கிழமை என்ன செய்வீங்க?" அவன் முன் நாற்காலியை இழுத்துப் போட்டுக் கொண்டு கேட்டிருக்கிறாள். அவளது அழகான விழிகளை நேராகப் பார்க்கக் கூச்சப்பட்டு, "சினிமா பார்ப்பேன்" என்று எங்கோ பார்த்துக்கொண்டு சொல்லி இருக்கிறான்.

"சினிமாவா…? உங்களுக்கு பாலசந்தர் பிடிக்குமா… பாரதிராஜாவா?" "பாலசந்தர்… உங்களுக்கு?"

"எனக்கு ரெண்டு பேரையும் பிடிக்கும்" அவள் சிரித்துக் கொண்டே பதில் சொன்னாள். அன்றைக்கும் இதே மாதிரி அவளிடம் இருந்து பவுடர் வாசனை வந்து கொண்டிருந்ததாக சிவராஜ் இப்போது நினைத்துக் கொண்டிருக்கிறான். மீண்டும் அவனைக் கேட்டிருக்கிறாள்.

"உங்களுக்குக் கமலஹாசன் பிடிக்குமா… ரஜினிகாந்தா?"

அவன் முன்னேற்பாடுடன், "ரெண்டு பேரையும் பிடிக்கும்"

"சீ! எனக்கு இரண்டு பேரையும் பிடிக்காது." அவள் சிரித்துக் கொண்டே எழுந்து போயிருக்கிறாள்.

ரேவதி கையெழுத்துப் போட்டுவிட்டு, தன் சீட்டுக்குப் போகும் முன் சிவராஜைக் கடந்து, "என்ன சிவராஜ், ஆபீஸ் ஆரம்பிச்சவுடனே தூங்க ஆரம்பிச்சிட்டியா…?!" சிரித்தாள். இவளது டூத் பேஸ்ட்டும், இவளது பவுடரைப் போலவே சிறப்பாக இருக்க வேண்டும்.

இது மாதிரிதான்… இவன் வந்து சேர்ந்த புதிதில், இவள் இப்படி பேசுகிறதாலேயே, சகஜமாக பழகுகிறதாலேயே, அவள் தன்னை விரும்புகிறாள் என எண்ணினான். வந்த மூன்றாம் நாள் அவன் கட்டிய முடிவு அது. அவனை, முதல் ஞாயிற்றுக்கிழமை வீட்டுக்கு அழைத்திருந்தாள். "ஞாயிற்றுக்கிழமை மத்யானம் சாப்பிட வாங்க. எங்க அம்மா நல்லா சமைப்பாங்க."

"அப்ப நீங்க?"

"நல்லா சாப்பிடுவேன்!" சிரிப்பைச் சிந்தினாள். ஆயிரம் ஆசைகளுடன் அவளது வீட்டுக்குப் போனான். தான் முன்பை விட அழகாக இருப்பதாக உணர்ந்தான். இலேசாக மடங்காத ஒரு சில தலைமுடிகளை எண்ணிக் கோபப்பட்டான். அவள் கொடுத்த அட்ரஸை வைத்து, எளிதில் அவள் வீட்டைக் கண்டுபிடித்தான். முகப்பில் பார்த்தால், சாதாரண மத்தியதரவர்க்கக் குடி இருப்பு என்று எழுதி ஒட்டி இருந்தது. 'பெண்ணே, நீ என் இனியவளானால், உன்னை இப்படி வேலைக்குப் போகச் சொன்ன நிலையை மாற்றுவேன். உன் பூவிரல்கள் நித்தம் நித்தம் டெலிபோன் நம்பர்களை சுழற்றுவதைப் பார்த்து, என் இதயத்தின் ஈரம் கண்களில் கசிகிறது. உனக்கென்ன தலையெழுத்தா? நீ ராணி... என் அன்பு உனக்கு... ஆத்மா உனக்கு...'

அவள் வாசலில் நின்று வரவேற்றாள், "என்ன சிவராஜ், இவ்வளவு லேட்டா வர்றீங்க... ஏதோ மாமியார் வீட்டுக்கு சாப்பிட வர்ற மாதிரி மிடுக்கா வர்றீங்களாக்கும்! உங்களுக்காக எல்லோரும் காத்துக்கிட்டிருக்கோம். பசிக்குதுன்னு சொல்லி அரைமணி நேரமா சேகரும் உள்ளே வெயிட் பண்ணிக்கிட்டு இருக்கார்..."

சிவராஜின் கருகிப்போன முதல் காதல் அது.

குரூப் மீட்டிங் பதினோரு மணிக்கு நடைபெற்றது. நாராயணன் அவசரமாக ஏற்பாடு செய்திருந்தார். ஹெட் ஆபீஸிலிருந்து நிறைய 'அறிவுரைகள்' வந்தாலோ, பலரது கருத்துக்களையும் பெற்று விவாதிக்க வேண்டியிருந்தாலோ, இம்மாதிரிக் கூட்டங்கள் நடக்கும். அன்றைய முக்கியப் பிரச்சனை: 'சென்னை ரீஜனில் இருந்து விற்பனை செய்யப்பட்ட டியூப்களுக்கான பணம், உரிய காலத்தில் வசூல் செய்யப்படாமல் தாமதமாக வருகிறது' என்கிற ஹெட் ஆபீஸின் குற்றச்சாட்டு. இதனால் ஏற்படுகிற வட்டி நட்டங்களையும் பணப் பற்றாக்குறை போன்ற விஷயங்களையும் குறிப்பிட்டு விரைவில் இப்பிரச்சனைக்குத் தீவிரமாக முடிவு காணுமாறு கடுமையான கடிதம் வந்திருந்தது. பானர்ஜி நிதானமாகக் காப்பி குடித்தான். அவன் இந்த மாதிரி பிரச்சனைகளுக்கு என்றைக்குமே முடிவு சொன்னதில்லை.

ஆனால் பிரச்சனையின் இலக்கை மாற்றி அதன் தன்மையைத் திசை திருப்பி விடுவான். இன்றைக்கும் அப்படித்தான். "இந்த குற்றச்சாட்டு அநியாயமானது. பம்பாய் ரீஜனுக்கு அடுத்தபடியாக, அதிக சேல்ஸ் நம்ம ரீஜனில் தான். ஆனால் பம்பாயில் அதிக விற்பனை இருப்பது ஒன்றும் பெரிய விஷயமல்ல. காரணம், அங்கு தான் நமது ஃபாக்டரியே இருக்கிறது. மற்றும் அங்கு மிகப்பெரிய சேல்ஸ் நெட்வொர்க் இருக்கிறது. டெல்லி ரீஜனில் பாரத் ஸ்டில் டியூப்தான் டாப் மார்கெட். நமக்கு சான்ஸ் ஜீரோ. ஈஸ்டர்ன் ரீஜனில் டாடாவின் ITC-யும் ஜின்டால் ட்யூபும் இருக்கின்றன. அங்கும் நமக்கு நோ சான்ஸ். ஆக, நமது விற்பனைக் கேந்திரங்களே பம்பாயும் சென்னையும்தான். நாம் சேல்ஸ் டார்கெட்டை வருடா வருடம் அடைந்து விடுகிறோம். நம்மை ஊக்கப்படுத்துவதை விட்டுவிட்டு மாறாக இப்படிக் குற்றச்சாட்டு."

அடுத்து ராவ். "அதனாலே, மூன்று நான்கு சேல்ஸ் ரெஸிடெண்ட் ரெப்ரசென்டேட்டிவை நியமிக்குமாறு விண்ணப்பம் செய்வோம். அவர்கள் தமிழ்நாட்டின் பல்வேறு பாகங்களில் இருந்து பார்ட்டிகளை நச்சரித்துப் பணத்தை வதூல் செய்வார்கள்." நாராயணன் நிராகரித்தார். "இது எடுபடாது. ஹெட் ஆபீஸ் இதனை சப்பைக் கட்டாகத்தான் எடுத்துக் கொள்ளும். தவிர இதனால் ஆகும் உபரிச்செலவை எப்படி ஈடு கட்டுவது? என்று கேள்வி வரும்."

சிவராஜ் ஒன்றும் சொல்லவில்லை. என்ன சொன்னாலும், நாராயணன் நிராகரிக்கப் போகிறார். நாராயணன் எதிர்பார்ப்பதெல்லாம் சேகரின் கருத்துக்களைத்தான். சிவராஜுக்குத் தெரியும், சேகர் கடைசியில் தான் தன் அபிப்பிராயத்தைச் சொல்வான். சேகர் ஆரம்பித்தான், "கஸ்டமர் ஒரு ஆர்டர் தரும் போது, பத்து சதவிகிதம் அட்வான்ஸ் வாங்கலாம். மெட்டீரியல் டெஸ்பாட்ச் செய்யும் முன் இன்வாய்ஸ் அனுப்பிப் பணம் வந்ததும் டெலிவரி செய்யலாம். நம் ப்ராண்ட்டுக்கு இந்த ரீஜன்ல நல்ல மார்கெட் ஷேர்

என்பதால், இந்தப் பேமெண்ட் டேர்ம்ஸுக்கு சம்மதிப்பார்கள் என்பது என் கருத்து."

நாராயணன் மட்டுமல்ல, எல்லோரும் ஆமோதித்தார்கள். சிவராஜும் தான். மீட்டிங் முடிந்து வெளியே வந்தார்கள்.

"மீட்டிங் எப்படி இருந்தது சிவராஜ்?" ரேவதி கேட்டாள்.

"காப்பி நன்றாக இருந்தது" என்றான் சிவராஜ்.

அன்று மாலைக்குள் ரேவதி எல்லோரிடமும் மீட்டிங் பற்றிக் கேட்பாள். எல்லோரும் சேகரின் கருத்து ஏற்கப்பட்டதைச் சொல்லிப் பாராட்டுவார்கள். ரேவதி பூரித்துப் போவாள். அவளுக்கு சேகரிடம் உள்ள மதிப்பும் அன்பும் இன்னும் அதிகமாகும். நினைக்கையில் சிவராஜுக்கு இனம் தெரியாத வலி இதயத்தில் ஏற்பட்டது.

**மாலை** 5 மணி. ஆபீஸ் முடிந்ததும் வழக்கம்போல் சேகரும், ரேவதியும் ஒன்றாகக் கிளம்பிச் சென்றார்கள். எல்லோருக்கும் தெரிந்த விஷயம் இது. இதில் ரகசியம் எதுவும் இல்லை. ரேவதியின் வீட்டுக்கும் இது தெரியும். அதேபோல் பெங்களூரில் வசித்து வருகிற, சேகரின் வீட்டிற்கும் இது தெரிந்திருக்கும். சிவராஜ் அவர்கள் இருவரும் போவதைக் கண் கொட்டாமல் பார்த்துக் கொண்டிருந்தான். 'எங்கே போவார்கள்? பீச்? சினிமா? சினிமாத் தியேட்டரின் இருட்டில், கதைகளில் வருகிற மாதிரி சேகர் அவளிடம் விளையாடுவானா? விளையாடுவான். அவளின் சம்மதத்தின் பேரில் விளையாடுவான். பெண்கள் அலங்கார விளையாட்டு பொம்மைகள்' என சிவராஜ் சபித்துக் கொண்டான்.

இரவு படுக்கையில் படுத்துக்கொண்டு, அன்று மதியம் தனக்கு வந்த ராஜசேகரின் கடிதத்தைப் பற்றி யோசித்துக் கொண்டிருந்தான் சிவராஜ். ராஜசேகரன், சிவராஜின் ஸ்கூல் மற்றும் காலேஜ் நண்பன். தனது சமீபத்திய சிக்கல் ஒன்றைப் பற்றி எழுதி சிவராஜின் அறிவுரையை நாடியிருந்தான் ராஜசேகர். தனது வீட்டுக்கு வரும் தூரத்து உறவுக்காரப் பெண் ஒருத்தியிடம்

காதல் கொண்டு விட்டானாம். ஆனால், அந்த வெகு தூரத்து உறவுப் பெண், அவனுக்கு தங்கை முறை வருகிறதாம். வீட்டில் யாருக்கும் அவர்கள் காதல் செய்வது தெரியாதாம். தெரிந்தால், நிச்சயம் கல்யாணத்திற்கு இரு வீட்டாரும் எதிர்ப்பார்கள் என்று அவனுக்குத் தோன்றுகிறதாம். இருப்பினும் அந்தப் பெண்ணை நினைக்காமல் இருக்க முடியவில்லையாம். அவளும் அப்படித்தானாம். இது உடல் கவர்ச்சியின் பால் ஏற்பட்ட காதல் இல்லையாம். ஆன்மா சம்பந்தப்பட்ட...

கடிதம் ஆறு பக்கத்திற்கு எழுதப்பட்டிருந்தது. இந்நிலையில், சிவராஜின் கருத்துக்கள் என்ன என்பதை விரைவில் எழுதும்படி ராஜசேகர் கேட்டிருந்தான். 'நான் என்னத்தை எழுதுவது? அங்கிருக்கிற சூழ்நிலைகள் தெரியாமல், இங்கிருந்தபடி உபதேசம் செய்வது எப்படி சாத்தியம்?' சிவராஜ் பதில் கடிதம் எழுதுவதில்லை எனத் தீர்மானித்தான். பின்னர், தனது கருத்துக்களுக்காக அவன் காத்திருப்பானோ? என்றும் தோன்றியது. 'இருக்காது. என்னைக் கேட்டா காதலித்தான்? அப்போது எனது கருத்துக்கள் தேவைப்படவில்லையோ?' அவன் மனதில் இகழ்ச்சி இழையோடியது.

**ராஜசேகர்**

இவன் கூடவா காதலிக்கிறான்?

சரியாகப் பேசத் தெரியாத, சரியாகச் சிந்திக்கக் கூடத் தெரியாத இவன் கூடவா?

இவனைக் காதலிக்கிற அவள், எப்படிப்பட்டவளாக இருப்பாள்? யார்யார் காதலிப்பது என்கிற விவஸ்தையே கிடையாதா?

அவன் அநாவசியமாக எரிச்சல் பட்டுக் கொண்டான். பின்னர் நிதானமான பெருமூச்சு விட்டு ஆழமாக அடி மனதில் இருந்து யோசிக்கத் தொடங்கினான். தனக்கு ஏன் யாரோ இருவர் காதலித்தால் எரிச்சல் வரவேண்டும்?

இதே போல், இங்கே இருக்கிற ரேவதியும் சேகரும் காதலித்தால் ஏன் எரிச்சல்?

இதற்கு என்ன காரணங்கள் இருக்க முடியும்?

சின்ன வயதிலேயே தன் தாயையும் தந்தையையும் விபத்தில் பறி கொடுத்து, அவர்களின் அன்பு கிடைக்காமற்போனது காரணமாயிருக்கலாம்...

அண்ணன், தம்பி, அக்கா, தங்கை ஆகிய யாவரும் இல்லாமல் போய், சின்ன வயது அன்பை பகிர்ந்து கொள்ள ஆளில்லாமல் போனது காரணமாயிருக்கலாம்...

என்னதான் சித்தப்பாவும் சித்தியும் அன்புடன் வளர்த்து, தங்கள் கடமையைச் செய்து இவனை ஆளாக்கி விட்டிருந்தாலும் எப்போதும் அவர்களது அன்பை சந்தேகித்து, 'இது நிஜமா? இது உண்மையான அன்பா? அல்லது கடமையா?' என்ற கேள்வி இதயத்தில் எழுந்து விட்டது ஒரு காரணமாயிருக்கலாம்...

பால்ய காலத்து அனுபவங்கள், இன்றைய அவலங்கள். அன்றைய எண்ணங்கள், இன்றைய ஏக்கங்கள். அன்றைய எதிர்பார்ப்பு, இன்னமும் எதிர்பார்ப்பு.

ஆம், அதனால் தான் இந்த வயதில் அன்பு அவசியமாகத் தேவைப்படுகிறது.

இந்த வயதில், அன்னையின் அன்பை எண்ணி ஏங்குவது பொருத்தமாயிராதோ?

அதனால்தானோ அவன் இளம் பெண்களின் இதயத்தில் எழுகின்ற அன்பை வேண்டுகிறானோ?

ரேவதியை காதலித்திருக்கிறான். அவள் கவர்ச்சியாக இருப்பதால் மட்டுமே காதலித்திருக்கிறான். அப்படியானால் காமம்தான் காதலா? அவன் விஷயத்தில் அது அப்படி இல்லை. இல்லையென்றால் கல்லூரியில் படிக்கும் வயதில், பக்கத்து வீட்டுப்பெண் பத்திரிகைகளைப் பரிமாறிக் கொள்ள வருகிற

போதெல்லாம் கதைகளில் வருகிறபடி அவள் ஏதும் காதல் கடிதம் எழுதி பத்திரிகைகளில் பக்கங்களுக்கிடையே பதுக்கி வைத்திருப்பாளோ என்று ஏக்கத்துடன் புரட்டி இருக்க மாட்டான். அந்தப் பக்கத்து வீட்டுப் பெண் அவ்வளவு அழகியல்லவே.

கல்லூரியில் கண்ணாடிப் பெண் ரமா, தனக்கு கணக்கு சொல்லித் தரும்படி லஞ்ச் டயத்தில் கேட்டபோது, 'இவள் காதல் செய்வதற்கு கணக்கைக் காரணம் காட்டுகிறாள்' என்று மிக மகிழ்ந்து, தினம் லஞ்ச் இடைவேளையில் மரத்தடியில் கணக்குச் சொல்லிக் கொடுத்துக் கழுதையாய்க் கத்தி, அடுத்த கணக்கு பரிட்சையில் அவள் எண்பது சதவிகிதம் வாங்கிய பின், "தாங்க்ஸ் சிவா" என்று நன்றி சொல்லிவிட்டு நடை பயின்ற போது, இவன் நாடிழந்தவன் மாதிரி வேதனை அடைந்திருக்க மாட்டான். இரவின் இருட்டில் கட்டிலில் தனியாகத் தன் அறையில் படுத்து எல்லாவற்றையும் சிந்தித்த சிவராஜ், சற்று உரக்கவே "இது ஒரு வியாதி" என்று சொல்லிக் கொண்டான். எங்கோ கடிகாரத்தில் இரவு பன்னிரண்டு மணி அடிப்பது கேட்டது. சிவராஜ் இருட்டை வெறித்துப் பார்த்தான்.

ஆபீஸ் வழக்கம்போல் செயல்பட்டுக் கொண்டிருந்தது. சிவராஜ் இந்த சில மாதங்களில் சராசரி மனிதர்களைப் போல் இருக்க முயற்சி செய்து முக்கால்வாசி வெற்றி பெற்று, கால்வாசி தோல்வியடைந்தான்.

இந்த சில மாதங்களுக்குள் சேகர் ஒருமுறை அவன் சொந்த ஊரான பெங்களூர் போய் வந்திருக்கிறான்.

ராஜசேகரிடமிருந்து இடையே சில கடிதங்கள். அவனது காதலின் வளர்ச்சியைப் பற்றியும் அதேசமயம் அது நிறைவேறாமல் போகுமோ என்கிற அச்சத்தையும் பற்றி விரிவாக வந்தன.

சென்னையில் இந்த சில மாதங்களுக்குள் எட்டு புதுப்படங்கள் ரிலீஸாகி, சில ஓடாமல் எடுக்கப்பட்டும் விட்டன.

இந்த சில மாதங்களுக்குள் இந்தியா, பாகிஸ்தானுடன் கிரிக்கெட் ஆடி மாபெரும் விதத்தில் வெற்றி பெற்றது.

ராவ் ஒருமுறை திருப்பதி சென்று மொட்டை அடித்துக் கொண்டு பளபளப்பான தலையுடன் ஆபீசுக்கு வந்திருந்தார். சுவாரஸ்யமில்லாத இந்த சில மாதங்களுக்குப் பின்னர் தான் சில மாற்றங்கள் ஏற்படலாயின.

வழக்கம்போல் ஆபீஸ் 5 மணிக்கு முடிய, அனைவரும் சொல்லி வைத்தாற் போல் உடனே எழுந்து தங்கள் டிபன்பாக்ஸ், ஹேண்ட் பேக் ஆகியவைகளை சேகரித்துக் கொண்டு புறப்பட ஆயத்தமாக, சிவராஜ் மட்டும் தனது நாற்காலியில் அமைதியாக அமர்ந்திருந்தான்.

"என்ன சிவராஜ், எழுந்திருக்கிறது... தூக்கமா? ஓவர் டைம் போட்டுத் தூங்கப் போறியா?!"

சிவராஜ் உட்கார்ந்து இருப்பதன் நோக்கமே வேறு. எல்லோரும் சென்று விட்ட பின் சேகரும், ரேவதியும் கிளம்புவார்கள். அதைப் பார்த்துவிட்டுப் பெருமூச்சு விட்டு விட்டுச் செல்வதுதான் அவன் வழக்கம்.

இன்று...

அனைவரும் போய்விட்டார்கள். ஆனால் சேகரையும், ரேவதியையும் காணோம். முன்னதாகவே சென்று விட்டார்களா? பத்து நிமிடம் கழித்துப் பின்னர் சிவராஜ் புறப்பட எத்தனித்தபோது, கான்பரன்ஸ் ரூமில் பேச்சுச் சத்தம் கேட்கவே, சிவராஜ் கதவையொட்டி நின்றான். உள்ளே பேசுவது சேகரும் ரேவதியும்தான் எனப் புரிந்து கொண்டான்.

'பேஷ்... ஆபீசிலேயே ஆரம்பித்து விட்டார்களா...' என்று லேசாக எரிச்சல் பட்டுக்கொண்டு சிவராஜ் திரும்ப எத்தனிக்கும் போது, உள்ளே பேச்சுக் குரல்கள் உஷ்ணமாகக் கேட்டால், உடனே நின்றான். காதல் வார்த்தைகளுக்குப் பதிலாக இதென்ன கடுமையான வார்த்தைகள்? காதல் கசந்து விட்டதா என்ன...? "சேகர்... வாங்க போகலாம்."

"வரலைன்னு சொன்னேனே… திரும்பத் திரும்ப ஏன் அறுக்கிற ரேவதி."

"அறுக்கிறேனா…? அப்ப இவ்வளவு நாள் கூப்பிட்டப்ப அறுக்கிற மாதிரி இல்லையா? அது என்ன, இன்னைக்கு மட்டும் தோணுது?"

"ப்ளீஸ் ரேவதி. நீ புறப்படு. எனக்கு ஆபீஸ் வேலை இருக்கு."

"ஆபீஸ் வேலையா… இதை நான் நம்ப முட்டாளில்லை…"

"உன்னை நம்ப வைக்க எனக்கு அவசியமில்லை."

"ஓகே… ஆபீஸ் வேலை தானே… நீங்க பண்ணுங்க. நான் அதுவரைக்கும் வெயிட் பண்றேன்."

"ஓ காட்… நீ போகப் போறியா, இல்லையா?"

"ஆபீஸ் வேலை பாருங்க… நான் ராத்திரி பன்னிரண்டு ஆனாலும் நான் காத்திருக்கிறேன்…"

"முடியாது. நீ இப்பவே புறப்படு."

"அப்படின்னா, ஏன் ஆபீஸ் வேலைன்னு பொய் சொல்றீங்க?"

மௌனம்…

"எனக்கு இப்ப ஒரு உண்மை தெரிஞ்சாகணும்…"

ரேவதி கத்த ஆரம்பித்திருந்தாள்.

"நீங்க போன வாரம் பெங்களூர் போறதுக்கு முன்னாடி பேசுனதுக்கும் இப்பப் பேசுறதுக்கும் நிறைய வித்தியாசம் இருக்கு. அது என்னன்னு எனக்குத் தெரியணும்!"

"ரேவதி, ஏன் வெறி பிடிச்ச மாதிரி கத்துற… ப்ளீஸ் பி கொயட்." மௌனம்.

"சேகர், நேரடியாகக் கேட்கிறேன். என்ன ஆச்சு உங்களுக்கு? என்ன இது திடீர் மாற்றம்? ஊரிலே உங்களுக்கு பொண்ணு பாக்குறாங்களா?"

'சேகர் விக்கித்துப் போய் பேயறைந்த மாதிரி இருந்திருக்க வேண்டும்' என்று வெளியே நின்ற சிவராஜ் எண்ணிக்கொண்டான்.

"இதைக் கூட என்னால யூகிக்க முடியாத அளவுக்கு நான் முட்டாள் பெண்ணில்லை சேகர். ப்ளீஸ் டெல் மீ... என்ன நடந்தது?" என்றாள் ரேவதி.

சேகரின் குரல் இறங்கி வந்தது. "ரேவதி, நான் எல்லாத்தையும் உனக்கு நாளைக்கு விவரமா சொல்றேன். இன்னைக்கு என்னைத் தனியா இருக்க விடு."

"நீங்க பேசுவதைப் பார்த்தா என்னைக்குமே என்னையத் தனியா இருக்க விட்டுடுவீங்க போல இருக்கு..."

அமைதி.

சேகர் மெதுவாகச் சொன்னான், "நம்ம கல்யாணம் நடக்காது போல இருக்கு."

"............"

"எங்க அம்மா சொல்றாங்க, தமிழ்ப் பொண்ணை எப்படிக் கல்யாணம் பண்ணி வைக்கிறதுன்னு."

"இவ்வளவு நாள் நீங்க காதல் பண்ணும் போது, நீங்க கர்நாடகாவைச் சேர்ந்தவன்கிறது மறந்து போச்சா? டோன்ட் டாக் ஸில்லி..."

"எங்க அம்மா அப்படி சொல்றாங்கன்னு தான் சொன்னேன்... அவங்க கருத்து சரின்னு நான் ஒத்துக்கலையே..."

"பட் வாட் இஸ் தி யூஸ்?"

"லுக், பொதுவாகவே அம்மாக்கள்கிட்ட பையன் காதல் பண்றேன்னு சொன்னா, முதல் ரியாக்ஷன் இதாத்தான் இருக்கும். ஏன்னா, தான் வளர்த்த பையனை நேத்து வந்த யாரோ ஒருத்தி அபகரிச்சிட்டுப் போற மாதிரி ஒரு ஃபீலிங், அம்மாக்களுக்கும் இருக்கும்..."

"லெட் அஸ் டாக் அபவுட் ஒன்லி ஒன் அம்மா… தட் இஸ் யுவர் அம்மா…"

"அம்மா என்ன சொல்றாங்கன்னா…"

"அதுக்கு முன்னாடி, நீங்க என்ன சொல்றீங்க… அதான் எனக்கு முக்கியம்."

"பட், எனக்கு எங்கம்மாவும் முக்கியமில்லையா…?"

"ஹெல் வித் யுவர் அம்மா… அண்டு யூ ஆல்ஸோ…"

ரேவதி வெறி பிடித்தவள் மாதிரி கத்தி விட்டு வெளியே வர, சிவராஜ் சடக்கென பக்கத்தில் இருந்த பாத்ரூமிற்குள் பதுங்கினான். இந்த எதிர்பாராத சம்பவம் சிவராஜுக்கு திகிலையும், அதே சமயத்தில் அடி மனதின் ஓரத்தில் ஓர் இனம் புரியாத சந்தோஷத்தையும் தர, அதற்காக சிவராஜ் தன்னைத்தானே திட்டிக் கொண்டான்.

சேகர் கான்பரன்ஸ் ரூமை விட்டு வெளியே வரவில்லை.

**ம**றுநாள் ஆபீஸ்.

ஆபீஸ், அதே ஆபீஸ்தான். ஆனால் சேகர்தான், அதே சேகர் இல்லை. ஆனால் ரேவதி சாதாரணமாக இருக்க முயன்றாள். "ராவ், ஏன் உங்க மொட்டையிலே இன்னும் முடி சீக்கிரமா வளரல…? நல்ல உரமாக வாங்கித் தேய்ங்க தலையிலே…" எல்லோருக்கும் நிலைமை தெரியாததால் அவள் சகஜமாகவே இருக்கிறாள் என்று தோன்ற, சிவராஜ் மட்டும் அந்த சாதாரணத்தில் ஒரு செயற்கையைக் கண்டான். அவன் மனத்தில், 'ஹெல் வித் யுவர் அம்மா' எதிரொலித்தது. சேகரிடம் வழக்கமான சிரிப்பில்லாமல், சீரியஸாக வேலை செய்வதாகத் தோற்றமளித்தான். அதெல்லாம் நடிப்பாக சிவராஜுக்குத் தோன்றியது. "சேகர் கம்பெனியிலே சேர்ந்ததிலிருந்து, இன்னைக்குத்தான் ஒழுங்கா வேலை பார்க்கிறார்" என்றாள் ரேவதி. "அவருக்கு என்னவோ ஆயிட்டது." சிரித்தாள்.

'உள்ளுக்குள் எரிமலையை வைத்துக்கொண்டு வெளியே எப்படி இப்படிப் பூவாகச் சிரிக்கிறாள்.' என்று சிவராஜ் அதிசயப்பட்டான். ஆபீஸ் முடியும் நேரம் வந்தது. "சேகர், வாங்க போகலாம்..." அவள் எல்லோர் முன்பாகவும் அழைக்க, சேகர் மற்றவர் முன்னிலையில் பிளவை வெளிப்படுத்தத் தயங்கி, அதே சமயம் 'இந்தப் பெண் சகஜமாய் நேற்று ஒன்றுமே நடக்காதது மாதிரியும் ஹெல் வித் யுவர் அம்மா என்று கத்தாதது மாதிரியும் நடந்து கொண்டு, மீண்டும் உறவைப் புதுப்பித்துக் கொள்ளும்படி நடந்து கொள்கிறாளே' என்று யோசித்தவண்ணம் அவளுடன் சென்றான். இந்த மௌன நாடகத்தின் பார்வையாளன் சிவராஜ்.

"சிவராஜ், நீயும் கூட வா... மூன்று பேரும் ஹோட்டல்லே காபி சாப்பிடலாம்" சேகர் அழைத்தான். சேகரின் திட்டம் புரிந்தது. அவளுடன் தனியாக இருக்க நேர்ந்தால்தானே மீண்டும் மீண்டும் குடைவாள்? சிவராஜ் சங்கடத்துடன் நெளிய ரேவதி சுதாரித்துக் கொண்டு, "சிவராஜ் ஏதோ சினிமா டிக்கெட் வாங்கியிருக்காராம்... ஈவினிங் ஷோ... லஞ்ச் டயத்தில் சொன்னார்... சினிமாவை விட்டுட்டு எப்படி அவர் வருவார்... இல்லே சிவராஜ்?"

தான் வாங்காத சினிமா டிக்கெட்டையும் சொல்லாத விஷயத்தையும் சொல்லித் தந்திரமாக அவனைத் தவிர்த்த ரேவதியின் புத்திசாலித்தனத்தைப் புரிந்து கொண்டு, "ஆமா... பாலசந்தரோட அக்னி சாட்சி..." என்றான். சேகர் சங்கடத்துடன் ரேவதியுடன் நடக்க, சிவராஜ் தன் பஸ் ஸ்டாப்பிற்காக எதிர்திசைக்குச் செல்லும் முன் ரேவதியைப் பார்த்து லேசாகப் பெருமூச்சு விட்டுக் கொண்டான்.

சேகர் ரோட்டைப் பார்த்துக் கொண்டே, "ரேவதி... எங்கம்மாவை நான் மீற முடியாது..."

"நாம ரிஜிஸ்டர் கல்யாணம் பண்ணிக்கலாம்... அப்புறமா உங்க அம்மாவைப் பார்க்கலாம்."

"அந்த நிலையிலே அம்மா, நான் ஒரேடியா அவங்களை விட்டுப் பிரிஞ்சிட்டதாக நினைப்பாங்க. நான் அவங்களை இரண்டாம்பட்சமா கருதறேன்னு நினைப்பாங்க."

"லுக் சேகர், நீங்க உண்மையிலேயே உங்க அம்மாவைப் பத்தி சொல்றீங்களா, இல்லே என்னை ஒதுக்கறதற்கு அம்மாவை ஒரு காரணமா காட்டுறீங்களா...?"

"............"

"பழகிப் பழகிப் புளிச்சுப் போயிட்டேனா...?"

"ரேவதி, ஏன் வீணா நீயா கற்பனை பண்றே...?"

"அப்போ ஒண்ணு பண்ணலாம்... நான் வந்து உங்கம்மாவை பாக்கறேன். என்னைப் பிடிக்கலைன்னு சொல்லட்டும். நான் விலகிக்கிறேன்."

"..............."

"என்ன சும்மா இருக்கீங்க...."

நீண்ட மௌனத்திற்குப்பின், அவரவர் பஸ் வரவே, இருவரும் விலகிச் சென்றார்கள்.

**அன்றைக்கு** ராத்திரி, சிவராஜ் ஹோட்டலில் டிபன் சாப்பிட்டுவிட்டுத் தனது ரூமில் லுங்கியுடன் சுகமாகப் படுத்துக்கொண்டு, அந்த வாரக் குமுதத்தின் அரசு பதில்களை அக்கறையாய்ப் படித்துக் கொண்டிருந்தபோது, அதிசயமாய் சேகர் வந்தான். இதற்கு முன் ஒரு முறையோ என்னவோதான் சேகர் இங்கு வந்திருக்கிறான். முதலில் சம்பந்தமில்லாமல் எதையோ பேசினான்.

"உன் ரூம் பரவாயில்லை. இதுக்கு எவ்வளவு குடுக்கிற?" "இருநூத்தம்பது."

"பாத்ரூமெல்லாம் தனிதானே?"

"ஆமா..."

இவன் இங்கு வந்திருப்பது இந்த வீட்டைப் பற்றி விசாரிக்க அல்ல என்பது சிவராஜுக்குத் தெரியும்.

"சிவராஜ்... நான் ஒரு பிரச்சனைல மாட்டியிருக்கேன்..."

சிவராஜ் பதில் பேசாமல் வெறுமையாகப் பார்த்தான். "ரேவதியை நான் கல்யாணம் பண்ணிக்கிறதை எங்கம்மா விரும்பலை..."

".................."

"ஆனா ரேவதி ரிஜிஸ்டர் கல்யாணம் பண்ணிக்கச் சொல்றா."

".................."

சிவராஜின் மௌனம் சேகரை எரிச்சல்படுத்தியது. 'ஏன், என்ன என்று கேட்கவே மாட்டானா?'. சிவராஜ் கேட்டிருப்பான். ஆனால் சேகரைப் போல் ஒரு நபரிடமல்ல. சேகர் எல்லோரிடமும் நன்றாகப் பழுகுகிறவன்தான், ஆனால் அதே சமயம் தனக்கும் மற்றவர்களுக்கும் ஒரு இடைவெளியை எப்போதுமே ஏற்படுத்தி இருக்கிறான். அது ஒரு கலைதான் என்பதும் அதைத் தன்னால் கற்றுக் கொள்ள முடிகிறதில்லை என்றும் சிவராஜுக்குத் தெரியும். சேகரிடம் எவ்வளவோ பேர் பேசியிருக்கிறார்கள். ஆனால் யாருக்கும் அவன் தோளைத் தொட்டு, உரிமையுடன் பேசவோ, 'நீ இப்படி செய்திருக்கணும்' என்று அதிகமாக உரிமையை எடுத்துக் கொண்டு சொல்லவோ, தைரியம் இருந்தது இல்லை. யாராவது எதாவது சொல்லப்போனால், 'உன் வேலையை நீ பார்த்துக் கொண்டு போ' என்று தயங்காமல் சொல்லக்கூடிய ஜாதி சேகர். அதனாலேயே சேகரிடம் யாரும் விளையாட்டாகக் கூட அவனையும் ரேவதியையும் சேர்த்துக் கேலியாகப் பேசியது இல்லை. சிவராஜின் மௌனம் சேகரை அதிக சங்கடத்தில் ஆழ்த்தியது. இதுவரை யாரிடமும் மனந்திறந்து பேசாதவன், இன்று முதல் தடவையாகப் பேச வந்திருக்கையில், 'எப்படிச் சொல்வது' என்கிற பிரச்சனையும், 'இதையெல்லாம் கூட சம்பந்தமில்லாத ஒரு ஆளிடம் சொல்லித்தான் ஆக வேண்டுமா' என்ற குழப்பத்திலும் சேகர் இருந்தான். ஆனால் இன்றைக்கு யாரிடமாவது மனதில் உள்ளதை சொல்லாவிட்டால், தலை வெடித்து விடும். தவிரவும் செய்துவிட்ட அல்லது செய்யப் போகும் தவறு ஒன்றினை அடுத்தவனிடம் சொல்ல முயற்சிக்கும்போது, தானாகவே அத்தவறுக்கான நியாயங்கள் தோன்றும் என்பது சேகரின்

எண்ணம். அத்தகைய நியாயங்கள், இந்த கணத்தில் அவனுக்கு அவசியம்.

"ரேவதியை பற்றி நீ என்ன நினைக்கிற சிவராஜ்?"

"ஒரு நல்ல ரிசப்ஷனிஸ்ட்."

"லுக் சிவராஜ்… நான் எதை மனசிலே வச்சுக் கேக்கறேங்கிறது தெரிஞ்சும், தெரியாதவன் மாதிரி ஆக்ட் பண்ணாதே… ரேவதி எனக்கு பொருத்தமானவள்னு நினைக்கறியா?"

"அது என்னென்ன ஒரு மனைவி கிட்ட நீ எதிர்பார்க்கிறேங்கிறதைப் பொறுத்திருக்கு."

"சிவராஜ், லெட் மீ பி பிராங்க். நான் கர்நாடாகாவைச் சேர்ந்தவன் தான். அவள் தமிழ்நாட்டுக்காரிதான். இதெல்லாம் தெரிந்துதான் நான் அவளைக் காதலித்தேன். என்னோட வாழ்க்கைக்கும், என் பெற்றோர்களுக்கும் தொடர்பு இருக்காதுன்னு முதல்ல நினைச்சிருந்தேன். அதனாலே, என்னுடைய மனைவி எந்த மாநிலக்காரியா இருந்தா என்ன, என்னோட லைஃப் தனி டிராக்கா போயிடும்னு நினைச்சேன். ஆனா உனக்குத் தெரியுமா சிவராஜ், என்னுடைய அக்காவின் கணவர் போன மாதம் விபத்தில் இறந்து விட்டார். அக்காவுக்குப் பத்து வயசுலே ஒரு பையன். இப்போ அக்காவையும், அவ பையனையும் என் பொறுப்பில் விடறதுன்னு தீர்மானிச்சிருக்காங்க. எனக்கும் அதான் சரின்னு பட்டது. ஒத்துக்கிட்டேன். தன் கணவன் திடீரென விபத்தில் இறந்ததால் என் அக்காவின் மன நிலை சிறிது பாதிக்கப்பட்டிருக்கிறது. இந்த நிலைமையிலே, நான் ரேவதியைக் கல்யாணம் பண்ணிக்கிறேன்னு வச்சுக்கோ. அவ வேலைக்கு போறவ. கல்யாணத்துக்கப்புறமும் வேலைக்கு போனா, அக்கா வீட்டுல தனியா இருக்க வேண்டியிருக்கும். தவிர, அக்காவுக்கு ட்ரீட்மென்ட் எடுக்கணும். இவ வேலைக்குப் போகாம வீட்ல இருக்கான்னு வச்சுக்கோ. அவளுக்கும் அக்காவுக்கும் இடையே 'மொழி' ஒரு பிரச்சனையா இருக்கும். மன நிலை பிரச்சனை வேற… இரண்டு பேரும் சம்பிரதாயமா பேசிக்கலாமே தவிர சமத்துவமா இருக்க முடியாது. அவங்க ரெண்டு பேருக்கும்

இடையே ஏற்படுற இடைவெளி, நாளடைவில் எனக்கும் அக்காவுக்கும் இடையே இருக்கிற மாதிரி ஒரு தோற்றத்தை, அக்காவுக்கு ஏற்படுத்தும். மன நிலை சரியில்லாத என் அக்காவைப் பார்த்துக் கொள்ளும் பொறுப்பை ரேவதி எப்படி எடுத்துக் கொள்வாள் என்று தெரியாது. தட் இஸ் நாட் குட் ஃபார் ஹர். காதலிச்சுக் கல்யாணம் பண்ணி, என்கூட சந்தோஷமா வாழலாம்னு கனவோட இருக்கிறவளுக்கு, மணவாழ்க்கை மகிழ்ச்சியாவே இருக்காது. ரேவதிக்கு இது எதுவும் தெரியாது. சொன்னால், இதையெல்லாம் சமாளிச்சுருவேன்னு சொல்லலாம். எனக்கு அப்படித் தோணல. இவ்வளவும் ரேவதி கல்யாணத்துக்கப்புறம் வேலையை விட்டுட்டா. ஆனால் எனக்கென்னவோ அவ வேலையை விடமாட்டான்னு தோன்றது. அப்படியே விட்டாலும், அதுவே அவளுக்கு பெரிய தண்டனை மாதிரி தானே... தினம் வேலைக்குப் போய் பழக்கமான பொண்ணு வீட்டிலேயே இருந்து அக்காவையும் அவளது பையனையும் பார்த்துக் கொள்வது, அவளுக்கு சித்திரவதையா இருக்கும். வீட்டிலே பாஷை தெரியாத, மன நிலை சரியில்லாத அக்கா, அவளது பத்து வயது மகன். ஸோ, நான் அவளைக் கல்யாணம் பண்ணிக்கலைங்கறது, அவளோட நன்மையை உத்தேசித்துதான். ஆனா, அவளுக்கு இதெல்லாம் சொல்ல முடியாது. சொன்னாலும் சமாளிச்சிருவேன்னு சொல்லலாம். அதனாலதான் 'எங்க அம்மாவுக்கு இஷ்டமில்லைன்னு' சொன்னேன். அது இன்னும் விபரீதமாப் போச்சு. அவ என்ன சொல்றான்னா, எங்கம்மாவை பார்க்க பெங்களூர் வரேங்கறா. உண்மை நிலை தெரிந்து, அவளுக்கு என்னைக் கல்யாணம் செய்ய விருப்பம் இல்லைனு சொன்னா, எனக்கு சந்தோஷம்தான். ஆனா, நான் சமாளிச்சிக்கிடுவேன்னு சொன்னாதான் சிக்கல். பின்விளைவுகள் என்னாகும்னு தெரியாது. அவளோட வாழ்க்கையை சீரழிக்க விரும்பலை"

"ரேவதியோட வீட்டுக்கு இது தெரியுமா...?"

"நேத்து அவங்கம்மா என் வீட்டுக்கு வந்தாங்க... எனக்கு ரொம்ப சங்கடமா போயிருச்சு... கொஞ்சம் அழுதாங்க...

எல்லோருக்கும் நீங்க ரெண்டு பேரும் பழகுறது தெரிஞ்சு போச்சு. இனிமே வேண்டாம்னா, அவளை யாரு கல்யாணம் பண்ணிக்குவாங்கன்னாங்க..."

"நியாயமான கேள்வி."

"லுக் சிவராஜ்... இப்போ என்ன நடந்து போச்சு... கொஞ்ச நாள் போனா எல்லாம் சரியாயிரும்..."

சிவராஜுக்கு லேசாக எரிச்சல் தட்டியது. இவன், தனது கட்சியை நியாயப்படுத்துகிறான். ஆனால் 'அவளை இனி யார் கல்யாணம் செய்வார்கள்' என்று கேட்டால், 'இதிலென்ன தப்பு' என்று நியாயப்படுத்துகிறான்.

சிவராஜ், சேகரை எரிச்சல்படுத்தும் எண்ணத்துடன் "எனக்கென்னவோ அடிப்படையிலே, ஒரே காரணம்தான் இருக்க முடியும் என்று தோணறது, நீ அவளை வேண்டாங்கறதற்கு..."

"என்ன...?"

"பெமிலியாரிட்டி ப்ரீட்ஸ் கண்டம்ப்ட்"

"டோன்ட் பி அ க்ரூக்... நான் இவ்வளவு சொல்லியும், நம்பலையா நீ?"

சேகர் எழுந்து கொண்டான். நெற்றியை கையால் தேய்த்துக் கொண்டான். 'இந்தக் கைகளால் எத்தனை தரம் ரேவதியைத் தொட்டிருப்பான்' என்று சிவராஜ் யோசித்தான்.

"நான் வரேன் சிவராஜ். ஆனால் ஒண்ணு மட்டும் நிச்சயம். இப்போ நான் அவளை வேண்டாங்கிறதாலே, எல்லோருக்கும் ஏதோ நான் துரோகம் பண்றதா தோனும். ஆனால் உண்மையிலேயே என்னுடைய குடும்ப சூழ்நிலை, அவள் வாழ வேண்டிய சூழ்நிலை, இதெல்லாம் எனக்குத்தான் தெரியும். அதனால அவளைப் பொறுத்தமட்டில், என்னைக் கல்யாணம் பண்ணிக்காம இருக்கிறதுதான் நல்லது. வரட்டுமா." அவன் போய் விட்டான்.

சிவராஜ் மனதுக்குள், 'திருட்டுப் பய… இவன் குடும்ப சூழ்நிலை இன்னைக்குத்தான் இவனுக்கு தெரியுமா?' என்று திட்டினான்.

படுக்கப் போகும்போது விழிகளில் ஏனோ ஈரம் கசிந்தது.

தான் ரேவதியை காதலித்திருந்து, தனக்கு அது மாதிரி சூழ்நிலை ஏற்பட்டிருக்குமானால் ரேவதியை இந்த மாதிரிக் கைவிட்டிருக்க மாட்டேன் என்று எண்ணிக்கொண்டான்.

அவன் தூங்கும் போது இரவு மணி இரண்டு.

**விஷயம்** கொஞ்சம் கொஞ்சமாக வெளிவரத் தொடங்கியது. சேகரும் ரேவதியும் முன்போல் பழகவில்லை என்பதை அனைவரும் நேரில் பார்த்து உணரத் தொடங்கினர். ஆனால் ரேவதி மட்டும் ஒன்றுமே நடக்காதது மாதிரியும், சேகரும் தானும் வழக்கம்போல் இருப்பது மாதிரியும் காட்ட முயற்சித்தாள். மாலையில் ஆபீஸ் முடிந்ததும், வழக்கமாய் சேகருடன் செல்ல முயற்சித்தாள். அவளை முழுவதும் கத்தரித்து விட முயன்றும், அவள் தன்னை ஒட்டிக் கொண்டே வருவது சேகரை சங்கடப்படுத்தியது. ரேவதிக்கே நன்றாகத் தெரிகிறது, 'இவன் முற்றிலும் விலக முயல்கிறான்' என்று. இருப்பினும் அவள் விடுவதாய் இல்லை. விடவும் முடியாது. இவனை அவ்வளவு சுலபத்தில் விடவும் கூடாது. இது பஸ் பிரயாணம் இல்லை, வழிநெடுக வாயாரப் பேசிக் கொண்டிருந்துவிட்டு, "என் ஸ்டாப் வந்துவிட்டது" என்று கூறி, இறங்கிச் செல்ல இவனை அனுமதிக்கக் கூடாது. இது வாழ்க்கைச் சூதாட்டம். கையில் உள்ளதையெல்லாம் இழக்கும் வரை, இதில் இறங்கத்தான் வேண்டும். அன்று மாலையும் அவள் அவனை அழைக்க, அவன் அவளுடன் வெறுப்பாக அவளை ஏற்றி விட பஸ் ஸ்டாப் சென்றான்.

"உங்க அப்பா அம்மா கிட்ட, எதுவும் லேட்டஸ்ட் டெவலப்மென்ட்?"

அவன் சலிப்புடன் "லுக் ரேவதி, ஐ அம் fed up. மீண்டும் மீண்டும் இது பற்றி பேசுவதில் அர்த்தமில்லை. நம் திருமணம் நடக்க எந்த வித வாய்ப்பும் இல்லை."

"அதான் ஏன்னு கேட்கறேன்...?"

"எத்தனை தரம் திருப்பித் திருப்பி சொல்றது? எங்க அம்மா அப்பாவுக்கு நான் ஒரு தமிழ்ப் பெண்ணைக் கல்யாணம் பண்றதிலே இஷ்டமில்லை."

"நான் உங்க பேரண்ட்ஸை சம்மதிக்க வைக்கிறேன். டேக் மீ டு பெங்களூர். ஐ வில் கன்வின்ஸ் யுவர் பேரண்ட்ஸ்."

"அது உன்னால் முடியாது ரேவதி..."

"லெட் மீ ட்ரை அட்லீஸ்ட்... ஏன் அந்த சந்தர்ப்பத்தைத் தரக்கூடாது நீங்க? அடுத்த வாரம் நாம பெங்களூர் போயே ஆகணும், அல்லது அவர்களை இங்கே வரச் சொல்லுங்க..."

"உன் பஸ் வந்துருச்சு. நீ கிளம்பு..."

"ஷட் அப். ஆன்சர் மை கொஸ்டின்."

"ஹெல் வித் யு டாமிட்!" என்று எரிச்சல் பட்டு அவளை அங்கேயே விட்டுவிட்டு, எதிர் பிளாட்பாரத்துக்கு வந்து தனது பஸ் ஸ்டாப்பிற்கு வந்து விட்டான் சேகர். அவளும் அவனைத் தொடர்ந்து அவனுடன் சேர்ந்து கொண்டாள்.

"சேகர், நாம ரிஜிஸ்டர் கல்யாணம் பண்ணிக்கலாம். அப்புறம் உங்க அப்பா அம்மாவோட மனம் தானா மாறிடும்..."

அவள் ஒன்றுமே சொல்லாதது மாதிரி அவன் எங்கேயோ பார்த்துக் கொண்டிருந்தான்.

"சேகர், இந்த கல்யாணத்திலே, உங்க அப்பா அம்மாவுக்கு இஷ்டமில்லைன்னு சொல்றீங்க. பட், உங்களுக்குத்தான் இஷ்டம் இல்லைன்னு தெரியாத அளவுக்கு முட்டாள் பொம்பளை இல்லே நான். கடைசி வரைக்கும் ஒரு கை பார்த்திடுவேன். ஐ வில் நாட் லீவ் யூ சிம்பிளி லைக் தட்..." என்று சொல்லிவிட்டு அவள் தனது பஸ் ஸ்டாப்பிற்குச் சென்று விட்டாள். அவன் கலங்கிப் போய் நின்றான்.

'நான் சிவராஜிடம் சொன்ன உண்மைக் காரணத்தை இவளிடம் சொல்லவும் முடியாது. சொன்னாலும் நம்ப மாட்டாள். இல்லாவிட்டால், 'உங்க அக்காவையும் பார்த்துக் கொள்வேன். அவர்களை நான் அனுசரித்துப் போவேன்' என்பாள்... இப்போது சொல்லலாம், ஆனால் பின்னால் சின்னப் பிரச்சனைகள் கூட, எவ்வளவு பெரிதாக வரும் என்பதை உணரக்கூடிய பக்குவம் இவளுக்குக் கிடையாது. அவள் கண்ட கனவு வாழ்க்கையை அவளால் வாழ முடியாது.' சேகர் யோசித்தான், 'நான் இங்கே இருக்கும் வரை இந்த பிரச்சனை முடியாது...' அவன் ஒரு முடிவுக்கு வந்தான்.

ஒரு வாரத்தில் விஷயம் வெளிவந்தது. ரேவதிக்கு அது அதிர்ச்சியாக இருந்தது. சேகர், ஹெட் ஆபீஸிலுள்ள பம்பாயில் இருக்கும் சிலரின் உதவியுடன், தனது சொந்த ஊரான பெங்களூருக்கு மாற்றல் வாங்கி விட்டிருந்தான். அந்த 'மாற்றல் ஆர்டர்' இப்போது மேனேஜர் நாராயணனின் மேஜை மேல். ஆபீஸில் அனைவரும் கொதிப்படைந்திருந்தார்கள். நாராயணன் 'இந்த ட்ரான்ஸ்பரை கேன்சல் செய்யச் சொல்லி பம்பாய்க்கு எழுத வேண்டும்' என்ற அபிப்பிராயப்பட்டார்கள். அன்று மாலை அனைவரும் நாராயணனைச் சந்தித்து விவாதித்தார்கள். சேகரை யாரும் நேரடியாகக் கேட்க தைரியம் இல்லை, நாராயணன் உட்பட. காரணம், அது அவனது சொந்த விஷயம். ஆனால் சம்பந்தப்பட்ட ரேவதியும் அதே அலுவலகத்தில் வேலை செய்வதால், 'இது ஆபீஸ் பிரச்சனை' என்று குப்தா அடித்துச் சொன்னான். சேகரை ரிலீவ் செய்தால் ஆபீஸில் குழப்பம் ஏற்படும் என்று நாராயணனை எச்சரித்தார்கள். அன்று இரவு பம்பாய்க்கு ஜெனரல் மேனேஜருடன் நாராயணன் தொடர்பு கொண்டு, 'சில குறிப்பிட்ட காரணங்களால் சேகரைத் தற்போது ரிலீவ் செய்ய முடியாது' என்றும், 'சேகரின் ட்ரான்ஸ்பரை சில காலம் ஒத்தி வைக்குமாறும்' கூறினார்.

தனது ட்ரான்ஸ்பர் எப்படியோ தள்ளி வைக்கப்பட்டது என்பதை சேகர் அறிந்து அதிர்ச்சி அடைந்தான். தான் என்னதான் முயன்றும், இந்த பிரச்சனையிலிருந்து மீள முடியாமல்

இருப்பதை அறிந்தான். இதற்கெல்லாம் மூலகாரணம் ரேவதி, நாராயணனிடம் ஏதாவது சொல்லி இருக்கலாம். அல்லது நாராயணன் ஆபீஸில் மற்றவர்களிடமிருந்து நெருக்கடி வரலாம் என்ற அச்சத்தில் இப்படி செய்திருக்கலாம். இதிலிருந்து மீள ஒன்று ரேவதியைத் திருமணம் செய்து கொள்ள வேண்டும் அல்லது...

ஒரு வாரம் லீவு என்று போன சேகரிடமிருந்து பத்து நாள் கழித்து, நாராயணனுக்கு ராஜினாமா கடிதம் வந்திருந்தது. விசாரித்ததில் அவன் இரவோடிரவாக வீட்டையும் காலி பண்ணி இருந்திருக்கிறான் என்றும் தெரிந்தது. அவனுக்கு டெல்லியில் வேலை கிடைத்து, அங்கு இருப்பதாக சிலரும், சிலர் அவன் துபாய் சென்று விட்டான் என்றும் கூறினர்.

## முடிவுரை

இப்போதெல்லாம் ரேவதி முன்னைப்போல் சிரித்துப் பேசுவதில்லை.

ஆர்ப்பாட்டம் செய்வதில்லை. கலகலப்பை முற்றிலும் இழந்து நடைப் பிணமாய், ஒரு இயந்திரம் போல் இயங்கி, வாடிப்போன மலராய் மாறிப்போனாள்.

சிவராஜ் அவளை அமைதியுடனும், அனுதாபத்துடனும் பார்க்கிறான்.

இவளின் கலகலப்பு காதலுக்கு பலியாக்கப்பட்டது...

முன்னர் இருந்த ரேவதிக்குள், இப்படி ஒரு சோகமயமான ரேவதி எப்படி இருந்தாள் இத்தனை நாளும்... அவளா இவள்...

ஆம்... அவள் தான்...

ஆசைகள் நொறுங்கிப் போன அவள்தான் இவள்...

ஆயிரம் கனவுகளை வளர்த்து விட்டு, பின் அனாமத்தாக விடப்பட்டவள் இவள்...

அவள் அமைதியாக வேலை செய்வதைக் காணும் போதெல்லாம், சிவராஜன் இதயத்தில் ஈரம் கசியும்.

எவ்வளவு நோகடித்து விட்டான் இவளை அந்த சேகர்? ராஸ்கல். அவனுக்கெல்லாம் இப்படி ஒரு காதலி...

காதல்...

அதன் அர்த்தம், மகத்துவம் இதெல்லாம் புரியாதவர்களெல்லாம் காதலிக்கிறார்கள்...

சிவராஜ் சிந்தித்தான். எனக்கு மட்டும் இப்படி ஒரு நிலைமை வந்திருந்தால், என் காதலியை, காதலை இப்படி அனாதையாக விட்டிருக்க மாட்டேன். என் காதலியை இந்த மாதிரி வேதனைப் படுத்தி இருக்க மாட்டேன். எப்பாடு பட்டாவது காதலை நிறைவேற்றி இருப்பேன். நான் மட்டும் காதலித்திருந்தால் இந்த மாதிரிக் கைவிட்டு காதலியைக் கஷ்டப்படுத்த மாட்டேன் என்று மனதுக்குள் உறுதி செய்து கொண்டான் சிவராஜ். ஆனால் அந்த உறுதியை சோதிக்க இதுவரை தனக்கு ஒரு சந்தர்ப்பமும் கிட்டவில்லை என்று எண்ணிய போது அவன் மனம் முழுவதும் வெறுமையும் வேதனையும் படர்ந்தது. சிறுவயதில் தான் பார்த்த, ரயில்களே நிற்காத பல சிறு ரயில்வே ஸ்டேஷன்களில் தானும் ஒன்று என்று எண்ணி ஏக்கமாய்ப் பெருமூச்சு விட்டான்.

ரயில்கள் நிற்காத அந்த ஸ்டேஷன்களும் தானும் ஒன்றுதான்.

துக்கம் தொண்டையை அடைத்தது. கண்களைக் கண்ணீர் மறைத்தது.

# இந்த ஸ்டேஷனில் எந்த ரயில் நிற்கும்

9 798893 638868